தலித் விடுதலையும் திராவிடர் இயக்கமும்

தி.பெ.கமலநாதன்

தமிழில்
ஆ.சுந்தரம்

நீலம்

தலித் விடுதலையும் திராவிடர் இயக்கமும்
கட்டுரை | தி.பெ.கமலநாதன்
தமிழில் : ஆ.சுந்தரம்
நீலம் முதற்பதிப்பு : டிசம்பர் 2022 | எழுத்து முதற்பதிப்பு : 2009
வெளியீடு : நீலம் பப்ளிகேஷன்ஸ், 5, நல்லதம்பி வீதி, அண்ணாசாலை, திருவல்லிக்கேணி, சென்னை - 600002

அட்டை ஓவியம் : ஓவியர் மணிவண்ணன்

நூல் வடிவமைப்பு : சிவராஜ் பாரதி

விலை ரூ.250.00

Dalit Viduthalaiyum Diravidar Iyakkamum

T.P.Kamalanathan

Translated by A.Sundaram

NEELAM First Edition : December 2022

Published By NEELAM PUBLICATIONS, 5, Nallathambi street, Mount Road, Triplicane, Chennai - 600 002

Cover Art : Manivannan

ISBN : 978-93-94591-24-0

Email : editor@neelampublications.com

Mobile : +91 63698 25175

INR : 250

Neelam Monthly Magazine & Subscription - www.theneelam.com

Neelam Online Store - www.neelambooks.com

சமூக மாற்றத்திற்காகப் பணியாற்றுபவருக்குத்
துணைநிற்கும் மனைவியருக்கும்
அவர்தம் குடும்பத்தினருக்கும்

பொருளடக்கம்

பதிப்புரை	7
அணிந்துரை	12
முன்னுரை	14
நன்றி கூறுகிறேன்	17
1. திராவிடர்களின் பண்டையச் சிறப்பு	20
2. ஐரோப்பியர்களின் வருகைக்கு முன் தலித்துகளின் நிலை	25
3. இடஒதுக்கீடு சாதி அடிப்படையிலானதா?	33
4. திரு.கி.வீரமணிக்கு மறுப்பு	41
முடிவுரை	130

பின்னிணைப்பு

I. பிற்படுத்தப்பட்டோர் இயக்கம் ஏன் வீழ்ந்துகொண்டிருக்கிறது	141
II. தலித்துகளையும் ஏனைய பிற்படுத்தப்பட்ட சாதியினரையும் பிரித்திட முயலும் பிராமண சதி பற்றி உஷார்	151
III. 1891 முதல் தலித்துகளால் கூட்டப்பெற்ற மாநாடுகளும் பொதுக்கூட்டங்களும்	157
IV. தலித் தலைவர்களால் கூட்டப்பெற்ற பௌத்த மாநாடுகளும் கூட்டங்களும்	165
V. தலித் தலைவர்களால் நிறுவப்பட்ட கல்வி நிலையங்கள்	171
அடிக்குறிப்புகள்	175
துணை நூற்பட்டியல்	181
சொல்லடைவு	184

தமிழ்ப் பதிப்பிற்கான பின்னிணைப்பு

1. சாதி, தீண்டாமையின் கருவூலங்கலாக
 காவல்துறை 199
2. முதன்முதலில் சுயமரியாதை மாநாடு
 போட்டவர் எங்க அப்பாதான் 206
3. தலித் வரலாற்று மீட்பர் 217

பதிப்புரை

எமது 'தலித் வரலாற்று நூல் வரிசை'யில் வெளிவரும் நான்காவது நூல் இது. இந்நூல் ஆங்கிலத்தில் (*Mr.K.Veeramani, M.A.,B.L., is Refuted And Historical Facts About The Scheduled Caste's Struggle for Emancipation in South India*) வெளிவந்து 24 ஆண்டுகள் கழித்துத் தமிழில் வெளிவருகிறது. சுமார் கால் நூற்றாண்டு கரைந்துவிட்டாலும்; ஒரு நூற்றாண்டைக் கடந்து நிற்கும் தலித் வரலாற்றை எடுத்தியம்புகிறது. தலித்துகளின் இன்றைய வளர்ச்சிக்குத் தங்களது கட்சியும் தலைவர்களது பணியுமே காரணம் என அனைத்துக் கட்சியினரும் உரிமை கொண்டாடிடும் நிலையில், தலித்துகளின் இன்றைய வளர்ச்சிக்கு வித்திட்டவர்கள் கிறித்துவ மிசனரிகளும் ஆங்கிலேய ஆட்சியுமே என்பதைப் பல ஆதாரங்களோடு நிறுவுகிறது இந்நூல். இதனையே பண்டிதர் க.அயோத்திதாசரும் பின்வருமாறு குறிப்பிடுகிறார்:

"கொல்லாமல் கொல்லப்பட்டு வரும் இத்தேசத்தில் பூர்வ இந்தியர்களாம் ஆறுகோடி தாழ்த்தப்பட்டோர்களில் முன்னேறியிருப்பது பிரிட்டிஷ் துரைமார்களின் கருணையிலும் மிஷனரி கிறிஸ்துவ துரைமார்களின் அன்பினாலுமேயன்றிச் சாதி துவேஷமுள்ள சீர்திருத்தக்காரரால் அல்ல என்று துணிந்து கூறலாம்." *(தமிழன் 24.12.1913).*

இந்நூலின் வரலாற்றுப் பின்னணி மிகச் சுவையானது. 'மண்டல் கமிஷன்' பரிந்துரையைப் பற்றிய விவாதங்கள் துவங்கியிருந்த காலகட்டத்தில் பெங்களூரிலிருந்து வெளிவரும் *தலித் வாய்ஸ்* 1983 டிசம்பர் 1–15 இருவார இதழில் 'பிற்படுத்தப்பட்டோர் இயக்கம் ஏன் வீழ்ந்து கொண்டிருக்கிறது?' என்ற தலைப்பினில் இதழாசிரியர் வி.டி.ராஜசேகர் ஒரு தலையங்கம் எழுதியிருந்தார். அதில் கூறப்பட்டிருந்த விமர்சனத்திற்குத் திராவிடர் கழகப் பொதுச் செயலாளர் திரு.கி.வீரமணி, 'தலித்துகளையும் ஏனைய பிற்படுத்தப்பட்ட சாதியினரையும் பிரித்திட முயலும் பிராமண சதி பற்றி உஷார்!' என்று பதில் கூறியிருந்தார். இக்கட்டுரை *தலித் வாய்ஸ்* 1984 ஜனவரி 01–15 இதழில் வெளியிடப்பட்டிருந்தது. (இந்த இரண்டு கட்டுரைகளும் இந்நூலின் பின்னிணைப்பாகக் கொடுக்கப்பட்டுள்ளன).

"தமிழ்நாட்டில் அட்டவணைச் சாதியினரின் மேம்பாட்டிற்கு நீதிக்கட்சியே காரணம்" என்ற திரு.கி.வீரமணியின் கருத்திற்கு மறுப்புத் தெரிவித்து திரு.தி.பெ.கமலநாதன் எழுதி அனுப்பிய கட்டுரை அதன் நீளம் கருதி தலித் வாய்ஸ் இதழில் வெளியிடப்படவில்லை. இதனால் இந்த மறுப்பு அறிக்கையை 1985இல் நூலாக அவரே வெளியிட்டார்.

தமிழக தலித் இயக்க வரலாற்றைப் பல ஆதாரங்களுடன் ஆணித்தரமாக இந்நூல் நிறுவுகின்றது. இந்நூலின் பின்னிணைப்புகளே அதற்குச் சான்றாகத் திகழுகின்றன. ஒரு நூற்றாண்டு வரலாற்றை மிக எளிமையாக விளக்கும் இந்நூல், தலித் இயக்க வரலாறு குறித்த ஆய்வை அதன் அடுத்த கட்டத்திற்கு நகர்த்திச் செல்லும் என உறுதியாக நம்புகிறோம். "தமிழகத்தில் இடஒதுக்கீட்டுக் கோரிக்கையை முதன்முதலில் எழுப்பியவர்கள் தலித் தலைவர்களே" என்பதை தக்க ஆதாரங்களுடன் எடுத்துக் கூறுகிறது.

'தலித்' என்ற சொல்லாடல் தமிழ்ச் சூழலில் அறிமுகமான 80களின் தொடக்கத்திலேயே அச்சொல் இந்நூலில் பரவலாகப் பயன்படுத்தப்பட்டுள்ளதை அவதானிக்க முடியும். அந்த வகையில் 'தலித்' என்ற சொல்லாடலைத் தமிழ்ச் சூழலுக்கு அறிமுகம் செய்த ஒரு முன்னோடி நூலாக இதனைக் குறிப்பிடலாம்.

1990ஆம் ஆண்டு மதுரை தமிழ்நாடு இறையியல் கல்லூரியில் இயங்கிவரும் தலித் ஆதார மையத்தில் பணியாற்றியபோது தமிழக தலித் இயக்கங்கள், தலைவர்கள் பற்றிய ஆவணங்களைச் சேகரிக்கப் பல்வேறு இடங்களுக்குத் தேடியலைந்தேன். அந்நாட்களில் சென்னையில் தமிழ்நாடு அரசு ஆவணக் காப்பகம், மறைமலையடிகள் நூலகம், அடையாறு நூலகம், கன்னிமாரா நூலகம், சென்னைப் பல்கலைக்கழக நூலகம் மட்டுமன்றித் தலித் வரலாற்று ஆவணங்களைப் பாதுகாத்து வைத்திருந்த பெரியவர்களைத் தொடர்ந்து சந்தித்து உரையாடும் வாய்ப்பு எனக்குக் கிடைத்தது. இப்படி நான் சந்தித்தவர்களின் பட்டியல் மிக நீண்டது. அவர்களில் குறிப்பிடத் தகுந்தவர்கள் திரு.அன்பு பொன்னோவியம், பேரா.தங்கவேல், திரு.தி.பெ.கமலநாதன், திரு.பெருமாள், திரு.எக்ஸ்ரே கருணாகரன், திரு.எக்ஸ்ரே மாணிக்கம், திரு.எரிமலை ரத்தினம், திரு.ஜெயராமன், திரு.ஜெயகரன், திரு.அசோக், திரு.சக்திதாசன் போன்றோர்.

பலரிடமிருந்து உரிய ஆவணங்கள் கிடைக்காத போதிலும் திரு.பெருமாள், திரு.தி.பெ.கமலநாதன், திரு.அன்பு பொன்னோவியம், திரு.அசோக் (சேத்துப்பட்டு மெயில்

முனுசாமி அவர்களது மகன்) ஆகியோர் கிடைத்ததற்கரிய ஒருசில ஆவணங்களின் நகலைக் கொடுத்து உதவினர்.

இவர்களில் திரு.அன்பு பொன்னோவியமும் (1923–2003) திரு.தி.பெ.கமலநாதனும் (1923–2007) தனித்துவம் மிக்கவர்கள். பெரியவர் அன்பு பொன்னோவியம் அப்பொழுது நுங்கம்பாக்கம் அருகே ஜோசியர் தெருவில் குடியிருந்தார். நான் சென்னைக்குச் செல்லும் போதெல்லாம் இவரைச் சந்திக்க மறந்ததேயில்லை. அவர் தன்னிடமிருந்த ஆவணங்களைக் கொண்டு ஒரு நூலகம் அமைக்கப் போவதாகக் கூறிவந்தார். அவரது விருப்பம் இறுதிவரை நிறைவேறவில்லை. அவர் வரவேற்பறையில் பௌத்த–அம்பேத்கர் நூல்கள் சூழ அமர்ந்திருப்பார். பழைய ஆவணங்களை உள்ளறையிலிருந்து பத்திரமாக எடுத்துவந்து எப்போதாவது காட்டுவார். சுபமங்களா, நிறப்பிரிகை, நிகழ் போன்ற சிற்றிதழ்களை அவருக்கு அறிமுகம் செய்து வைத்தேன். சந்திக்கும் வேளையில் அதில் வெளியாகும் செய்திகள், கட்டுரைகள் குறித்துப் பேசுவோம்.

அவர் ஒரு நூலை எழுதுவதற்கு முன்பு கோடிட்ட தாள்களைப் பைண்டிங் செய்து பக்க எண்ணிட்டு ஒவ்வொரு தலைப்பையும் சிவப்பு மையால் அடிக்கோடிட்டு அடிக்குறிப்புகளுக்கு இடம் விட்டுத் தனி மையினால் எழுதியிருப்பார். ஒரு அச்சான புத்தகத்தைப் படிப்பது போலவே மிக நேர்த்தியாக வடிவமைத்து எழுதுவது அவரது வழக்கம். அவர் இறப்பதற்குச் சில ஆண்டுகளுக்கு முன்பு *புதிய கோடாங்கி*யில் எழுதியிருந்த சில கட்டுரைகளில் இதனை அவதானிக்கலாம். அடிப்படையில் அவர் ஓர் ஓவியர் என்பது பலருக்குத் தெரியாத உண்மை. அவர் சென்னை ஓவியக் கல்லூரியில் படித்து, சினிமா கலை இயக்குநராக (ஆர்ட் டைரக்டராக) ஒரு சிங்களப் படத்திற்குப் பணியாற்றியிருக்கிறார். இது அவரே என்னிடம் கூறிய தகவல்.

1997ஆம் ஆண்டில், மையத்தின் சார்பாகத் தலித் ஓவிய முகாம் ஒன்றை ஒருங்கிணைத்தபோது பெரியவர் அன்பு பொன்னோவியம் அவர்களையும் பங்கேற்க அழைத்தேன். மதுரைக்கு வர மறுத்துவிட்டார். 1998இல் சென்னையில் நடைபெற்ற ஓவியக் கண்காட்சியில் அவரது ஓவியம் இடம்பெற நண்பர், ஓவியர் பிரபுராம் அவர்களுடன் நான் மேற்கொண்ட முயற்சியும் பயனளிக்கவில்லை.

அவர் 1960களில் *அம்பேத்கார்* என்ற மாத இதழைத் தொடங்கி தலித் தலைவர்கள் பற்றிய பல கட்டுரைகளை அதில் வெளியிட்டுள்ளார். முதன்முறையாகப் பண்டிதர் அயோத்திதாசர் பற்றிய கட்டுரையும் இந்த இதழில்தான் வெளிவந்தது. 1990களில் *அறவுரை* மாத இதழின் சிறப்பாசிரியராகவும் இருந்தார்.

அம்பேத்கார் இதழில் அவர் எழுதிய பல கட்டுரைகள் அறவுரையில் மறுபதிப்பாக வெளியிடப்பட்டன. அவர் தொல்லியல் துறையில் பணியாற்றியதன் பயனாகப் பல கல்வெட்டுகளைப் படிக்கும் திறன் பெற்றவராய் இருந்தார். கல்வெட்டு ஆதாரங்களை அடிப்படையாகக் கொண்டு பறையர் வரலாறு எழுதும் பணியில் ஈடுபட்டிருந்தார். அயோத்திதாசப் பண்டிதரின் சிந்தனைகளைத் தொகுத்து நூலாக வாய்க்கச் செய்து தலித் வரலாற்றில் அழியாத் தடம் பதித்தார்.

திரு.தி.பெ.கமலநாதன் தன்னிடமிருந்த தனது தந்தையார் திருப்பத்தூர் பெரியசாமிப் புலவர் சேகரித்துப் பாதுகாத்து வைத்திருந்த அரிய தலித் வரலாற்று ஆவணங்களை, தமது குடும்ப நிகழ்வுகளை, இயக்கச் செய்திகளை, வகை பிரித்து வரிசை எண்ணிட்டுத் தனித் தனிக் கோப்புகளில் வைத்திருந்தார். இவற்றைவிட நான் திகைத்தது ஆவணக் காப்பகங்களும் நூலகங்களும் சரிவர செய்ய இயலாத பணியைத் தனியொருவராகச் செய்ததுதான்.

தமிழ், ஆங்கில நாளேடுகளில் வெளியான தலித் செய்திகளை வெட்டியொட்டி தனித்தனிக் கோப்புகளில் அவர் வைத்திருந்தார். அவரது இந்தத் தொகுப்புப் பணியின் நுணுக்கத்தை இந்த நூலின் இறுதியில் தரப்பட்டுள்ள பின்னிணைப்புகளில் காணமுடியும். மூன்று தனித்தனித் தலைப்புகளில் அவர் இந்த ஆவணங்களைத் தொகுத்துத் தந்திருக்கின்றார். அவரிடமிருந்துதான் பண்டிதர் அயோத்திதாசரின் *தமிழன்* இதழின் மூன்றாவது தொகுதியை நகலெடுத்தேன். இவ்வாறு தலைமுறை தலைமுறையாகப் பாதுகாத்து வைத்திருந்த தலித் வரலாற்று ஆவணங்களின் தொகுப்பு முழுவதையும் சென்னை தரமணியிலுள்ள ரோஜா முத்தையா நூலகத்திற்குக் கொடுத்துவிட்டார். தலித் இயக்கங்களோ, அமைப்புகளோ, தொண்டு நிறுவனங்களோ அவரது நம்பிக்கையைப் பெறாததே இதற்குக் காரணம்.

‘அம்பேத்கர் சுயமரியாதை இயக்கம்’ (Ambedkar Self Respect Movement) என்ற பெயரில் ஒரு பதிப்பகத்தினைத் துவங்கி,

1. திரு.கோபால் செட்டியார் எழுதிய ‘ஆதி திராவிடர் வரலாறு’

2. அவரே தொகுத்த *Scheduled Castes Struggle for Emancipation in South India.*

3. *Mr.K.Veeramani, M.A.,B.L., is Refuted And the Historical Facts About the Scheduled Caste's Struggle for Emancipation in South India.*

போன்ற நூல்களைப் பதிப்பித்து, விற்பனை உரிமையை கிறித்துவ இலக்கியச் சங்கத்திற்குக் (CLS) கொடுத்திருந்தார்.

மிகக் குறைந்த விலையில் நூல்கள் இருந்தும் விற்பனை இழப்பை ஈடுகட்ட முடியவில்லை. நூல்கள் ஆங்கிலத்தில் இருந்ததால் தமிழ்ச் சூழலில் பரவலான அறிமுகத்தைப் பெறவில்லை. தலித்தியச் சிந்தனையாளர்கள் இடையே நல்லதோர் உறவுநிலை இல்லாததும், தீவுகளைப் போலத் தனித்து இயங்கியதும் இயக்கங்களுடன் இவர்களுக்கு உறவு இல்லாததும் இந்நிலைக்குக் காரணமாகக் குறிப்பிடலாம்.

இப்படித்தான் எனக்குப் பெரியவர் தி.பெ.கமலநாதனுடன் தொடர்பு ஏற்பட்டது. ஆங்கிலத்தில் நூல் வெளியிட்டதும் நூல்களைச் சரிவர விற்க முடியாததும் அவருக்குச் சோர்வை ஏற்படுத்தியது. அவரிடமிருந்து ஆவணங்களைப் பெற்றுச் சென்றவர்கள் திருப்பித் தராததும், அவருக்கு வருத்தத்தை ஏற்படுத்தியிருந்தது. தமிழக தலித் இயக்கத்தின் வரலாற்றுச் சான்றுகளைப் பதிப்பித்தும் பாதுகாத்தும் தலித் வரலாற்றை மீட்டுருவாக்கம் செய்தும் அழியாப் புகழ் கொண்டார். இந்நூலின் தலைப்பு உள்ளடக்கத்தைத் தெளிவாக எடுத்தியம்ப வேண்டும் எனக் கருதினோம். 1986ஆம் ஆண்டில் திரு.கி.வீரமணி அவர்கள் காங்கிரஸ் கட்சியை விமர்சித்து எழுதிய ‘காங்கிரஸ் வரலாறு மறைக்கப்படும் உண்மைகளும் கறைபடிந்த அத்தியாயங்களும்’ என்ற நூலின் தலைப்பினைத் தழுவி இத் தலைப்பை முடிவு செய்தோம். இந்தப் பதிப்பு முயற்சி தலித் இளைஞர்களுக்கும் இயக்கங்களுக்கும் ‘தமிழக தலித் இயக்கங்கள் பற்றிய கருத்தியல் தெளிவிற்கான வழிகாட்டியாகத் திகழும்’ என நம்புகிறோம்.

இந்நூல் செம்மையாக வெளிவர உதவிய அனைவரையும் நன்றியுடன் நினைவு கூறுகின்றோம்.

இந்நூலை எளிய தமிழில் விரைந்து மொழிபெயர்ப்பு செய்த திரு.ஆ.சுந்தரம் அய்யா, இந்நூலுக்கான அணிந்துரை எழுதித் தரும்படி கேட்டவுடன் தயக்கமின்றி எழுதிக் கொடுத்த திரு.எம்.எஸ்.எஸ் பாண்டியன், இந்நூலில் தமிழாக்கத்தைச் செழுமைப்படுத்த உதவிய பேரா.நா.தர்மராஜன் (சிவகங்கை), பணி.ஜெரி.சே.ச.(சென்னை), திரு.கண்ணன் (பெங்களூர்), மெய்ப்புத் திருத்திய தமிழியம் பறப்பை அறிவன் (மதுரை) அவர்களுக்கும் அச்சாக்கம் செய்த அச்சகத்தினருக்கும் நிறைவாக இந்நூலைப் படித்து பரவலாக்கவுள்ள உங்களுக்கும் எமது நன்றி.

தோழமையுடன்
வே.அலெக்ஸ்

அணிந்துரை

1980களின் தொடக்கத்தில் தலித் வாய்ஸ் எனும் பெங்களூரிலிருந்து வெளிவரும் ஆங்கில ஏடு திராவிடர் கழகத்தின் செயல்பாடுகளை விமர்சித்துத் தலையங்கம் ஒன்றைத் தீட்டியது. திராவிடர் கழகம் தலித்துகளைப் பற்றிப் பாராமுகமாய் இருக்கிறது என்று அதில் பதிவு செய்யப்பட்டிருந்தது. இதற்குப் பதிலளித்த திராவிடர் கழகத் தலைவர் கி.வீரமணி, பிற்படுத்தப்பட்ட சாதியினருக்கும் தலித்துகளுக்கும் இடையேயுள்ள முரண்பாடுகளைப் பின் தள்ளிவிட்டு, பார்ப்பனீய எதிர்ப்பே முக்கியம் என்று வாதிட்டார். வீரமணி தரப்பின் வாதத்தை விவாதிக்கும் வகையில் பெரியவர் கமலநாதனால் ஆங்கிலத்தில் எழுதப்பட்ட நூலின் தமிழ் மொழிபெயர்ப்பே இந்நூல்.

இந்நூலில் முதன்மைப்படுத்தப்படும் வாதங்கள் இரண்டு. பார்ப்பனரல்லாதார் என்னும் சொல்லாடல் பார்ப்பனீயத்தை எதிர்க்கும் அதே நேரத்தில் தலித்துகளின் தனி அடையாளத்தை முடக்கிப் போடுகிறது என்பது இந்நூலின் முதல் வாதம். எனவே தலித்துகள் தங்கள் நலனைப் பேண வேண்டுமெனில், தங்களுடைய தனி அடையாளத்தை அரசியல் தளத்தில் முன்னிலைப்படுத்த வேண்டும் என்று கூறுகிறார் கமலநாதன். இதன்மூலமே அவர்கள் பிற்படுத்தப்பட்ட சாதியினருக்கும் தங்களுக்குமிடையே உள்ள முரண்பாடுகளைச் சரியாகப் புரிந்து கொள்ளவும் எதிர்கொள்ளவும் முடியும் என்று தெளிவுற எழுதுகின்றார்.

இதுகாறும் எழுதப்பட்ட திராவிட இயக்க வரலாறுகள் சாதி எதிர்ப்புக்குத் தலித்துகள் செய்த பங்களிப்பைச் சரிவர அங்கீகரிக்க மறுக்கின்றன. எனவே தலித்துகள் தங்கள் வரலாற்றை முழுமையாக அறிந்துகொள்வதன் மூலமே தங்களின் எதிர்காலத்தை மாற்றியமைக்க முடியும் என்பது கமலநாதன் அவர்களின் இரண்டாவது வாதம்.

இந்த இரு வாதங்களுக்கும் வலுசேர்க்கும் வகையில் கமலநாதன் ஏராளமான வரலாற்றுத் தகவல்களை இந்நூலில் தருகிறார். தலித் தலைவர்கள், தலித்துகள் நடத்திய பத்திரிகைகள்,

தமிழகத்தில் புத்தமதத்தின் மறுமலர்ச்சி எனப் பலவற்றைப் பற்றிய தகவல்கள் இந்நூல் முழுவதும் பரவிக்கிடக்கின்றன. 1990களில் தலித்துகளின் வரலாற்றை மீட்டெடுக்க நடந்த ஆய்வு முயற்சிகளின் முன்னோடியாக இந்நூலைப் பார்க்க முடியும். புதிய வரலாற்றுத் தகவல்களின் அடிப்படையில் தலித் பார்வையில் கமலநாதனின் நூல் வரலாற்றை மறுவாசிப்பும் செய்கிறது. இந்திய தேசியம் எனும் நிலைப்பாட்டிலிருந்து நோக்கும்போது பிரச்சினைக்குரியவையாகத் தெரியும். கிறிஸ்துவமும் ஆங்கிலேய ஆட்சியும் இந்நூலில் புதுப்பரிமாணத்தைப் பெறுகின்றன. இவை இரண்டும் தலித்துகளுடைய முன்னேற்றத்திற்கும் விடுதலைக்கும் வழி செய்யும் காரணிகளாகச் செயல்பட்டன என்று கமலநாதன் கூறுவதை நாம் முக்கியமாகக் கணக்கிலெடுத்துக் கொள்ளவேண்டும்.

இந்நூலில் பிரச்சினைக்குரியவையாக எனக்குத் தோன்றும் வாதங்கள் இரண்டு. தலித்துகளின் பண்டைய வரலாற்றைப் பொற்காலமாக வர்ணித்து இருப்பதும், தலித்துகளை அப்பழுக்கற்ற, கலப்பிடமில்லாத தூய திராவிடர்கள் என்று புனைந்திருப்பதும் ஏற்புடையதல்ல. 1990களில் தலித் சொல்லாடல் களத்தில் மிக முக்கியப் பங்களிப்பைச் செய்த ராஜ் கௌதமன், ரவிக்குமார் போன்ற அறிவுஜீவிகளும் ஆய்வாளர்களும் இத்தகைய தூய்மைக் கோட்பாட்டின் அரசியலை வெகு விமர்சனம் செய்துள்ளனர்.

தலித் இளைஞர்கள் தங்கள் வரலாற்றை அறிந்து கொள்வதன் மூலமே தலித் விடுதலையை நோக்கிப் பயணிக்க முடியும் எனும் கருத்துடன் எழுதப்பட்ட இந்நூல் தமிழில் வெளிவருவது மூலமே அந்த இலக்கை அடைய முடியும். இம்மொழி பெயர்ப்பு இந்த முக்கியப் பணியைச் சரிவரச் செய்யும் என்பதில் எந்தச் சந்தேகமும் இல்லை.

சென்னை   எம்.எஸ்.எஸ்.பாண்டியன்
28.07.2007

முன்னுரை

அதிகமான குடும்பப் பொறுப்புகளினூடே கடந்த ஒன்றரை ஆண்டுகளாகப் போராடிய பின்னர் இந்நூலை வெளிக்கொணரத் தூண்டிய சூழ்நிலைகளைக் குறிப்பிடுவது எனது கடமை. 'ஏனைய பிற்படுத்தப்பட்ட சமுதாயங்களின் இயக்கம் ஏன் தோல்வியுறுகிறது?' (Why O.B.C.movement is failing) எனும் தலைப்பில் பெங்களூரிலிருந்து மாதமிருமுறை வெளிவரும் பத்திரிகையான தலித் வாய்ஸ் ஆங்கில இதழின் ஆசிரியர் 1-5-1983 இதழில் ஓர் தலையங்கத்தை எழுதினார். (பின்னிணைப்பு I-ஐக் காண்க) திராவிடர் கழகத்தில் காணப்படும் சில குறைபாடுகளை ஆசிரியர் அத்தலையங்கத்தில் சுட்டிக்காட்டியிருந்தார்.

அத்தலையங்கத்திற்குப் பதிலளிக்கும் வகையில் திராவிடர் கழகப் பொதுச் செயலாளர் திரு.கி.வீரமணி 'ஏனைய பிற்படுத்தப்பட்ட சமுதாயங்களையும் தலித்துகளையும் பிரிப்பதற்குப் பிராமணர்கள் செய்திடும் சதியைப் பற்றி ஜாக்கிரதையாயிருப்பீர்' (Beware of Brahmins Bid to divide Dalits and O.B.C.s') எனும் தலைப்பில் எழுதிய கட்டுரை 15-01-1984 நாளிட்ட தலித் வாய்ஸ் இதழில் வெளியாகியிருந்தது (பின்னிணைப்பைக் காண்க). நீதிக்கட்சியிலிருந்து தோன்றிய திராவிடர் கழகம் 1920ஆம் ஆண்டில் சென்னை மாநிலத்தின் ஆட்சிப் பொறுப்புக்கு வந்தபோது தலித்துகளின் முன்னேற்றத்திற்கான அடிப்படையை வகுத்தது என்று அக்கட்டுரையில் திரு.கி.வீரமணி குறிப்பிட்டிருந்தார்.

மேற்குறிப்பிடப்பட்டுள்ள கருத்து, எந்தக் கட்சியும் அல்லது இந்து மதத்தைச் சார்ந்த எந்தவொரு பெரிய மனிதரும் ஒடுக்கப்பட்டிருந்த மக்களுக்கு உதவி செய்திட முன்வராதிருந்த 19ஆம் நூற்றாண்டிலேயே கூட ஒடுக்கப்பட்ட இனத்தில் பிறந்து அவ்வின மக்களின் விடுதலைக்காகப் பணியாற்றிய பெரிய மனிதர்களின் பணிகளை ஒட்டுமொத்தமாக இருட்டடிப்புச் செய்கிறது. தங்களது அடிமைத்தனத்திலிருந்து வெளியேறிடத் தேவையான பாதுகாப்பை ஒடுக்கப்பட்ட இனத்தவருக்கு வழங்கிய பிரிட்டிஷ் அரசின் செயல்பாடுகளும் கிறித்தவ அருள் தொண்டர்களின் தன்னலமற்ற சேவையும் சேறு பூசி மறைக்கப்பட்டுள்ளன.

திரு.கி.வீரமணிக்குத் தகுந்த பதிலளிக்கவும் வரலாற்று உண்மைகளைத் தவறாகப் புரிந்து கொண்டுள்ள தலித்துகளுக்கு உணர்வூட்டவும் 29 பக்கங்கள் கொண்ட கட்டுரை ஒன்றை எழுதி 14 ஏப்ரல் 1984 அன்று தலித் வாய்ஸ் பத்திரிகையின் ஆசிரியருக்கு அனுப்பி வைத்தேன். ஆனால், அக்கட்டுரையின் நீளம் கருதி அதனை வெளியிடத் தம்மால் இயலாது போனதை ஆசிரியர் விளக்கி எழுதியிருந்தார்.

அதன்பின்னரே அட்டவணைச் சாதியினர் மற்றும் இந்தியச் சமுதாயத்தின் இளந்தலைமுறையினர், குறிப்பாகத் தமிழ்நாட்டு இளைஞரின் நலனுக்காகவே அக்கட்டுரையை நூல் வடிவில் வெளியிடத் தீர்மானித்தேன்.

இக்கட்டுரையுடன் தலித் தலைவர்களைப் பற்றிக் கூடுதல் குறிப்புகளுடன் இரண்டு இயல்களைத் தொடக்கப் பகுதியில் சேர்த்தேன். அட்டவணைச் சாதியினரின் கோரிக்கைகளை உறுதிப்படுத்துவதற்குத் தேவையான வரலாற்றுண்மைகளும் அவற்றில் தரப்பட்டுள்ளன.

தலித் தலைவர்கள் கடந்த காலங்களில் செய்த பணியைப் புதுப்பிக்காமல் விட்டுவிட்டு நம் இனம் சார்ந்த தலைவர்களின் சிறப்புமிக்கப் பணியை எங்கே போய் நாம் காணப்போகிறோம்? அச்சீரிய தலைவர்களின் பணிகளைப் புதுப்பிப்பதன் மூலமாக நீண்ட நெடிய துயில் கொண்டிருக்கும் திராவிட இனத்தின் (ஒடுக்கப்பட்ட இனங்கள்) பழங்காலத் தலைவர்களுக்கு மீண்டும் உயிரும், ஒளியும் ஊட்டிப் பயனடையலாம்.

சுயமரியாதையுள்ள ஒவ்வொரு தலித் இளைஞனும் பகுத்தறிவுச் சிந்தனையெனும் கோலையெடுத்துத் திராவிட ஞானம் எனும் மலையை உடைக்கட்டும். மனிதன் பகுத்தறிவின் பாதையில் சிந்திக்கத் தொடங்கினான். இருண்ட காலத்திலிருந்து தற்காலத்திற்கும், தற்காலத்திலிருந்து விஞ்ஞான காலத்திற்கும் விஞ்ஞான காலத்திலிருந்து மின்னணுக் காலத்திற்கும் மனிதச் சமுதாயம் தற்போது அனுபவித்து வருகின்ற வசதிகளுக்குக் காரணமாயிருக்கும் பல பொருட்களை மனிதன் கண்டுபிடிக்க பகுத்தறிவுச் சிந்தனையே தூண்டுதலாயிருந்தது.

இந்நூலை விற்பதன் மூலம் கிடைக்கும் பணத்தை நாம் ஒரு நிதியத்தில் இட்டு வைக்கிறோம். அட்டவணைச் சாதியினரின் முன்னேற்றத்தில் உண்மையான ஆர்வங்கொண்டோர் அனைவரும் அட்டவணைச் சாதியினரின் ஆர்வத்தைத் தூண்டிவிடுவதில் தங்களால் இயன்றதைச் செய்ய வேண்டும். இந்நூலின் விற்பனை மூலம் கிடைக்கவிருக்கும் நிதி

ஒடுக்கப்பட்டவரின் முன்னேற்றத்திற்காகவும் இன்னும் அதிகமான அட்டவணைச் சாதித் தலைவர்களின் கருத்துகளைப் புதுப்பிக்கவும் பயன்படத்தக்கதொரு சிறப்பு நிதியமாகக் கருதப்பட வேண்டும். இதுபோன்ற புதுப்பித்தல் இல்லாமல் அட்டவணைச் சாதித் தலைவர்களின் விருப்பங்களை எங்கே பாதுகாத்து வைக்க முடியும்?.

'ஆடுகள் எப்போதுமே தங்களைக் காப்பாற்றுபவர்களை நம்பாமல் கசாப்புக்கடைக்காரர்களையே நம்புகின்றன' என்று தலித் தலைவர்கள் சொல்வதுண்டு. அதன்படியே தலித் இளைஞர்களும் உதட்டளவில் அனுதாபம் காட்டி முதலைக் கண்ணீர் வடித்துக் கொண்டே தங்களைத் தடுமாற்றத்தில் விட்டுச் செல்லும் சுரண்டல் பேர்வழிகளையே நம்புகிறார்கள்.

இறுதியாக, தனியொருவனாக என்னால் திரட்ட முடிந்த குறைவான ஆதாரங்களைக் கொண்டு இந்நூலைத் தயாரித்துள்ள நிலையில், எனது இயலாமையை நான் ஒப்புக்கொள்ளத்தான் வேண்டும். இன்னும் பலருடைய அலமாரிகளில் பூட்டிப் பாதுகாக்கப்பட்டுவரும் அனைத்து ஆதாரங்களையும் நான் பயன்படுத்தவில்லை.

இந்நூலின் இறுதிப்பகுதியில் இணைக்கப்பட்டுள்ள பின்னிணைப்புகள் I, II ஐப் படிக்கத் தொடங்குமாறு வாசகர்கள் வேண்டப்பெறுகிறார்கள். அவைகளே இந்நூல் பற்றிய தெளிவினை உங்களுக்குத் தரும்.

சென்னை   தி.பெ.கமலநாதன்
02.04.1985

நன்றி கூறுகிறேன்

கீழை நாடுகளிலும் மேலை நாடுகளிலுமுள்ள அறிஞர்களில் பெரும்பாலானோர் வடநாட்டிலுள்ள அட்டவணைச் சாதியினரைப் பற்றி மட்டுமே ஆய்வுகளைச் செய்து எண்ணிறந்த நூல்களை எழுதியுள்ளனர். அட்டவணைச் சாதியினரின் முன்னேற்றத்திற்காகத் தென்னாட்டில் உள்ளவர்கள் எதையுமே செய்யவில்லையென்னும் எண்ணத்தை இந்நிலை ஏற்படுத்தியுள்ளது.

'சாதி அடிப்படையிலான இட ஒதுக்கீட்டை ரத்து செய்' என்னும் கோஷத்தை எழுப்புகிறவர்களுக்கு மறுப்புத் தெரிவிக்கும் பதிலாக எழுதப்பட்டுள்ள இந்நூல் முழுக்க முழுக்க எனது ஆராய்ச்சியினால் விளைந்ததே.

எனக்கு உதவி செய்து உற்சாகமூட்டியவர்களுக்கு நன்றியைத் தெரிவிப்பது எனது கடமையாகும். எனக்கு உதவிக்கரம் நீட்டியவர்களில் சிலரைக் குறிப்பிடாமலிருப்பது நன்றி மறந்த செயலாகிவிடும். முனைவர் ஜி.தங்கவேல் எம்.ஏ., பி.எச்.டி., அவர்களுடன் கொண்டிருந்த உரையாடல்களின் வழியாகப் பேரளவில் நான் பயனடைந்துள்ளேன்.

இராவ் பகதூர் எம்.சி.இராஜாவின் மகன் லெப்டினன்ட் கர்னல் எம்.ஆர்.ஜி.இராஜா அவர்கள் தம்முடைய தந்தையாரின் பணி பற்றிய விளக்கங்களைத் தயக்கமின்றித் தந்துதவினார், அன்னாருக்கு என் இதயமார்ந்த நன்றி. சென்னை ஜகன்னாதபுரத்தைச் சேர்ந்த மெயில் முனுசாமியும், இராவ் பகதூர் ஆர்.சீனிவாசனின் பேரன் திரு.பி.ஜெயகரனும் தங்களிடமிருந்த ஆவணங்களைப் படிக்க என்னை அனுமதித்தமைக்கு அவர்களுக்கும் எனது நன்றி உரித்தாகட்டும்.

புதிய நூல்களைத் தேடிச் சென்றபோதெல்லாம் இந்தியாவின் பல்வேறு பகுதிகளிலிருந்தும் அவற்றைப் பெற்றுத் தந்து எனக்கு உதவிட எவ்வேளையிலும் ஆயத்தமாகியிருந்த கிறித்துவ இலக்கியச் சங்கத்தின் (CLS) சென்னை பூங்கா நகர் புத்தகக் கடையின் மேலாளர் திரு.கே.வேலு அவர்களுக்கும் என் இதயமார்ந்த நன்றியை நான் தெரிவித்தாக வேண்டும்.

நூல்களைத் தேடிச்சென்ற போதெல்லாம் காலந்தாழ்த்தாது உதவிய அடையாறு நூல்நிலையத்தின் துணை நூலகர் திரு.வேலாயுதத்திற்கும் நன்றி கூறவேண்டும்.

தட்டச்சுப் பிரதியைச் சரிபார்த்துத் திருத்தம் செய்திட முன்வந்த திரு.ஏ.அம்பேத்கர்தாசன் எனப்படும் வேலாயுதம் எம்.ஏ அவர்களுக்கும் நான் நன்றி கூற கடமைப்பட்டுள்ளேன். இந்நூலுக்கான அணிந்துரையினை எழுதித் தருவதற்கு மேனாள் நாடாளுமன்ற உறுப்பினர் திரு.ஜி.ஏ.அப்பன் பி.ஏ அவர்கள் முன்வந்தது யான் பெற்ற பெரும்பேறு என்பேன். எனக்கு ஊக்கம் தந்து ஆதரித்து ஆரம்பகாலப் பணிக்குத் தேவையான காகிதங்களைத் தந்துதவிய ஓய்வுபெற்ற பொறியாளர் திரு.டி.கே. நிரஞ்சனுக்கு என் நன்றி உரித்தாகுக. சட்ட நூல்களை எனக்குத் தந்துதவிய சென்னை உயர்நீதிமன்ற வழக்கறிஞர் திரு.ஆர்.சந்திரபோஸ் செல்லையா எம்.ஏ.பி.எல் அவர்களுக்கு நன்றி கூறாமல் என்னால் இருக்கவியலாது.

இறுதியாக, இந்நூலை அச்சிட்டு உதவிய சென்னை திருமண்டல அச்சக (Diocesan Press) மேலாளர் திரு.கே.ஜி.ஜான் அவர்களுக்கும் நன்றி கூற வேண்டும்.

முடிவில் ஒன்றைச் சொல்ல வேண்டும். இந்தியாவில் வழக்கிலுள்ள ஒடுக்கப்பட்ட இனங்கள், அட்டவணைச் சாதியினர், ஹரிஜன், தாழ்த்தப்பட்டவர்கள், சாதிய முறைக்குப் புறம்பானவர்கள், பஞ்சமர்கள், பறையர்கள், ஆதிதிராவிடர்கள் எனும் பெயர்களுடன் இந்நூலின் தீண்டத்தகாதவர்களைக் குறிப்பிட 'தலித்' எனும் புதிய பெயர் பயன்படுத்தப்பட்டுள்ளது.

சென்னை   ***தி.பெ.கமலநாதன்***
02.04.1985

தி.பெ.கமலநாதன்

1

திராவிடர்களின் பண்டையச் சிறப்பு

சிந்து சமவெளியில் 1922இல் அகழ்வாராய்ச்சி நடைபெறும் வரையிலும் இந்திய வரலாறு கி.மு.2000இல் ஆரியர்கள் இந்தியா மீது படையெடுத்த நிகழ்ச்சியிலிருந்து தொடங்குவதாகவே மக்கள் நம்பத் தலைப்பட்டார்கள். ஆனால், நமது நாட்டின் வரலாறு மொஹஞ்சதாரோ, ஹராப்பா காலங்களில் இருந்து தொடங்குகிறது.

இந்தியாவின் மிகத் தொன்மை வாய்ந்த நகர்களாகக் கண்டுபிடிக்கப்பட்டவை சிந்து பகுதியில் லர்கன்னா மாவட்டத்தில் சிந்து நதியின் வலது கரையில் அமைந்துள்ள மொஹஞ்சதாரோவும் பஞ்சாப் பகுதியில் ரவி நதிக்கரையில் அமைந்துள்ள ஹரப்பாவுமே. இந்நகர்கள் இந்திய அகழ்வாராய்ச்சித் துறையைச் சார்ந்த சர் ஜான் மார்ஷல், ஆர்.டி.பானர்ஜி மற்றும் எம்.எ.வாட்ஸ் ஆகியோரால் 1922இல் கண்டுபிடிக்கப்பட்டன. இப்பழம்பெரும் நகர்களின் நாகரிகத்தைச் சிந்து சமவெளி நாகரிகம் என்று அகழ்வாராய்ச்சியாளர்கள் அழைத்தார்கள்.

சிந்து சமவெளிப் பண்பாடு சிந்து, பலுசிஸ்தான், பஞ்சாபில் பெரும்பகுதி, வட இராஜஸ்தான் மற்றும் குஜராத் பகுதிகளில் பரவியிருந்தது. இந்நாகரிகத்தின் காலத்தை அகழ்வாராய்ச்சியாளர்கள் கி.மு.3250 முதல் கி.மு.2750 வரையுள்ள காலமாக நிர்ணயித்துள்ளார்கள். இப்பகுதிகளில் வழக்கிலிருந்த எண்ணற்ற முத்திரைகள் சுமேரியாவிலும் சுமேரியாவைச் சேர்ந்த பொருட்கள் சிந்து சமவெளியிலும் கண்டுபிடிக்கப்பட்டதிலிருந்து சிந்து சமவெளிக்கும் மேற்கு ஆசியாவிற்குமிடையே பரவலான வாணிபம் நடந்ததென்று நாம் கூற முடியும்.

சிந்து சமவெளியில் தொழில் செழித்தோங்கியிருந்ததாகத் தெரிகிறது. நெசவுத் தொழில் நடைபெற்று பருத்தியும் கம்பளியும் ஆடைக்கான துணிகளாக நெய்யப்பட்டுள்ளன. திறமைவாய்ந்த ஆசாரிகள், கொத்தனார்கள், பொற்கொல்லர்கள், முத்துநகை

செய்வோர், தட்டான்கள் இருந்துள்ளார்கள். மட்பாண்டங்களும் உலோகத் தொழிற்சாலைகளும் இப்பகுதியில் தழைத்தோங்கி இருக்கின்றன. களிமண்ணை வேகவைத்து வீட்டுக்குத் தேவையான பாத்திரங்களைச் செய்துள்ளனர். புடமிடப்பட்ட தங்கமும் வெள்ளியும் அணிகலன்களைச் செய்யப் பயன்படுத்தப்பட்டன.

நைல் நதி சமவெளியில் எகிப்திய நாகரிகமும் தைகிரிஸ், யூப்ரட்டீஸ் நதிகளின் தீரங்களில் சுமேரிய நாகரிகமும் தலைத்தோங்கிய காலகட்டத்திலேதான் இந்தியாவில் சிந்து சமவெளியில் பண்பாடும் வளர்ந்து செழுமை பெற்றது.

எகிப்திய நாகரிகத்தையும் சுமேரிய நாகரிகத்தையும் சிந்துசமவெளி நாகரிகத்துடன் ஒப்பிட்டுப் பார்த்த அகழ்வாராய்ச்சியாளர்கள் சர்.ஜான் மார்ஷல், சிந்து சமவெளி நாகரிகமானது எகிப்து, சுமேரியா பகுதிகளில் விளங்கிய நாகரிகங்களுக்கும் மேம்பட்டதென்று கருதினார்.

அருள்தந்தை ஹெராஸ் (Fr.Heras) போன்ற பல அறிஞர்களும் சிந்து சமவெளி நாகரிகம் திராவிடர்களிடையே தோன்றியது என்று கருதுகின்றார்கள்.

இன்றைய இளந்தலைமுறையினர், குறிப்பாகத் தலித் இளைஞர்கள் 'திராவிடர்' எனும் சொல் யாரைக் குறிக்கின்றது என்பது பற்றிய குழப்பத்தில் உள்ளார்கள். அவர்கள் எங்கே இருக்கிறார்கள்? தங்களுடைய மூதாதையர்கள் விட்டுச் சென்றுள்ள இலக்கியத்திலிருந்து அதைக் கண்டுபிடிக்கும் ஆர்வம் அவர்களிடத்தில் இல்லை. ஆனால், அவர்கள் வக்கிரபுத்தி கொண்ட அரசியல்வாதிகளின் தேனொழுகும் பேச்சுகளால் இழுத்துச் செல்லப்படுகிறார்கள். அவர்களின் இனிய வார்த்தைகளெல்லாமே இனிப்புத் தடவிய விஷம் என்பதை உய்த்துணர தலித்துகளால் இயலவில்லை. தலித் இளைஞர்களின் அறியாமையையும் அலட்சியத்தையும் அரசியல்வாதிகள் தங்களது நன்மைக்காகப் பயன்படுத்திக் கொள்கிறார்கள்.

பல அறிஞர்களும் அறிவுஜீவிகளும் இன்றைய தலித்துகள் (அட்டவணைச் சாதியினர்) தாம் பூர்வீகத் திராவிடர்களின் வழித்தோன்றல்களென்று தங்கள் தெளிந்த முடிவைத் தெரிவித்தார்கள். குறிப்பிடத்தக்க ஆசிரியர்களும் திராவிட மொழிகளின் ஒப்பிலக்கண ஆய்வை வகுத்தளித்த அருள்திரு.பேராயர் கால்டுவெல், "மிக முற்பட்ட காலத்திலேயே வாழ்ந்த இனத்தின் மிகச் சிறந்த பிரதிநிதிகளாக இருப்பவர்கள்,

நீண்ட நெடுங்காலமாக ஒடுக்கப்பட்டும், சமூக அளவுகோலில் மிகக் கீழானவர்களாகத் தற்போது கருதப்படுபவர்களுமான பறையர்களும் பள்ளர்களுமே"[1] என்று குறிப்பிட்டார்கள்.

"சிந்து சமவெளியைப் பிடித்த அதிகார சக்தி மெல்ல மெல்ல கங்கைச் சமவெளியிலும் பரவத் தொடங்கியது. கங்கைப் பள்ளத்தாக்கிலுள்ள குறிப்பிட்ட நபர்கள் இப்புதிய நாகரிகத்தை ஏற்க மறுத்து அதற்கு எதிர்ப்புத் தெரிவித்தார்கள். புதிய நாகரிகத்தை எதிர்த்தவர்கள் கலப்படமற்ற திராவிடர்களாகவே இருந்தார்கள். இவர்கள் ஆரியப் பண்பாட்டுடன் கலந்த திராவிடர்களின் எதிரிகளானார்கள். அவர்களில் பெரும்பாலானோர் தாமாகவே மனமுவந்து இப்புதிய நாகரிகத்தை ஏற்றுக்கொண்டு சிறுபான்மையினர்மீது வெற்றி அடைந்தார்கள். பிறரோடு கலவாத திராவிடர்கள் அடிமைகளாகவும் தீண்டத்தகாதவர்களாகவும் தீர்க்கப்பட்டார்கள். கிராமத்திற்கு வெளியே வாழுமாறு கட்டாயப் படுத்தப்பட்டார்கள்."[2] என்று முனைவர் மு.வரதராசனார் கருத்துரைத்துள்ளார்.

இதுபற்றி மேலும் தெரிந்துகொள்ள விரும்புகிறவர்கள் டாக்டர் பி.ஆர்.அம்பேத்கரின் "தீண்டத்தகாதவர்கள்"எனும் தமது நூலின் 47ஆம் பக்கம் முதல் 58ஆம் பக்கம் வரையிலும் குறிப்பிட்டுள்ள அறிஞர்களின் கருத்துகளைப் படிக்கலாம்.

மிகச்சிறந்த நாகரிகமுள்ள திராவிடர்கள் தீண்டத்தகாதவர்கள் என்னும் இழிநிலைக்குக் கொண்டுவரப்பட்டதெங்ஙனம் என்னும் சிந்தனையைக் கிளறும் கேள்வி எழக்கூடும். இவ்விடத்தில் விவாதிக்க இயலாத நீண்டதொரு கருப்பொருள் அது. சுருங்கக்கூறின், ஆரிய நாகரிகத்தைப் பரவவிடாமல் தடுத்த திராவிடர்களுக்கெதிராக ஆரியர்கள் அனைத்துச் சக்திகளையும் பயன்படுத்தினார்கள் எனலாம்.

இந்தச் சூழநிலையில் திராவிடர்களைப் பழிப்பதற்காகவே 'பறையன்' எனும் பெயரைத் தங்களது பிரச்சாரப் பழமொழிகளில் ஆரியர்கள் பயன்படுத்திய முறைகளைக் குறிப்பிடலாம். நாட்டில் வெகுவாகப் பரவியுள்ள பழமொழிகள் கூறுவதை அருள்திரு.ஜி.இ.பிலிப் (Rev.G.E.Phillip) கண்டுபிடித்துள்ளார். அவற்றில் சில பின்வருமாறு.

1. பனைமரத்துக்கு நிழலில்லை; பறையனுக்கு ஒழுக்கமில்லை.

2. ஒரு பறையனை ஒழுங்காக வைப்பதற்கு அவனைப் போல மூன்று மடங்கு நீளமான கோல் தேவை.

3. அடிப்பட்டால்தான் பறையனுக்குப் புத்திவரும்.

4. எழுபது வயதானாலும் பறையன் கட்டாயப் படுத்தப்பட்டால்தான் கடமையைச் செய்வான்.[3]

பறையர்களுக்கெதிராகத் தமிழில் வழக்கிலிருந்த பழமொழிகளை எட்கர் தர்ஸ்டன் C.I.E. (Edgar Thurston) தொகுத்து அளித்துள்ளார்:

5. பறையன் அரிசியை வேக வைத்தால் அது கடவுகளைச் சென்றடையாதா?

6. பறையரினப் பெண் வெற்றிலை போட்டால் அவளுடைய பத்து விரல்களிலுமே சுண்ணாம்பு படிந்திருக்கும்.

7. பறையரினப் பெண்ணின் குழந்தை பள்ளிக்குச் சென்றாலும் அது 'அய்யே' என்றே சொல்லும். 'அய்யர்' என்பதற்கான மரூஉதான் 'அய்யே.'

8. சுரைக்காய் பூவும் பறையனின் பாடலும் சுவையின்றியே இருக்கும்.

9. ஆயிரம் குதிரைகளைக் கொன்ற சிப்பாய் பறச்சேரியின் நாய்களுடன் வாழ்ந்துகொண்டிருக்கிறானா?.

10. பறையனின் பேச்சு அரைப் பேச்சு.

11. பறையனும் பிராமணனும் போல.

12. பௌர்ணமி நாளில் பறையன் கூட உழமாட்டான்.

13. பறச்சேரி உரம் மற்றெந்த உரத்தைக் காட்டிலும் நல்ல விளைச்சலைத் தரும்.

14. கல்யாணத்துக்கும் கருமாதிக்கும் பறை அடிக்கப்படும். வேறு ஆசிரியர்களால் தரப்பட்டுள்ள மற்றொரு பழமொழி இதோ:

15. பட்டால்தான் தெரியும் பறையனுக்கு; சுட்டால்தான் தெரியும் குயவனுக்கு.

மனித ஊடகங்களாகிய சூத்திரங்களின் வழியே இப்பழமொழிகளெல்லாம் சாமர்த்தியமாகப் பரப்பப்பட்டன. எதிர்த்து நின்ற திராவிடர்கள் வனப்பகுதிக்கு விரட்டி அடிக்கப்பட்டார்கள். இன்றியமையாத தேவைகள் அவர்களை இழிவான எந்த வேலையைச் செய்யவும் செத்துப்போன மிருகங்களின் இறைச்சியைத் தின்னவும் தூண்டிற்று. எடுத்துக்காட்டாகக் காட்டில் ஒரு சிங்கம் வனராஜா என்றழைக்கப்படுகிறது. எந்தவொரு மனிதனும் அதை அணுகவியலாது. எந்த மிருகமும் அதற்கு ஆணையிட முடியாது.

ஆனால் அதே மிருகம் சர்க்கஸ் கூடாரத்தில் சாதாரண மனிதனாகிய ரிங் மாஸ்டருக்கு முன்னால் பணிந்து நிற்கிறது. இது எப்படி நடக்கிறது? சிங்கம் பிடிபட்ட பின்பு அதைப் பட்டினிபோட்டு உயிரோடிருக்கத் தக்க குறைவான உணவு கொடுக்கப்படுகிறது. காலஞ்செல்லச் செல்ல அம்மிருகத்தின் பலம் குறைந்தபட்ச அளவுக்கு வந்தெட்டுகிறது. இந்த நிலையில் அதனால் தாக்கவும் முடியாது, அச்ச உணர்வை ஏற்படுத்தவும் முடியாது. மிருகத்தின் இந்த நிலையைத் தனக்குச் சாதகமாக்கிக் கொண்டு ரிங் மாஸ்டர் தனது கட்டளைக்கெல்லாம் கீழ்ப்படிந்திட அதைப் பயிற்றுவிக்கிறார். அச்சத்தின் காரணமான அம்மிருகம் அவனை எதிர்க்காமல் அவனது கட்டளை எத்தகையதாயிருந்தாலும் அதற்குக் கீழ்ப்படிகிறது. அவனது ஆணைக்கேற்ப ஆடுகிறது.

●

2

ஐரோப்பியர்களின் வருகைக்கு முன் தலித்துகளின் நிலை

இன்றைய முன்னேறிய காலகட்டத்தில் தங்களுடைய மூதாதையர்கள் பெற்றுத் தந்த நன்மைகளையெல்லாம் துய்த்துக் கொண்டிருக்கும் இளம் தலித்துகளின் மனதில் ஒரு தெளிவு ஏற்படும் நோக்கத்துடன் இவ்வியல் சேர்க்கப்பட்டுள்ளது. தலித்துகளின் மூதாதையர்கள் சொல்லொண்ணாத் துயரங்களுக்கு உட்பட்டிருந்தார்களென்பதை அவர்கள் உணரவில்லை. தலித்துகளில் பெரும்பான்மையோர் தங்களது மூர்க்க குணத்தின் காரணமாக அவ்விருண்ட காலங்களைப் பற்றிச் சிந்திக்கவோ, கேட்கவோ மறுத்துவிடுகிறார்கள். சிலர் சோம்பேறித்தனம் காரணமாகவும் வேறுசிலர் தங்களில் உருவாகியுள்ள பகையுணர்வு காரணமாகவும் இன்னும் சிலர் ஏழ்மை காரணமாகவும் அக்காலத்தைப் பற்றிய சிந்தனையின்றி வாழ்கிறார்கள்.

ஐரோப்பியர்களின் வருகை மற்றும் இந்தியாவில் பிரிட்டிஷ் ஆட்சி நிறுவப்படுவதற்கு முன்னர் இருந்த தலித்துகளின் நிலைமை பற்றி மேலைநாட்டு ஆசிரியர்களாலும் இந்திய நாட்டு ஆசிரியர்களாலும் ஏராளம் எழுதப்பட்டுள்ளன. அவற்றுள் பண்பாட்டளவில் பாதிப்புக்கு உள்ளாயிருக்கும் தலித்துகள் புரிந்துகொள்ளத் துணை செய்யும் வகையில் சிலருடைய எழுத்தோவியங்களை மட்டும் இங்கே தருவது போதுமானது.

திரு.எல்.எஸ்.எஸ்.ஓ' மாலி, C.I.E; I.C.S (O' Malley) (ஓய்வு). அரசு அறிக்கைகள் உள்ளிட்ட சட்டரீதியான பலதரப்பட்ட நிறுவனங்களின் அறிக்கைகளின் பகுதிகளிலிருந்து தலித்துகளின் நிலையை வெளிக்கொணர்ந்துள்ளார்கள். பம்பாயில் தாழ்த்தப்பட்ட மக்களென்ற வகையில் ஒடுக்கப்பட்ட வகுப்பினர் ஒரு வாழ்க்கை முறையைப் பின்பற்றிட எதிர்பார்க்கப்படுகிறார்கள். அதன்படி ஒரு மனிதன்

அவனுக்கென்று நியமிக்கப்பட்ட வாழ்க்கை நிலையிலிருந்து தன்னை உயர்த்திக்கொள்வதற்கான எச்செயலையும் செய்யலாகாது. தன்னுடைய அந்தஸதுக்கு மேலான பாணில் அமைந்த ஆடை எதையும் அவன் அணியக்கூடாது. உயர்சாதி இந்துப் பெண்களைப் போல் அவனுடைய மனைவி அணிகலன்களால் தன்னை அலங்காரித்துக் கொள்ளலாகாது. கிராமத்திலுள்ள மற்ற மக்களுடைய வீடுகளை விட நல்ல வகையிலோ பெரிதாகவோ உள்ள வீடு அவனுக்கிருத்தலாகாது. அவன் நிலம் உடையவனாகவோ, சுதந்திரமானவனாகவோ இருக்கக் கூடாது. மரபு வழிவந்த வேலைகளைத் தவிர வேறு புதிய வேலைகளையோ அதிக வருவாய் தரும் வேலைகளையோ அவன் ஏற்றுக்கொள்ளக் கூடாது.[1]

பெராரில் (Berar) கிராமத்தின் கடைநிலை ஊழியர்களாகிய மஹார்களின் குடியிருப்புகளில் உயர் சாதியினர் கவனக்குறைவால் நெருங்கி வந்துவிடாமல் அவர்களை எச்சரிக்கும் வகையில் வெள்ளைத் துணியோ அல்லது சிவப்புத் துணியோ பறந்து கொண்டிருக்கும்.[2]

1) எல்.எஸ்.எஸ்.ஓ' மாலி "தென்னிந்தியாவில் தீண்டாமையெனும் கருத்து மடத்தனமான அளவிற்கு கடைப்பிடிக்கப்பட்டுள்ளது. சில சாதியினரைத் தொட்டால் தீட்டு ஏற்படும்; இன்னும் சில சாதியினரோ அவர்கள் அணுகி வந்தாலோ அல்லது அங்கு இருந்தாலோ கூட உயர் சாதியினரைத் தீட்டுப்படுத்திவிடும். அது தீண்டாமை என்பதைக் காட்டிலும் அணுகக்கூடாமையாகும். தென்னிந்தியாவில் பஞ்சமர்கள் என்றழைக்கப்படும் தீண்டத்தகாதவர்கள் பிராமணர்களை விட்டு விலகி நிற்க வேண்டிய ஒழுங்கில் ஒவ்வொரு சாதிக்கும் வரையறுத்துக் கூறப்பட்ட தூரம் வழக்கிலிருந்தது. எடுத்துக்காட்டாக கம்மாளர்கள் 24 அடி தூரத்திலும் ஈழவர்கள் 36 அடி தூரத்திலும் புலையர்கள் 48 அடி தூரத்திலும் பறையர்கள் 96 அடி தூரத்திலும் பிராமணர்களிடமிருந்து விலகி நிற்க வேண்டும்.[3]

2) மேலும் ஒரு கடைக்காரரிடமிருந்து ஒரு பொருளை வாங்கும் பஞ்சமர் ஒருவர் நீண்டதோர் அவமானகரமான நடைமுறைக்குட்பட வேண்டிய நிலை சிலபகுதிகளில் உள்ளது. கடைக்கு முன்னால் தரையில் பணத்தை வைத்துவிட்டு அவர் ஒரு ஓரமாக ஒதுங்கி நிற்பார். கடைக்காரர் பொருட்களுடன் வந்து அவற்றைத் தரையில் வைத்துவிட்டு அவற்றுக்குரிய பணத்தை எடுத்துச் செல்வார். கடைக்காரர் தனது கடைக்குத் திரும்பிய பின் அந்தப் பஞ்சமர் முன்னால் வந்து தனக்குரிய பொருட்களை எடுத்துக்கொள்வார்.[4]

3) மலபாரிலும் தென்னிந்தியாவில் வேறெந்தப் பகுதியிலும் தனக்கெதிரே வரும்போது வழிவிலகி நில்லாத் தீண்டத்தகாதவர் ஒருவரை நாயர் கொலை செய்யலாம்.[5]

4) ஜேம்ஸ் ஃபோர்பஸ் (James Forbes) கீழை நாட்டு நினைவுகள் தொகுதி மி, பக்கம் 254இல் "நெடுஞ்சாலையில் செல்லுகையில் ஒரு நாயர் ஒரு புலையரைத் தற்செயலாகச் சந்தித்தால் நாம் கெடுதலான மிருகத்தை அழிப்பதுபோல புலையரை அவர் வெட்டிப்போடுவார்"[6] என்றெழுதியுள்ளார். (காலம் கி.பி.1834).

ஒரிசா

1911ஆம் ஆண்டின் வங்காளம், பீகார், ஒரிசா மற்றும் சிக்கிம்-க்கான மக்கள்தொகை கணெக்கெடுப்பில் ஒரிசாவிலுள்ள சம்பல்புரில் கண்டா (Ganda) வகுப்பினரைச் சேர்ந்த ஒருவன் தனது நிழல் ஒரு பிராமணன் மீது படும்படி நடந்துசென்று அவரைத் தீட்டுப்படுத்திவிட்டான். கண்டா வகுப்பினர் கிராமத்திலுள்ள குளத்திலிருந்து தண்ணீர் எடுக்க அனுமதிக்கப்படவில்லை. கிராமத்தின் நாவிதர் அவர்களுக்கு முகச்சவரம் செய்யமாட்டார்; கிராமத்து வண்ணானும் அவர்களுடைய துணிகளைத் துவைக்க மாட்டார். ஆச்சாரமான இந்து எவருமே கண்டா வகுப்பினர் ஒருவர் ஓட்டும் வண்டியில் பயணம் செய்ய மாட்டார்; கண்டா வகுப்பினரால் பூசிமெழுகப்பட்ட தரைமீது அமரமாட்டார்; கண்டா வகுப்பினரால் தயாரிக்கப்பட்டிருந்தால் அந்த ஒயினைப் பருகமாட்டார்; கண்டா வகுப்பினர் ஒருவர் விற்கும் காய்கறிகளை வாங்க மாட்டார்" என்று குறிப்பிடப்பட்டுள்ளது.

பஞ்சாப்

1911ஆம் ஆண்டின் பஞ்சாப் மக்கள்தொகைக் கணக்கெடுப்பு அறிக்கையில் "அண்மைக்காலம் வரையிலும் கூட பெருநகர வீதிகளின் வழியே நடந்துபோகும் துப்புரவுப் பணியாளர் தாம் இன்னாரென்பதைக் குறிக்கும் வகையில் தமது கையிலோ அல்லது கக்கத்திலோ ஒரு துடைப்பத்தை வைத்துக்கொண்டு செல்லவும், மக்கள் தீட்டுப்படாதவாறு தடுப்பதற்காக 'பச்சோ பச்சோ' (பாருங்கள்) என்று கத்திக் கொண்டு செல்ல வேண்டும் என்று எதிர்பார்க்கப்பட்டது"[7] என்று கூறப்பட்டுள்ளது.

1783இல் பரோச்கில் (Baroch) வெளியிடப்பட்ட மராத்தா பிரகடனம் கலல்க்கோர், தெட், சண்டல் எனப்படும் மூன்று தீண்டத்தகாத வகுப்பினர் காற்றைத் தீட்டுப்படுத்தாமலும் தெருவில் வரும் உயர் சாதி இந்துக்களைத் தொடாமல் இருக்கத்

தக்கதாக காலை 9:00 மணிக்குப் பிறகு எக்காரணம் கொண்டும் தங்களது வீட்டைவிட்டு வெளியே வரக்கூடாது என்று உத்தரவிட்டிருந்ததென்று ஜேம்ஸ் ஃபோர்பஸ் எழுதியுள்ளார்.[8]

குடகு

தெற்கு கன்னடத்தைச் சேர்ந்த கோரர்களின் ஒரு பிரிவைச் சேர்ந்தவர்கள் அவர்களுடைய தீட்டின் காரணமாகப் பெருவீதிகளில் எச்சில் துப்ப அனுமதிக்கப்படவில்லையென்றும் தங்களது கழுத்தைச் சுற்றிக் கட்டித் தொங்கவிடப்பட்டுள்ள கலயத்திலேயே எச்சிலைத் துப்ப வேண்டுமென்றும் விதிக்கப் பட்டிருந்தது. தங்களுக்கு ஆண்டி அல்லது கலம் என்று பெயரிட்டுக் கொள்வதன் மூலம் கோரகர்கள் தங்கள் அவமானத்தை நினைவுகூர வேண்டும்.[9]

தாழ்ந்த சாதியினருக்கெதிராகக் கடைப்பிடிக்கப்பட்டு வந்த பல்வகையான பழக்க வழக்கங்களைப் பலதரப்பட்ட ஆசிரியர்களின் எழுத்தோவியங்களிலிருந்து ஜே.ஹெய்ச். ஹட்டன் (J.H.Hutton) வெளிக்கொணர்ந்துள்ளார். மலபார் கடற்கரை பற்றிய தமது குறிப்புகளில் ஜோனத்தன் டங்கன்[10] (Jonathan Dunkan) ஒரு நாயர் நம்பூதிரி பிராமணர் ஒருவரை அணுகலாமேயொழிய அவரைத் தொடக்கூடாது. ஒரு தியன் (Tiyan) (கள் இறக்குபவர்) 36 அடிகள் விலகி நிற்க வேண்டும். மலையன் (கூடை முடையும் மந்திரவாதி) 3 அல்லது 4 அடிகள் விலகி நிற்க வேண்டும். வேளாண் தொழில் செய்யும் புலையன் பிராமணரிடமிருந்து 96 அடி தூரம் விலகி நிற்க வேண்டும். தியன் ஒருவன் நாயரிடம் 12 அடி தூரமும், புலையன் நாயரிடமிருந்தும் பிராமணரிடமிருந்தும் 96 அடி தூரம் விலகியே நிற்க வேண்டும். ஒரு பாணன் (மலையன்) ஒரு தியனக்கருகில் வரலாமேயொழிய அவனைத் தொடக்கூடாது.[11]

24 டிசம்பர் 1932இல் 'தி ஹிந்து' நாளிதழில் வெளியான ஒரு செய்தியை 'ஜே.ஹெய்ச்.ஹட்டன்' குறிப்பிட்டுள்ளார். திருநெல்வேலி மாவட்டத்தில் தீண்டத்தகாத சாதியினரின் துணிகளைத் துவைக்கும் 'புதிரை வண்ணார்' எனப்படும் சாதியைச் சார்ந்தவர்கள் இரு மடங்கு தீட்டானவர்கள். இவர்கள் நள்ளிரவு தொடங்கி வைகறைப் பொழுதுவரைதான் வேலை செய்ய வேண்டும். அவர்களைக் காண்பதே தீட்டு என்பதால் பகல் வேளையில் அவர்கள் தங்கள் வீடுகளை விட்டு வேளியே வர அனுமதிக்கப்படவில்லை.[12]

மலபாரில் விலயூரில் தீட்டுப்பாறையொன்று உள்ளது. நாயாடிகள் கிராமத்தினுள் எந்த எல்லை வரையிலும் வரக்

கூடாதென்பதைக் குறிக்கும் பாறை அது. இந்து ஒருவரின் வீட்டிலிருந்து அது மூன்று பர்லாங் தூரம் அமைந்துள்ளது.[13] (8 பர்லாங் சேர்ந்தது ஒரு மைல் எனக் கொள்க) இக்குறிப்பையும் ஹட்டன் தந்துள்ளார்.

'பூனாவில் மராத்தாக்களின் ஆட்சிக்காலத்தில் தீண்டத்தகாத சாதியினராகிய மஹர் மற்றும் மாங்க் பிரிவினர் பிற்பகல் 3 மணி முதல் காலை 9 வரை நகரவாயில்களில் நுழைய அனுமதிக்கப்படவில்லை. இத்தருணங்களில் மனிதனின் நிழல் நீளமாக விழும் என்பதால் மேல் சாதியினராகிய பிராமணர் அதனால் தீட்டுப்படக் கூடும் எனும் அச்சமே அதற்குக் காரணம். மகாராஷ்டிராவில் மஹர் சாதியினர் தங்களது கழுத்தில் கட்டியுள்ள கலயங்களில்தான் எச்சிலைத் துப்ப வேண்டும். சாலையில் எச்சிலைத் துப்பினால் அது அவ்வழியே நடந்து செல்லும் உயர்சாதி இந்துவின் காலில் ஒட்டிக் கொள்வதன் மூலம் அவரைத் தீட்டுப்படுத்திவிடும். சில பிராமணர்கள் தாங்கள் நடந்து சென்ற பாதை வழியே வர நேரிட்டால் மஹர்கள் முட்செடிகளால் தங்கள் காலடித் தடங்களை அழிக்க வேண்டும். நடந்து வரும் பிராமணர்கள் மீது தங்களது நிழல் படியாமலிருக்கும் வகையில் தொலைதூரத்தில் மஹர்கள் படுத்துக்கொள்ள வேண்டும்'[14] என்று குர்யி (Ghurye) எழுதியுள்ளார்.

தலித் இனத்தைச் சேர்ந்த விவசாயக் கூலிகள் தமிழ்நாட்டிலுள்ள நிலச்சுவான்தார்களுடன் தங்களை எவ்வாறு பிணைத்துக் கொண்டுள்ளார்கள் என்பதைக் காட்டும் அருமையான ஆவணங்களை முனைவர் எஸ்.மாணிக்கம் வெளியிட்டுள்ளார். "அடிமைகள் எஜமானரின் உடைமைகளில் ஒரு பகுதி அல்லது சந்தையில் வாங்கவும் விற்கவும் தக்கதொரு பொருள் போன்று நடத்தப்பட்டார்கள்" என்று அவர் குறிப்பிட்டுள்ளார்.[15]

மிராசு உரிமைகள் எனும் கட்டுரைகளில் பறையரின அடிமைகளின் வியாபாரம் தொடர்பான இரு ஆவணங்கள் இணைக்கப்பட்டுள்ளன. ஒரு ஆவணம் கி.பி.1589இலும் அடுத்த ஆவணம் கி.பி.1593இலும் பதிவு செய்யப்பட்டது. முதல் ஆவணத்தில் பெரிய திம்மன், சின்ன திம்மன் எனும் சகோதரர்கள் தங்களுடைய சகோதரியாகிய வெள்ளச்சியை அவளுடைய மகள் பெரியாள் மற்றும் பேத்தி சோலச்சியுடன் சேர்த்து இரண்டு வராகன் நாணயத்திற்கு விற்ற விவரம் இடம்பெற்றுள்ளது. (ஒரு வராகன் ரூ.3.50க்குச் சமம் என்க) இரண்டாவது ஆவணத்தில் ஆண்களும் பெண்களும் சேர்ந்த

ஏழு அடிமைகள் ஒரு எஜமானரால் வேறொரு எஜமானருக்கு, அவர் விரும்பினால் வேறொருவருக்கும் விற்கும் உரிமையுடன் விற்கப்பட்டுள்ளது குறிக்கப்பட்டுள்ளது.[16]

தலித்துகளின் நல்வாழ்வுக்கான நடவடிக்கைகளுக்குத் தற்காலங்களில் ஏற்பட்ட தடைகள்

டாக்டர் அம்பேத்கர் அட்டவணைச் சாதியினருக்கு வழங்கிய 'கற்பி', 'ஒன்று சேர்', 'போராடு' எனும் மூன்று தாரக மந்திரங்களில் கல்வியையே அவர் முதன்மையானதாகக் கருதியதால் அதனை முதலிடத்தில் வைத்தார். தாங்களும் மனித பிறவிகளேயென்று சிந்திக்கச் செய்யும் உணர்வைக் கல்வியால் மட்டுமே பெற முடியும்.

(கிறித்தவ அருள்தொண்டர்களும் பிரிட்டிஷ் அரசாட்சியும் இந்தியாவில் காலூன்றும் வரையிலும் இந்தியாவிலுள்ள சமுதாயத்தின் அனைத்துப் பிரிவினருக்கும் பொதுவான பள்ளிகள் இருந்ததில்லை.)

திரு.எல்.எஸ்.எஸ்.ஓ' மாலி அட்டவணைச் சாதியினர் கல்வி பெறாதவாறு எவ்வாறெல்லாம் தடுக்கப்பட்டார்கள் என்பதைத் தெளிவுற எடுத்துக் காட்டியுள்ளார்."பொது நிதியிலிருந்து நிருவகிக்கப்படும் பள்ளிகளில் சேரவும் அங்கு மற்றவர்களுக்குச் சமமாக நடத்தப்படவும் சிறப்புக் கல்வி உதவித் தொகை மற்றும் கல்விக் கட்டண முறை மூலம் தீண்டத்தகாதவர்களுக்கு உரிமையுண்டு" என்பதைப் பிரிட்டிஷ் அரசு வலியுறுத்தி வந்துள்ளது. ஆனால், அரசின் முயற்சிகளெல்லாமே உயர்சாதியினரின் எதிர்ப்பால் பயனற்றுப் போயின. பொது நிதியைக் கொண்டு நடத்தப்படும் பள்ளிகளில் எவரும் சேரலாம். சாதியின் காரணமாக எவருக்கும் இடம் தர மறுக்கவியலாது. இந்த வசதிகளைத் தீண்டத்தகாதவர்கள் நன்கு பயன்படுத்திக் கொண்டால் மூன்று காரியங்களில் ஒன்று நடந்தே தீரும். மற்ற குழந்தைகளை விட்டுச் சற்று தூரத்தில் அமர்ந்தால் தீண்டத்தகாத பிள்ளைகளும் பள்ளிகளில் படிக்க அனுமதிக்கப்படுவார்கள். அதற்குச் சம்மதிக்கவில்லையானால் அவர்கள் பள்ளிகளிலிருந்து திரும்ப எடுத்துக் கொள்ளப்படும் வரைக்கும் அவர்களுடைய வாழ்க்கையும் அவர்களுடைய பெற்றோர்களுடைய வாழ்க்கையும் தாங்கொண்ணாத் துன்பம் நிறைந்ததாயிருக்கும் அல்லது அந்தப் பள்ளிக்கூடம் ஏனைய உயர் சாதியினரால் ஒட்டு மொத்தமாகப் பகிஷ்கரிக்கப்படும்.

1931இல் பரோடாவில் நடந்த நிகழ்ச்சி இது. தனது மகனை ஆரம்பப் பள்ளிக்கு அனுப்பியதற்காக ஒரு தாழ்த்தப்பட்ட பெண்மணி கொடூரமாகத் தாக்கப்பட்டு அவருடைய பயிர்களும்

அழிக்கப்பட்டன. இது ஓர் அபூர்வமான நிகழ்ச்சி அல்ல. சென்னையின் புறநகர்ப் பகுதியான சைதாப்பேட்டையில் கல்வியை விரிவாக்குவது தொடர்பாக நியமிக்கப்பட்டிருந்த குழு தனது அறிக்கையில் உயர் வகுப்பைச் சேர்ந்த இந்துக்கள் சமூக ரீதியிலும் பொருளாதார ரீதியிலும் அனைத்து வகையான நுணுக்கமான வழிமுறைகளைப் பின்பற்றி, தீண்டத்தகாதவர்கள் தங்களுடைய குழந்தைகளைப் பள்ளிகளிலிருந்து வெளியேற்றச் செய்தனர் என்று குறிப்பிடப்பட்டிருந்தது. அவர்கள் செய்து வந்த வேலை, உணவு, உறைவிடம் ஆகியவற்றை மறுக்கப் போவதாகவும் மிரட்டினார்கள். இதுபோன்ற சூழ்நிலைகளில் எதிர்பார்க்கக் கூடிய வகையில் தீண்டத்தகாதவர்களும் தங்களுடைய பிள்ளைகளுக்குத் தனியாக அமைந்த பள்ளிகளையே விரும்பினர். சாதி உணர்வுகளுக்கு எதிராகப் போராடாமலிருப்பதே உசிதம் என்றும் அக்குழுவும் கருதியது. எனவே, பொதுப்பள்ளிகள் தீண்டத்தகாதவர்களையும் சேர்த்துக்கொள்ள வேண்டுமென்ற கொள்கையை அரசு மாற்றியமைத்திட வேண்டுமென்று இக்குழு பரிந்துரைத்தது. உயர் சாதியினரால் துன்புறுத்தப்படுவதினின்றும் சாதிப் பூசல்களினின்றும் அவர்களைக் (தாழ்த்தப்பட்டவர்களை) காப்பாற்றும் பொருட்டு அவர்களுக்கென்று தனிப் பள்ளிகள் திறக்கப்பட்டுள்ளன. அடிப்படையில் இவ்வகையான தனிப் பள்ளிகள் திறக்கப்பட்டுள்ளன. அசோகருடைய கருத்தின்படி இதுவொன்றே நம்பிக்கையூட்டும் முன்னேற்றத்திற்கான நடவடிக்கையாகும்.[17]

ஜுன் 1931இல் இராமநாதபுரம் மாவட்டத்தில் தலித்துகளுக் கெதிராகக் கள்ளர்கள் விதித்திருந்த கட்டுப்பாடுகளை ஹட்டன் மிகத் தெளிவாக விவரித்துள்ளார்.

1. பறையர்களும் பள்ளர்களும் முழங்காலுக்குக் கீழே உடையணியக் கூடாது.

2. மேலே குறிப்பிடப்பட்ட இனங்களைச் சேர்ந்த ஆண்களும் பெண்களும் தங்க நகைகளை அணியக்கூடாது.

3. பெண்கள் மண்பானைகளில்தான் தண்ணீர் சுமந்து செல்ல வேண்டும்; செம்புப் பானைகளையோ வெண்கலப் பானைகளையோ சுமந்து செல்லக் கூடாது. தண்ணீர்க் குடங்களைச் சுமந்து செல்வதற்குச் சும்மாடாகத் துணிகளையல்ல வைக்கோலையே பயன்படுத்த வேண்டும்.

4. அவர்களுடைய குழந்தைகள் படிக்கவோ கல்வியறிவு பெறவோ கூடாது.

5. அவர்களுடைய குழந்தைகள் மிராசுதாரர்களின் கால்நடைகளைப் பராமரிக்க வேண்டும்.

6. ஆண்களும் பெண்களும் மிராசுதாரர்களின் பண்ணைகளில் அடிமைகளாக வேலை செய்ய வேண்டும்.

7. மிராசுதாரர்களிடமிருந்து குத்தகைக்கோ வாரப் பணத்திற்கோ நிலத்தைப் பெற்று அவர்கள் சாகுபடி செய்யலாகாது.

8. தங்களுக்குச் சொந்தமான நிலங்களை மிராசுதாரர்களுக்குக் குறைந்த விலையில் அவர்கள் விற்று விட வேண்டும். விற்கத் தவறினால் அவர்களுடைய நிலங்களைப் பயிரிடத் தண்ணீர் வழங்கப்படாது. மழை நீரினால் ஏதேனும் விளைந்திருந்தாலும் அவை அறுவடைக்குத் தயாராக இருக்கையில் அப்பயிர் கொள்ளையடிக்கப்பட வேண்டும்.

9. மிராசுதாரர்களின் கீழ் அவர்கள் காலை 7 மணி முதல் மாலை 6 மணி வரை வேலை செய்ய வேண்டும். ஒரு நாளைக்கு ஆண்களுக்கு 4 அணாவும் (25 காசுகள்) பெண்களுக்கு 2 அணாவும் கூலியாகவும் பெறலாம்.

10. மேலே குறிப்பிட்டுள்ள சாதியினர் தங்களுடைய திருமணங்களிலோ வேறு விழாக்களிலோ மேளம் போன்ற இந்திய இசைக் கருவிகளைப் பயன்படுத்தக் கூடாது.

11. திருமணத்தின்போது தாலி கட்டப்போகுமுன்பு குதிரை மீதேறி ஊர்வலம் செல்வது போன்ற வழக்கத்தை அவர்கள் உடனடியாக நிறுத்த வேண்டும். திருமண ஊர்வலத்திற்குத் தங்களது வீட்டுக் கதவுகளையே பல்லக்காகப் பயன்படுத்த வேண்டும். எந்த நோக்கத்திற்காகவும் வாகனம் எதையும் அவர்கள் பயன்படுத்தக் கூடாது.[18]

கல்வியறிவு பெற்று நல்ல நிலையிலுள்ள தலித் இளைஞர்கள் மேலே விவரிக்கப்பட்டுள்ள இருண்ட காலத்தை ஒரு கணம் சிந்தித்துப் பார்த்து, அதுபோன்ற இருண்ட காலம் மீண்டும் ஏற்படாத வண்ணம் செயல்பட வேண்டும்.

●

3

இட ஒதுக்கீடு சாதி அடிப்படையிலானதா?

சாதி அடிப்படையிலான இட ஒதுக்கீட்டை நீக்கு எனும் கோஷம் ஒலிக்காத நாளே இல்லை. பெரும்பான்மைச் சமூகத்தினர் (இந்துக்கள்) தலித்துகளின் உரிமைகளைப் பலங்கொண்ட மட்டும் எதிர்த்தும் அதில் வெற்றி காணவில்லை. இடஒதுக்கீடு சாதியைக் கருத்தில் கொண்டு வழங்கப்படுகிறதா? இடஒதுக்கீடு இரக்கத்தின் அடிப்படையில் தரப்படுகிறதா? இடஒதுக்கீடு அன்பின் அடிப்படையில் வழங்கப்படகிறதா? அது எவ்வாறு வழங்கப்பட்டது? இந்துக்களின் பலத்த எதிர்ப்புக்கிடையேயும் தலித்துகள் பிரிட்டிஷ் ஆட்சியிலேயே இடஒதுக்கீட்டைப் பெற்றுள்ளனர்.

இன அடிப்படையிலான தீர்ப்பு என்பதில் அறிவிக்கப் பட்டுள்ளபடி தலித்துகள் தங்களுக்குரிய தனி அடையாளத்தையும் அரசியலில் இட ஒதுக்கீட்டையும் பெற்றுள்ளார்கள். 1932இல் நடைபெற்ற இரண்டாம் வட்டமேஜை மாநாட்டிற்குப் பிறகு இன அடிப்படையிலான தீர்ப்பு பிரிட்டிஷ் பிரதம மந்திரி இராம்சே மெக்டொனால்டு (Ramsay Mc Donald) என்பவரால் பிரகடனப்படுத்தப்பட்டது. இன அடிப்படையிலான தீர்ப்பின் அடிப்படையில் பெறப்பட்டிருந்த உரிமைகள் சாதி இந்து தலைவர்களுக்கும் அட்டவணைச் சாதித் தலைவர்களுக்கும் இடையே ஏற்பட்டதோர் ஒப்பந்தத்தின் அடிப்படையில் அட்டவணைச் சாதித் தலைவர்களால் இந்துக்களிடம் ஒப்படைக்கப்பட்டன. இந்த ஒப்பந்தம்தான் புகழ்பெற்ற “பூனா ஒப்பந்தம்.” இந்துக்களால் எழுப்பப்படும் கோஷம் பூனா ஒப்பந்தத்தை மீறும் செயலாகும்.

இன அடிப்படையிலான தீர்ப்பு என்றால் என்ன?

இந்திய அரசியல் வரலாற்றில் இந்துக்களின் விருப்பங்களுக் கெதிராகவும் ஒடுக்கப்பட்ட இனத்தவர் வலியுறுத்தி வந்த

அரசியல் கோரிக்கைகளிலும் மிகப்பெரிய நிகழ்ச்சிகள் நடந்தேறியுள்ளன. ‘சுயராஜ்ய கோரிக்கை’ பற்றி விவாதிப்பதற்காக வட்டமேஜை மாநாட்டில் கலந்துகொள்ளுமாறு 1930இல் இந்தியர்கள் அழைக்கப்பட்டிருந்தபோது மகாராஷ்டிராவைச் சேர்ந்த டாக்டர் பி.ஆர். அம்பேத்கரும் சென்னையிலிருந்து இராவ் பகதூர் ஆர்.சீனிவாசனும் அட்டவணைச் சாதிகளின் பிரதிநிதிகளாக அழைக்கப்பட்டிருந்தார்கள். இது இந்துக்களின் கண்களில் ஓர் உறுத்தலை உண்டாக்கியிருந்தது. இந்த உண்மை இரண்டாம் வட்ட மேஜை மாநாட்டின்போது காந்திஜியின் நடவடிக்கைகளில் பிரதிபலித்தது. வட்டமேஜை மாநாட்டில் தலித் தலைவர்களின் பிரதிநிதித்துவம் இடம்பெறாதபடி செய்ய காந்திஜி முயற்சித்தார். அட்டவணைச் சாதிகள் உள்ளிட்ட இந்தியாவின் ஏகப் பிரதிநிதி தாமேயென்று முன்னிலைப்படுத்திக்கொள்ள அவர் முயற்சித்தார்.

வட்ட மேஜை மாநாட்டில் காந்திஜியே தலித்துகளின் தலைவர் எனும் கோரிக்கை, டாக்டர் பி.ஆர்.அம்பேத்கர் மற்றும் இராவ் பகதூர் ஆர்.சீனிவாசனால் பலமாக எதிர்க்கப்பட்டது.

இரண்டாவது வட்ட மேஜை மாநாட்டில் காந்திஜி ஆற்றிய உரையும் அவர் எடுத்துரைத்த குறிப்புகளும் டாக்டர் பி.ஆர்.அம்பேத்கர், இராவ் பகதூர் ஆர்.சீனிவாசன் ஆகியோரின் சொல்லாற்றலும் அறிவுத் தெளிவும் மிளிர்ந்த உரைகளுக்கு முன்னால் நிற்க முடியாது போயிற்று. இந்தியாவிலுள்ள தலித்துகளின் துன்பங்களையும் இடர்ப்பாடுகளையும் நன்கறிந்திருந்த பிரிட்டிஷாரைத் தலித் தலைவர்களால் முன்வைக்கப்பட்ட உரிமையையும் கோரிக்கைகளையும் அங்கீகரிக்கச் சம்மதித்தார்கள். தலித் தலைவர்களால் கோரப்பட்ட வகைகள் ‘வகுப்பு அடிப்படையிலான தீர்ப்பு’ எனப்படும் சிறப்புப் பெற்ற ஆவணத்தில் இடம்பெற்றன.

ஒவ்வொரு தலித்தாலும் நினைவுகூரப்பட வேண்டிய ஆண்டாக 1932 அமைந்துள்ளது. இந்த ஆண்டில்தான் செப்டம்பர் 13ஆம் நாளில் இரண்டாம் வட்டமேஜை மாநாட்டில் கலந்துகொண்ட காந்திஜி உள்ளிட்ட அனைத்துப் பிரதிநிதிகளாலும் ஏற்கப்பட்டதொரு ஒப்பந்தத்தின்படி பிரிட்டிஷ் பிரதமர் இராம்சே மெக்டொனால்டு என்பவரால் அறிவிக்கப்பட்ட வகுப்பு அடிப்படையிலான தீர்ப்பின் மூலம் தலித்துகள் அரசியல் களத்தில் நிகழ்த்திவந்த போராட்டத்தில் வெற்றி அடைந்தார்கள். அரசியல் களத்தில் இது தலித்துகளுக்குக் கிடைத்ததொரு பிரமாண்டமான வெற்றி.

வகுப்பு அடிப்படையிலான தீர்ப்பின் முக்கியத்துவத்தை முனைவர் டி.கே.ரவீந்திரன் மிகத் தெளிவாக விளக்கியுள்ளார்.

திருவிதாங்கூரில் முழு கிராமங்களே கூட கிறித்தவ சமயத்திற்கு மாறி அவர்களுடைய கோயில்கள் தேவாலயங்களாக மாற்றப்பட்டும் மேல்சாதி இந்துக்கள் இந்து மதத்திற்குகேற்பட்ட இப்பெரும் இழப்பைக் கண்டும் காணாதவர்கள் போலிருந்தார்கள். ஆனால், இராம்சே மெக்டொனால்டு இதே மக்களுக்கு இன அடிப்படையிலான பிரதிநிதித்துவம் வழங்கும் தீர்மானத்தை அறிவித்தபோது அவ்வறிக்கை சாதி இந்துக்களின் அரசியல் உணர்வுகளைத் தட்டி எழுப்பிற்று. தாங்கள் சிறுபான்மையினராகி விட்டிருந்தமையால் புதிய அரசியலமைப்பில் தங்களுடைய தலைமைத்துவம் அழிந்து போகுமென்று அஞ்சினார்கள். சாதி இந்துக்கள் தங்களுடைய பாவங்களுக்கான கழுவாயைத் தேட வேண்டுகோள் விடுத்தமை இச்சூழ்நிலையிலிருந்து ஆராயப்படுகையில் பொருள் பொதிந்ததாய் விளங்கும். 'அவர் (காந்திஜி) மட்டும் சாகும்வரை உண்ணா நோன்பிருக்கும் முடிவை எடுக்காதிருந்தால் இந்து மதத்தில் ஏற்பட்டிருந்த பிரிவினை, சாதிய இந்துக்கள் அரசியல் ரீதியாகப் பெரும் இழப்புக்கு உள்ளானவர்களாகிட நேரிட்டிருக்கும்.'வகுப்பு அடிப்படையிலான தீர்ப்பு' எதிர்நோக்கியிருந்த புதிய இந்தியா ஒடுக்கப்பட்ட வகுப்புகளின் அரசியல் அரணாகியிருக்கும்.'[1]

மாநிலச் சட்டப்பேரவைகளிலும் மத்திய நாடாளு மன்றத்திலும் இடஒதுக்கீடும், எதிர்கால அரசியல் சாசனத்தில் தனித்தொகுதிகளும் வழங்குவதன் மூலம் ஒடுக்கப்பட்ட வகுப்புகளுக்குப் பாதுகாப்புத் தருமாறு பிரிட்டிஷாருக்குத் தலித் தலைவர்கள் விடுத்த கோரிக்கை பிரிட்டிஷ் ஆட்சியாளர்களால் ஏற்கப்பட்டு வகுப்பு அடிப்படையிலான தீர்ப்பு அறிவிக்கப்பட்டது. தலித் தலைவர்களை மகிழ்ச்சியில் ஆழ்த்தியது. ஆனால், பூனாவிலுள்ள எரவாடா சிறைச்சாலையில் 20 செப்டம்பர் 1932இல் சாகும்வரை உண்ணா நோன்பிருக்க காந்திஜி முடிவு செய்ததால் அவர்களுடைய மகிழ்ச்சி தற்காலிகமான ஒன்றாகிவிட்டது. வகுப்பு அடிப்படையிலான தீர்ப்பு இந்து சமயத்தைச் சிதறடித்துவிடும் என்பதால் அதனைத் திரும்பப் பெற்றுக்கொள்ளக் கோரியே காந்திஜி உண்ணாநோன்பை மேற்கொண்டார்.

'பூனா ஒப்பந்தம்'

காந்திஜி உண்ணா நோன்பைத் தொடங்கிய பிறகு காந்திஜியின் உயிரைக் காப்பாற்றும் நோக்கத்துடன் இந்துக்களுடன் ஓர் உடன்பாட்டுக்கு வருமாறு தலித் தலைவர்களுக்கு நெருக்கடி கொடுக்கப்பட்டது. இந்து சமயத் தலைவர்களுடன் சமரசம் செய்துகொள்ளுதல் அட்டவணைச் சாதியினரைச்

சுடுகாட்டிற்கு இட்டுச் செல்லுமாகையால் டாக்டர் பி.ஆர்.அம்பேத்கர் சமரசம் செய்துகொள்ள விரும்பவில்லை. இந்திய அரசியல் அரங்கில் ஒவ்வொரு மணி நேரமும் ஒவ்வொரு மணித்துளியும் முக்கியமானதொரு சூழ்நிலை உருவெடுத்துக் கொண்டிருந்தது. டாக்டர் பி.ஆர்.அம்பேத்கர் மீது நெருக்கடிக்கு மேல் நெருக்கடி வந்து விழுந்தது. இறுதியில் காந்திஜியை மரணத்திலிருந்து காப்பாற்றுவதற்காக ஓர் உடன்பாட்டுக்கு வருவதற்கு ஒடுக்கப்பட்ட வகுப்புத் தலைவர்கள் உடன்பட்டார்கள். காந்திஜியின் முன்னிலையில் பூனாவிலுள்ள எரவாடா சிறைச்சாலையில் தலித் தலைவர்கள் தயக்கத்துடன் ஒப்பந்தத்தில் கையொப்பமிட்டார்கள். இந்த ஒப்பந்தம் இந்திய அரசியல் வரலாற்றில் புகழ்பெற்ற 'பூனா ஒப்பந்தம்' (Poona Pact) என்றழைக்கப்பட்டது.

ஒடுக்கப்பட்ட வகுப்புகளின் தலைவர்களில் முக்கியமானவர்களான டாக்டர் பி.ஆர்.அம்பேத்கர், இராவ் பகதூர் ஆர்.சீனிவாசன், இராவ் பகதூர் எம்.சி.இராஜா, பி.பாலு, இராஜ்போஜ், கவாய், ஜெயகர் மற்றும் சிலரும் சாதிய இந்துக்களின் அணியிலிருந்தவர்கள், பண்டித மதன் மோகன் மாளவியா, சப்ரூ, ஜி.டி.பிர்லா, சி.இராஜகோபலாச்சாரி, டாக்டர் இராஜேந்திர பிரசாத், தேவதாஸ் காந்தி, தக்கார், சி.வி.மேத்தா மற்றும் சிலரும் ஒப்பந்தத்தில் கையொப்பமிட்டனர். இவ்வொப்பந்தம் 24 செப்டம்பர் 1932இல் மாலைப் பொழுதில் கையொப்பமிடப்பட்டது.

பூனா ஒப்பந்தத்திற்குப் பிறகு ஒடுக்கப்பட்ட வகுப்பினரும் இந்து சமூகத்தினுள் சேர்க்கப்பட்டனர். பின்னர் முஸ்லிம்கள் தனிநாடு கோரி கூக்குரலிடத் தொடங்கினர். இதுவே இந்தியாவும் பாகிஸ்தானும் உருவாகக் காரணமாக இருந்தது.

பூனா ஒப்பந்தம் உருவாகிடக் காரணமாய் அமைந்த காந்திஜியின் எரவாடா உண்ணா நோன்பின் முக்கியத்துவத்தைக் குறித்து முனைவர் டி.கே.இரவீந்திரன் பின்வருமாறு கூறுகிறார்.

இந்தியாவின் அனைத்து மாநிலங்களிலும் உள்ள தாழ்ந்த சாதி குழுக்களும் அக்காலத்தில் இந்திய தேசிய காங்கிரஸ் கட்சியில் பெருமளவிலான இடத்தைப் பெற்றிருந்தவர்களும் இந்தியச் சுதந்திரப் போராட்டத்தை வழிநடத்திச் சென்றவர்களும் மேல்சாதியினரிடமிருந்து தங்களைப் பாதுகாக்கக் கோரி பிரிட்டிஷாருக்குக் கோரிக்கைகளை அனுப்பிக் கொண்டிருந்தன. தாழ்ந்த வகுப்பினரின் நல்வாழ்வுக்கென்று செயல்படுத்தப்பட்ட சமூகச் சீர்திருத்தங்கள் உயர்வகுப்பினரின் ஆதரவைப்

பெற்றிருக்கவில்லை. காந்தியின் எரவாடா உண்ணா நோன்புக்கு முந்திய காலகட்டத்தில் உயர்சாதியைச் சேர்ந்த தேசியவாதிகளெல்லாருமே தாங்கள் உருவாக்கப்போகும் மக்களாட்சியில் தீண்டத்தகாதவர்கள் என்னும் ஓர் இனமே இராது என்றெண்ணத் தலைப்பட்டனர். 'வகுப்புவாரி அடிப்படையிலான தீர்ப்பு' அறிவிக்கப்பட்ட வேளையில் அவர்களுக்கு ஏற்பட்ட அதிர்ச்சி அவர்களுடைய கண்களைத் திறந்தது.

தன்னாட்சி எனும் திட்டத்தில் தாங்கள் புறக்கணிக்கப்படத்தக்க சிறுபான்மையினர் என்பதையும் தங்களை உதாசீனப்படுத்திய சாதியினரே நாட்டின் நிர்வாகத்தில் மேலோங்கி நிற்பதற்கான வாய்ப்புகள் இருப்பதையும் உணர்ந்தார்கள். இந்து சமயம் நிரந்தரமாகப் பிளவுப்பட்டுப் போனது மட்டுமல்லாமல் இந்து முறைமையின் பெரும்பான்மையாகவுள்ள ஒடுக்கப்பட்ட வகுப்பினர், தன்னாட்சியுரிமை பெற்ற தேசியத்தில் சாதி இந்துக்களை அடக்கி ஆளும் நிலையில் இருப்பார்கள் என்பதையும் புரிந்துகொண்டார்கள்.[2] 'வகுப்புவாரி அடிப்படையிலான தீர்ப்பு' என்பது அட்டவணை வகுப்பினரின் உரிமைகளையும் சலுகைகளையும் தெளிவுபடுத்தி இந்த நாட்டின் நிர்வாகத்தில் அவர்களுக்கிருக்கப்போகும் பங்கு பற்றித் தெளிவுப்படுத்திடும் பிரிவினை ஆவணம் என்றும், இவையாவும் எதிர்காலத்தில் இந்தியாவில் உருவாகப்போகும் அரசியல் சாசனத்தில் இடம்பெறும் என்பதும் அவர்களுக்குத் தெரிய வந்தது.

பூனா ஒப்பந்தத்தின்படி மாநிலங்களிலும் மத்தியிலும் நாட்டின் நிர்வாகத்தில் ஒடுக்கப்பட்ட வகுப்பினருக்குக் கூடுதலான பிரதிநிதித்துவம் கிடைத்தது. அதோடு நில்லாமல் ஒடுக்கப்பட்ட வகுப்பினரின் பாதுகாப்பு உறுதி செய்யப்பட்டதுடன் ஒடுக்கப்பட்ட வகுப்பினரின் உயர்வுக்குத் தேவையான நடவடிக்கைகளும் தெளிவுபடுத்தப்பட்டன.

ஒவ்வொரு தலித்தும் இதனை நினைவுகூர்ந்து இந்திய அரசியல் சாசனத்தில் இடம்பெற்றுள்ள இட ஒதுக்கீட்டுக் கொள்கை சாதி அடிப்படையில்லாமல் பூனா ஒப்பந்தத்தில் எழுதப்பட்டுள்ள உத்தரவாதத்தின் அடிப்படையிலேயே அமைந்ததென்பதை மற்ற இனத்தவருக்குச் சொல்ல வேண்டும். சிறுபான்மையினராகும் நிலைக்குத் தள்ளப்பட்டிருந்த இந்துக்கள், முஸ்லிம் ஆதிக்கத்திலிருந்து தங்களைக் காப்பாற்றியதற்காகத் தலித்துகளுக்கு நன்றி உடையவர்களாக இருத்தல் வேண்டும். இந்து மக்கள் தொகையைப் பெருக்கியதுடன் தலித்துகள் காந்திஜியின் உயிரையும் காப்பாற்றினார்கள்.

ஒவ்வொரு நொடியும் ஒவ்வொரு மணித்துளியும், ஒவ்வொரு மணிவேளையும் ஒவ்வொரு நாளும் இந்தியாவின் அனாதைகள் எனும் நிலைக்குத் தள்ளப்பட்டுக் கொண்டிருப்பதை எந்தவொரு தலித்தும் உணர்ந்துகொள்வதில்லை. பிரிட்டிஷ் ஆட்சியில் தலித்துகள் பெற்றுக் கொண்டவைகளெல்லாம் அரசியல் சாசனத்தில் இடம்பெற்றிருப்பினும் கூட அவையாவும் மெல்ல மெல்ல அவர்களிடமிருந்து பறிக்கப்பட்டு வருகின்றன. 'சாதி அடிப்படையிலான இட ஒதுக்கீட்டை அகற்றுங்கள்' என்று அன்றாடம் எழுப்பப்படும் கோஷம் தலித்துகளைக் கல்லறைகளுக்கு அனுப்புவதற்கான அடையாளமாகும். இத்தகைய கோஷத்தை எழுப்புகிறவர்களின் இறுதி இலக்கு யாதெனில் மக்களைக் கிளர்ந்தெழச் செய்து அரசியல் சாசனத்தில் தரப்பட்டுள்ள உரிமைகளை ஒழிப்பதற்கு அரசியல் சாசனத் திருத்தத்தைக் கொண்டு வருவதேயாகும். அரசியல் சான அடிப்படையில் அமைந்த ஆணையில்லாமல் தன்னல வேட்கை மிகுந்த இந்து சமயத்திடமிருந்து எதையுமே எதிர்பார்க்க இயலாதென்பதை நினைவில் கொள்ளுவீர்!.

தேசிய வாழ்க்கையில் தலித்துகளின் நிலை என்ன?

இந்த இருபதாம் நூற்றாண்டிலும்கூட தலித்துகள் மீதான வன்முறை தொய்வின்றித் தொடர்கிறது. இந்திய மக்கள் தொகையில் தலித்துகள் 1/5 பகுதியினராக இருந்தபோதிலும் அவர்கள் இந்த நாட்டின் ஓர் அங்கமாகக் கருதப்படுவதில்லை. இளைஞர்கள் மற்றும் இளந்தலைமுறையினரின் கருத்துகளெல்லாம் தலித்துகள் பிறந்தவர்களல்லர் என்றும் சுதந்திரத்தால் விளைந்த இந்தியாவின் பலனில் அவர்கள் அனுபவிப்பதற்கென்று எதுவுமே இல்லையென்றும் எண்ணத் தூண்டுகின்றன. இந்தியச் சமூகம் தேசிய வாழ்க்கையில் ஒடுக்கப்பட்ட இனத்தவரின் முக்கியத்துவத்தை உணரவேயில்லை. மிகப் பெரும் தலைவர்களெல்லாம் தங்களுடைய கருத்துகளை வெளியிட்டுள்ளார்கள். அப்பெரும் தலைவர்களின் கருத்துகளெல்லாம் இளந்தலைமுறைகளின் நன்மைக்கென்றே கீழே தரப்பட்டுள்ளன.

1911இல் திரு.ஏ.வாசுதேவபாய் (A.Vasudeva Pai) ஒடுக்கப்பட்ட இனத்தவரின் முக்கியத்துவம் பற்றி எடுத்துரைத்தார். பல நூற்றாண்டுகளாக இந்தியா ஒரு விவசாய நாடாக இருந்ததென்பது யாவரும் அறிந்ததே. 1901ஆம் ஆண்டின் துவக்கத்தில் எடுக்கப்பட்ட மக்கள் தொகைக் கணக்கு மொத்த மக்கள் தொகையில் 68 விழுக்காட்டினர் விவசாயத் தொழிலில் ஈடுபட்டிருந்ததைக் காட்டிற்று. உயர் இனத்தவரே நிலங்களின்

உரிமையாளர்களாக இருந்தார்கள் என்றாலும் அவர்களால் நிலங்களைப் பயன்படுத்த முடியவில்லை. இத்துறையில் ஒதுக்கப்பட்ட வகுப்பினர் கையளித்த உடலுழைப்பை அவர்களால் உதறித் தள்ளவும் இயலவில்லை.[3]

1910இல் கல்கத்தா உயர்நீதிமன்ற நீதிபதியாகப் பணியாற்றி ஓய்வு பெற்றிருந்த பாபு சாரதா சரண் மித்ரா (Babu Sarada Charan Mitra) தலித்துகளின் முக்கியத்துவத்தைப் பற்றி விவரித்துக் கூறுகையில் ‘ஒடுக்கப்பட்ட வகுப்பினர் அடங்கிய இந்து சமூகத்தின் அடிமட்டப் பகுதியினர் ஒவ்வொரு மாநிலத்திலும் பரவலாக வாழ்கின்றனர். விவசாயிகளும் தினக்கூலிகளுமே அப்பகுதியில் பெரும்பான்மை இடத்தைப் பெற்றுள்ளார்கள். அவர்கள் பலதரப்பட்ட இழிவான வேலைகளைச் செய்கிறார்கள். சமுதாயத்தின் மிக முக்கியமான அங்கங்களாக அவர்கள் திகழுகிறார்கள். அவர்களையல்லாமல் இந்தியாவின் பொளாதாரநிலை மந்தமாகவு இருக்கும். அவர்களில்லாமல் நம்மால் ஒரு நிமிடம் கூட வழ முடியாது. சமுதாயத்தின் வாழ்வுக்கு அவர்கள் இன்றியமையாத அங்கங்களாவார்கள்’[4] என்று குறிப்பிட்டார்.

1911இல் ‘இந்தியன் ரிவியூ’ (Indian Review) வின் பதிப்பாசிரியராயிருந்த திரு.ஜி.ஏ.நடேசன் ஒடுக்கப்பட்ட வகுப்பினரின் முக்கியத்துவத்தைப் பின்வருமாறு தெளிவுபடுத்தினார்: “சுமார் 6 கோடி மக்கள் பணிவாக நடந்து கடினமான உழைப்புக்குப் பேர் பெற்றவர்களாய், பரிதாபமான வகையில் கீழ்ப்படிந்து நடக்கிறார்கள். அவர்கள் இன்றளவும் கூட அதீதமான அருவருப்புடனும் அவமதிப்புடனும் நடத்தப்படுகிறார்கள். அவர்களில்லாமல் விவசாயமே செய்ய முடியாது. இந்திய வாழ்க்கையின் பொருளாதாரமும் பெரிதளவில் பாதிக்கப்படும். மேலை நாடுகளில் நடப்பதுபோல இவர்களும் ஒழுங்குப்படுத்தப்பட்ட அமைப்பு ரீதியான போராட்டம் எதையும் நடத்தினால் அது இந்தியச் சமுதாயத்திற்கு அழிவு என்றே பொருள்படும். எனினும், இத்துணை பயன்பாடும், சேவை மனப்பான்மையும் கொண்டவர்களாய்த் தங்களுக்கு மேல் உள்ள வகுப்பினருடைய நல்வாழ்வுக்காகவும் செல்வப் பெருக்கத்துக்காகவும் அல்லும் பகலும் உழைக்கின்ற இவர்களே தீண்டத்தகாதவர்களாகக் கருதப்படுகிறார்கள்.[5]

சென்னை மாநிலத்திலுள்ள ஒடுக்கப்பட்ட வகுப்பினர் பற்றிக் கருத்துரைக்கையில் ஹட்டன் “தங்களது கீழான நிலையிலும் இவ்வகுப்பினர் இம் மாநிலத்தின் வாழ்வில்

பெரிதும் முக்கியத்துவம் பெற்றதுமான பங்காற்றுகிறார்கள். நெல் விளையும் மாவட்டங்களில் விவசாயத் தொழிலின் முதுகெலும்பாய் விளங்குகிறவர்கள் அவர்களே" என்று குறிப்பிட்டார்.[6]

மிகச் சிறந்த தலைவர்களெல்லாருமே தலித்துகளை நாட்டின் முக்கியமான அங்கமாகவே கருதினார்கள். ஒரு அங்கம் பழுதுபட்டால் அது மற்ற அங்கங்களையும் பாதிக்கும். அதுபோலவே அவர்கள் தொடர்ந்து அவமானப்படுத்தப்பட்டால் நாட்டில் சீர்குலைவு பரவத் தொடங்கும்.

எனினும் நாட்டிற்கு ஏற்படப் போகிற ஆபத்தைப் பெரும்பான்மையான இந்துக்கள் உணராமலே இருக்கிறார்கள். அவர்கள் நாட்டின் நலனைப் பற்றி அக்கறை கொள்ளாமல் தங்களின் சொந்த நலனைப் பற்றியே மனநிறைவு கொண்டுள்ளார்கள். இதனுடைய விளைவு என்னவாய் இருக்கும் என்பதை விளக்கத் தேவையில்லை.

பெரும்பான்மைச் சமூகத்தவரின் செயல்பாடுகள் அட்டவணைச் சாதியினரின் மனங்களில் பாதுகாப்பற்ற உணர்வை உருவாக்குகிறது. ஒட்டுமொத்த இந்தியாவில் சிறுபான்மையினராக்கப்பட்ட வேளையில் இந்து சமுதாயத்தைக் காப்பாற்றிய தலித்துகள் பற்றிய தங்களது கருத்தினை இந்து சகோதரர்கள் அருள்கூர்ந்து மாற்றிக் கொள்ள வேண்டும். இந்து சகோதரர்களே! ஞானமற்ற கோஷங்களை எழுப்பாதீர்கள்! தலித்துகளின் மனங்களில் பாதுகாப்புணர்வை உருவாக்குங்கள். உதட்டளவில் அனுதாபம் காட்டுவதை விட்டொழியுங்கள்.

●

4

திரு.கி.வீரமணிக்கு மறுப்பு

தலித் வாய்ஸ் பத்திரிகையின் டிசம்பர் 1 - 1983 இதழில் இடம்பெற்றிருந்த 'ஏனை பிற்பட்டோர் இயக்கம் ஏன் வீழ்ந்து கொண்டிருக்கிறது?' எனும் தலையங்கத்திற்கு *தலித் வாய்ஸின்* ஜனவரி 1-1984 இதழில் இடம்பெற்றிருந்த சென்னையைத் தலைமையிடமாகக் கொண்டு இயங்கும் திராவிடர் கழகத்தின் பொதுச் செயலாளர் திரு.கி.வீரமணி 'தலித்துகளையும் ஏனைய பிற்படுத்தப்பட்ட சாதியினரையும் பிரித்திட முயலும் பிராமண சதி பற்றி உஷார்!' எனும் தமது கட்டுரையில் எழுப்பியுள்ள கருத்துகளுக்குத் தலித் என்ற முறையில் என்னுடைய பாராட்டுகளையும் மாற்றுக் கருத்தையும் வெளியிடுவது எனது தலையாய கடமையாகும்.

ஏனைய பிற்படுத்தப்பட்ட சாதியினரிடையே பரவியிருக்கும் நோயைப் பற்றிய சரியான ஆய்வினைச் செய்தமைக்காகவும் ஏனைய பிற்படுத்தப்பட்ட சாதியினருக்கு ஏற்புடையதாயிராத தெளிவானதொரு நிலையைத் தைரியமாகப் படம்பிடித்துக் காட்டியமைக்காகவும் *தலித் வாய்ஸின்* ஆசிரியரை நான் பாராட்டுகிறேன். (*தலித் வாய்ஸ்* டிசம்பர் 1 - 1983) ஏனைய பிற்படுத்தப்பட்ட சாதியினரிடையேயுள்ள இடைவெளிகளை நிரப்புவதற்குரிய ஆக்கபூர்வமான நடவடிக்கைகளை மேற்கொள்வதற்குப் பதிலாக அவர்களின் முட்டாள் தனத்திற்கான காரணத்தைக் கண்டுபிடிப்பதில் திரு.கி.வீரமணி தமது கவனத்தைச் செலுத்தியுள்ளார்.

தலித்துகள் ஏனைய பிற்படுத்தப்பட்டோர் மீது கோபமாயிருப்பதையும் வன்முறைக்குப் பின்னே இயங்கும் மூளையைப் (பிராமணர்கள்) பற்றிச் சிந்திக்கவேயில்லை என்றும் *தலித் வாய்ஸின்* ஆசிரியர் குறிப்பிட்டுள்ளார். இரண்டு எடுத்துக்காட்டுகளைக் கூறி தலித்துகளின் அறியாமைப் பற்றி ஆசிரியர் தமது கருத்துகளைத் தெரிவித்துள்ளார். ஒரு எடுத்துக்காட்டு 'மூளையும் காலும்' பற்றியது. மற்றோர்

எடுத்துக்காட்டு ஒரு நாய் கல்லால் அடிக்கப்படுகையில் அந்த நாய் கல்லை விரட்டிக் கடிக்காமல் தன்மீது எறிந்த மனிதனையே கடிக்கும் என்பது, கல்வியறிவு பெறாதவர்களும் பண்பாட்டளவில் முதிர்ச்சி பெறாதவர்களுமாய் வேறுபாட்டைப் புரிந்துகொள்ள முடியவில்லை.

'பிராமணரல்லாதாரின் இரத்தக் குழாய்களுக்குள் பிராமணர்கள் காலங்காலமாக ஏற்றி வைத்துள்ள சாதிய வெறுப்புணர்ச்சிகள் இன்னமும் அவர்களுடைய மனங்களில் மேலொங்கியே நிற்கின்றன' என்று திரு.கி.வீரமணி குறிப்பிட்டுள்ளார் (*தலித் வாய்ஸ்* ஜனவரி 1 - 1984). அண்மையில் 1983ஆம் ஆண்டின் இறுதிக் கட்டத்தில் சென்னை பெரியார் திடலில் நடைபெற்ற மாநாட்டில் இதே எடுத்துக்காட்டு டாக்டர் கலைஞர் கருணாநிதியாலும் தரப்பட்டது.

சாதிய வெறுப்புணர்ச்சிகள் எந்த முறையில் தலித்துகளின் இரத்தக் குழாய்களில் ஏற்றப்பட்டன என்பதைக் குறிப்பிட திரு.கி.வீரமணி மறந்துவிட்டார். அது இந்து மதத்தின் மூலமாகவே ஏற்றப்பட்டதென்று நான் கூறினால் அதை ஒருவரும் மறுக்க முடியாது.

பிராமணரல்லாதவர் யார்?

திரு.கி.வீரமணி 'பிராமணரல்லாதவர்' எனும் சொல்லைப் பயன்படுத்தி அத்தகையவரது இரக்கத்தினுள் விஷம் ஏற்பட்டதென்று கூறியுள்ளார். தலித்துகளில் பெரும்பான்மையோர் தாங்களும் அப்பிரிவினையைச் சேர்ந்தவர்களென்று நம்புகின்றனர். பிராமணரல்லாதவர் எனும் வார்த்தை மாயாஜால வார்த்தையென்றே தலித் தலைவராகிய அயோத்திதாஸ் பண்டிதர் இவ்வார்த்தையைப் பயன்படுத்துவதை எதிர்த்துத் தமது *தமிழன்* பத்திரிகையில் தலையங்கம் தீட்டினார்.

தமது தலையங்கத்தில் 'பிராமணன் என்பது இந்து மதத்திலுள்ள ஒரு சாதி, பிராமணரல்லாதவர் என்று தங்களை அழைத்துக் கொள்ளுகிறவர்கள் இந்து மதத்தைப் பின்பற்றுகிறவர்களும் பிராமணனைத் தங்களது ஆன்மீகத் தலைவராக ஏற்பவர்களுமாவர்.' அத்தகையவர்களுடைய வீடுகளில் நடைபெறும் ஒவ்வொரு சமயச் சடங்கிலும் பிராமணன் கலந்து கொள்கிறான். பிராமணரல்லாதவர் என்றழைக்கப்படுகிறவர் இந்து சமயத்தின் கொள்கைகளை ஏற்றுக் கொள்ளுகிறார். அந்த நிலையில் தாம் ஒரு

பிராமணரல்லாதவர் என்று தம்மைப் பற்றி அவர் சொல்லிக் கொள்ள முடியாது. பிராமணனை ஆன்மீகத் தலைவராக ஏற்றுக்கொள்ளாதவர்களை மட்டுமே பிராமணரல்லாதவர் என்றழைக்கபட முடியும்.[1]

23 செப்டம்பர் 1944இல் சென்னை கன்னிமாரா ஓட்டலில் *சண்டே அப்சர்வர்* (Sunday Observer) பத்திரிகையின் ஆசிரியர் திரு.பி.பாலசுப்பிரமணியம் அளித்த விருந்தில் கலந்துகொண்டு உரையாற்றிய டாக்டர் பி.ஆர்.அம்பேத்கருடைய உரையிலும் இதே கருத்து வெளிப்பட்டது. அம்பேத்கர் தமது கருத்தினைக் கூறுகையில், "பிராமணர்களுக்கு எதிராகக் கடுமையான விமர்சனம் செய்பவர்கள் இந்த வேறுபாடுகளெல்லாம் கொள்கையளவில் அமைந்தவையென்று சொல்ல முடியுமா? அவர்களில் எத்துணை அளவு பிராமணியம் உள்ளது? அவர்களும் 'நாமம்' இட்டுக்கொண்டு தங்களை இரண்டாம் தர பிராமணர்கள் என்றழைத்துக் கொண்டிருக்கிறார்கள். பிராமணியத்தை உதறித் தள்ளுவதை விடுத்து அது ஏதோ தாங்கள் அடைய வேண்டிய இலட்சியம் என்றாற்போல அதன் உணர்வுகளைப் பற்றிப்பிடித்துக் கொண்டிருக்கிறார்கள். தங்களுக்கு அவர்கள் (பிராமணர்கள்) இரண்டாம் தரப் பட்டத்தை மட்டுமே தந்தார்கள் என்பது மட்டுமே பிராமணர்களுக்கெதிராக அவர்கள் கொண்டுள்ள கோபமாகும்."[2]

அந்த வகையில் சாதிய வெறுப்புணர்ச்சிகள் தலித்துகளின் இரத்தக் குழாய்களில் ஏற்றப்படவில்லை. தலித்துகளை ஏனைய பிற்படுத்தப்பட்ட வகுப்பினருடன் இணைத்துப் பேச முடியாது.

பிராமணியத்தின் உண்மையான எதிரிகள் யார்?

ஏதேனுமொரு சூத்திர சாதியைச் சேர்ந்தவர் போல் நடித்துக் கொண்டு அவ்வாறு உரிமை கோருகிறவர்களைத் தவிர மற்றெல்லாத் தலித்துகளுமே தங்களுடைய முன்னோர்களிடமிருந்து கேட்டறிந்திருப்பதினால் தங்களுடைய உண்மையான எதிரிகளை அறிந்துள்ளனர். தலித்துகள் என்பவர்கள் திராவிட வகுப்பின் கலப்படமற்றதும் தீட்டுப்படாததுமான அப்பழுக்கற்ற வழித்தோன்றல்கள் ஆவார்கள். பிராமணர்களின் அடக்கு முறையைப் பல நூற்றாண்டு காலமாகத் தாங்கிக்கொண்டு தங்களுடைய அடையாளத்தை இழந்துவிடாமல் ஒவ்வொரு கிராமத்திலும் ஒதுக்கப்பட்ட ஒரு தனி இடத்தில் சிறு குழுவாக வாழ்ந்து வந்திருக்கிறார்கள். அவர்கள் ஒருபோதும்

ஆரியப் பண்பாட்டில் மூழ்கிடவில்லை. பிராமணர் மீதான தங்களது வெறுப்பைக் காட்டிக் கொண்டிருந்தார்கள். பல்வேறு அறிஞர்களும் மக்கள் தொகை கணக்கெடுப்பில் தொடர்புடைய மேலதிகாரிகளும் தங்களுடைய அறிக்கைகளில் இவ்வுண்மைகளை வெளிக்கொணர்ந்துள்ளார்கள்.

சுமார் ஈராயிரம் ஆண்டுகளுக்கு முன்னர் தலித்துகளுக்கெதிரான ஆரியர்களின் தீண்டாமை உணர்வு பரப்பப்பட்டபோது தலித் இனத்தைச் சேர்ந்த புரட்சிக் கவிஞர் கபிலர் 'கபிலர் அகவல்' எனும் தமது கவிதைகளில் பிராமணியத்தையும் சாதியத்தையும் கடுமையாகத் தாக்கி எழுதினார். அக்கவிதைகள் கேள்வி வடிவிலமைந்திருக்கும். ஒரு கவிதையில் அவர் பின்வருமாறு கேள்வியைத் தொகுத்திருந்தார்; பசுவும் எருமையும் மாறுபட்ட வகுப்புகள் என்று பார்த்திருக்கிறீர்களே! இவ்விரு வகுப்புகளிலும் ஆணும் பெண்ணும் இனம் மாறிக் கலந்து ஒரு கன்றினை ஈன்றதை எப்போதாவது பார்த்ததுண்டா? உங்கள் பதில் 'இல்லை' என்று தானே வரும்.

ஆனால், மனித வகுப்பிடையே நீங்கள் உருவாக்கியுள்ள நான்கு வருணங்களிடையே மிக உயர்ந்த வருணத்தைச் சேர்ந்த ஒரு பெண்ணும் மிகத் தாழ்ந்த வருணமாக எங்களைக் கருதுகிறீர்களே அதிலிருந்து ஒரு ஆணும் கலந்து ஒரு பிள்ளையைப் பெற்றெடுப்பது இயலாத காரியமா?

மேலும் மேலை நாட்டைச் சார்ந்த பல ஆசிரியர்களும் பயணிகளும் தலித்துகளுக்கும் பிராமணர்களுக்குமிடையே நிலவியிருந்த பகையுணர்வு பற்றிய தகவல்களைத் திரட்டி தங்களுடைய நூல்களில் அவற்றைக் குறிப்பிட்டுள்ளார்கள். எட்கர் தர்ஸ்டன் C.I.E கூறியதாவது: "பறையர்கள் தங்களது சேரிக்குள் நுழைய ஒரு பிராமணனை அனுமதிப்பதில்லை என்பது வெளியுலகுக்கு அதிகமாகத் தெரியாது. பறையர்களின் குடியிருப்புப் பகுதிக்குள் பிராமணன் நுழைவானானால் சாணம் கலந்த நீரை அவன் தலையில் ஊற்றி அவனை விரட்டிவிடுவார்கள்."[3]

புதிய சீர்திருத்தவாதி (New Reformer) எனும் ஆங்கிலப் பத்திரிகையின் ஆசிரியரான திரு.டி.கோபால் செட்டியார் 'ஆதிதிராவிடர்களின் பழங்கால வரலாறு' என்று 1920இல் எழுதிய தமிழ் நூலில் தலித்துகளின் நன்மைக்காக மேற்கூறிய உண்மைகளை வெளியிட்டுள்ளார். இந்நூல் மறு அச்சியற்றப்பட்டுச் சென்னை கிறிஸ்தவ இலக்கியச் சங்கத்தாரின் (CLS) புத்தகக் கடையில் கிடைக்கிறது.

மக்கள் தொகைக் கணெக்கெடுப்பு ஆணையாளரின் பணி பற்றிக் குறிப்பிட்ட டாக்டர் பி.ஆர்.அம்பேத்கர் "மக்கள்தொகைக் கணக்கெடுப்பு ஆணையாளரின் பணி ஒருதலைப் பட்சமாகவே இருந்ததென்பதைக் குறிப்பிட்டாக வேண்டும். பிராமணர்கள் தீண்டத்தகாதவர்களை வெறுத்தார்கள் என்று காட்டியுள்ளார்கள். தீண்டத்தகாதவர்களும் கூட பிராமணர்களை வெறுத்தார்கள் என்பதை அவர்கள் வெளியுலகிற்குக் காட்டவில்லை. எனினும் பிராமணர்கள் தீண்டத்தகாதவர்களைக் காட்டிலும் உயர்ந்தவர்கள் போலவும் தீண்டத்தகாதவர்கள் தம்மைப் பிராமணரைக் காட்டிலும் கீழானவர்கள் போலவும் ஏற்றுக் கொண்டுள்ளதைப் போன்றதொரு நிலையை ஏற்படுத்தி விட்டனர். ஆனால், தீண்டத்தகாதவர் பிராமணனைத் தீட்டான மனிதரென்று தாழ்வாகப் பார்க்கும் செய்தி பெரும் வியப்புக்குரிய செய்தியாக வரப்போவது நிச்சயம் என்று குறிப்பிட்டார்.[4]

டாக்டர் பி.ஆர்.அம்பேத்கர் தமது கருத்திற்கு ஆதரவாக மிகப்பெரிய ஆராய்ச்சியாளர்களின் எழுத்தோவியங்களை வெளிக்கொணர்ந்துள்ளார். 'தீண்டத்தகாதவர்களின் சமூக வழக்கங்களைக் கூர்ந்து நோக்கி ஆய்வு செய்துள்ள பல எழுத்தாளர்களால் இவ்வுண்மை குறிப்பிடப்பட்டுள்ளது.' இதுபற்றிய ஐயப்பாடு எதுவும் எழுமானால் அதை நீக்கும் வகையில் அவர்களுடைய எழுத்தோவியங்களிலிருந்து கீழ்க்காணும் பகுதியில் நம் கவனத்திற்குக் கொண்டு வரப்பட்டுள்ளன.

இவ்வுண்மை அபி டுபாய் (Abbe Dubois) என்பவரால் சுட்டிக்காட்டப்பெற்றுள்ளது. அவர் கூறுவதாவது 'நகர்ப்புறங்களில் பறையன் ஒருவர் பிராமணரின் வீட்ருகே செல்வதையோ அவ்வீட்டைக் கடந்து செல்வதையோ தடை செய்திட முடியாதென்றாலும் கூட கிராமங்களில் ஒரு பறையன் பிராமணரின் தெருவில் நடக்க அனுமதிக்கப்படுவதில்லை.' பிராமணர் தங்களது பறச்சேரிகள் வழியே கடந்து போவது தங்களுக்கு அழிவையே ஏற்படுத்தும் என்று பறையர்கள் நம்புவதால் எந்தச் சூழ்நிலையிலும் பிராமணர்கள் தங்களது பறச்சேரிகள் வழியே நடந்து செல்ல அனுமதிப்பதில்லை.[5]

த்ஞ்சாவூர் மாவட்ட அரசிதழின் ஆசிரியரான திரு.ஹெமிங்ஸ்வே (Mr.Hemingsway) 'தஞ்சாவூர் மாவட்டத்திலுள்ள பறையர், பள்ளர், சக்கிலியர் தங்களுக்குத் தீமை விளையும் என்று நம்புவதால் தங்களது குடியிருப்புக்குள் பிராமணர் நுழைவதை அனுமதிப்பதில்லை' என்கிறார்.[6]

மைசூர் மாநிலத்தின் ஹஸன் மாவட்டத்தைச் சேர்ந்த ஹோலியர்களைப் பற்றிப் பேசுகையில் காப்டன் ஜே.எஸ்.எஃப் மெக்கன்ஸி (J.S.F.Mackenzie) கூறுவதாவது: ஒவ்வொரு கிராமத்திலும் முற்காலத்தில் நாகரிகமற்ற கூலியாட்களெனப்பட்ட ஹோலியர்கள் வாழும் குடியிருப்புப் பகுதியாகிய ஹோலிமலை இருக்கிறது. இது கிராமத்தின் எல்லைக்கு வெளியே இருக்கிறது. இதற்கான காரணமாக நான் கூறுவது யாதென்றால் அவர்களைத் தொடுவதால் தீட்டு ஏற்படும் எனும் அடிப்படையில் அவர்கள் சுத்தமற்ற இனமாகக் கருதப்பட்டார்கள் என்பதே.[7]

ஹோலியர் ஒருவரின் கரங்களிலிருந்து எதனையும் நேரடியாகப் பெற்றுக் கொள்ள மறுக்கும் பிராமணர்களால் தரப்படும் காரணம் இத்தன்மையதாயிருக்கிறது. ஆனாலும் கூட சேதப்படுத்தப்படாமல் ஒரு ஹோலி மலைப்பகுதி வழியாகக் கடந்து செல்ல முடிந்தால் பிராமணர்களுக்கும் பெருத்த அதிர்ஷ்டம் காத்திருக்கிறதென்றும் பிராமணர்கள் கருதினார்கள். இத்தகைய கருத்துக்கு ஹோலியரிடமிருந்து பலத்த எதிர்ப்புக் கிளம்புகிறது. ஹோலியரின் குடியிருப்புக்குள் ஒரு பிராமணர் நுழைந்தால் ஹோலியரெல்லாம் ஒன்றுகூடி அவரைச் செருப்பாலடிப்பார்கள். பழங்காலத்தில் அத்தகைய பிராமணரைச் சாகும்வரை செருப்பாலடிப்பது வழக்கமாயிருந்ததென்றும் சொல்லப்படுகிறது. மற்ற சாதிகளைச் சேர்ந்தவர்கள் வாசல் வரை வரலாம். ஆனால் ஹோலியர்க்குத் துரதிருஷ்டத்தைக் கொண்டு வருமென்பதால் அவர்கள் வீட்டினுள் வரலாகாது. தப்பித் தவறி ஒருவர் வீட்டினுள் வரநேரிட்டால் அத்துமீறி நுழைபவரின் ஆடையைக் கிழித்து அதில் சிறிதளவு உப்பைக் கட்டி அவரை வெளியேற்றிவிடுவர். உள்ளே நுழைந்தவருக்கிருந்த அதிருஷ்டத்தை நீர்த்துப்போகச் செய்து வீட்டுரிமையாளருக்கு வரவிருந்த துரதிருஷ்டத்தைப் போக்குவதற்கு இவ்வாறு செய்யபப்பட்டது.

இவ்வினோதமான செயலுக்குரிய விளக்கம் என்ன? எந்த விளக்கமும் ஆரம்பக்கால நடைமுறைக்கு ஒத்திருக்க வேண்டும். அதாவது தீண்டத்தகாதவர்கள் என்போர் நொறுக்கப்பட்ட மனிதரேயன்றித் தீண்டத்தகாதவர்கள் அல்லர்.

(மேலே தரப்பட்டுள்ள பகுதி டாக்டர் பி.ஆர்.அம்பேத்கர் எழுதிய 'தீண்டத்தகாதவர்கள் யார்?' என்னும் நூலின் 75-76 பக்கங்களிலிருந்து எடுக்கப்பட்டது.)

சேரியினுள் பிராமணர் நுழைய முற்படுகையில் அவர்கள் மீது காட்டப்படும் வெறுப்பு அக்ரஹாரத்தினுள் தலித்துகள்

நுழைய முற்படுகையில் பிராமணர்கள் காட்டும் வெறுப்பும் தென்னிந்தியாவெங்கிலும் பரவியிருந்த வினோதமானதொரு வழக்கம். தலித் தலைவராய் விளங்கிய ஏ.பி.பெரியசாமி புலவர் 6, மே 1908இல் 'ஞானப்பிரகாசச் சுடர்' எனும் தலைப்பில் வெளியிட்ட கட்டுரையொன்றிலிருந்து இது தெளிவாகிறது. அக்கட்டுரையின் சுருக்கம் பின்வருமாறு:

ஆயிரமாயிரம் சமணர்கள் கொடூரமாகக் கொல்லப்பட்டதை சைவ, வைணவப் புராணங்கள் வெளிப்படுத்துகின்றன. இந்த உண்மைகளையெல்லாம் அறிந்த பின்னரும் சில தலித்துகள் தங்களை இந்து சந்நியாசிகளாகக் காட்டிக்கொண்டு ஆயிரக்கணக்கான பௌத்தர்களைக் கொல்லக் காரணமாக இருந்த ஞானசம்பந்தர் எனும் பிராமணத் துறவியைப் புகழ்ந்து பிரச்சாரம் செய்து கொண்டிருக்கிறார்கள். இந்து சந்தியாசியாகக் காட்சியளிக்கும் தலித் ஒருவர் அறிந்தோ, அறியாமலோ அக்ரஹாரத்தினுள் நுழைந்துவிட்டால் அவரை அடித்து 'நீசப் பறையன்' (தூய்மையற்ற பறையன்) என்று இழித்துப் பேசி அக்ரஹாரத்தை விட்டே துரத்திவிடுவார்கள். அதுபோலவே பிராமணனொருவன் சேரிக்குள் நுழைந்துவிட்டால் அதில் குடியிருப்போர் 'எதிரி நுழைந்துவிட்டான்; சேரி அழிந்துவிடும்' என்று கூக்குரலிடுவர். சேரியை விட்டு வெளியேறும் வரை சாணம் கலந்த நீர் இருக்கும் மண்பாண்டத்தை அவனது தலையில் அடித்து பிராமணனைத் துரத்திவிடுவார்கள்.

தலித்துகள் மட்டும் பிராமணர்கள் மீது வெறுப்பைக் காட்டுகையில் மற்றெல்லாச் சாதியினரும் அவர்களைச் 'சாமி', 'சாமி' என்றே அழைக்கின்றனர். இந்த வினோதமான விஷயத்தில் சில மர்மமான உண்மைகள் மறைந்திராதா என்னும் கேள்வியை ஆசிரியர் எழுப்புகிறார்.[8]

1919இல் ஒடுக்கப்பட்ட இனத்தவர் மாண்டேகு சீர்திருத்தக் குழுவினரைச் சந்தித்தனரேயொழிய தங்களது நலனுக்குக் கேடுண்டாக்குவார்கள் என்பதால் அக்குழுவில் இடம்பெற்றிருந்த திரு.வி.எஸ் சீனிவாச சாஸ்திரி, திரு.சுரேந்திரநாத் பானர்ஜி எனும் இரு பிராமணர்களைச் சந்திக்க மறுத்துவிட்டனர். பிராமண ஆதிக்கத்தைக் காட்டிலும் பிரிட்டிஷ் ஆதிக்கத்தை அவர்கள் விரும்பியதே அதற்குக் காரணம்.[9]

தலித்துகள் தங்களுடைய எதிரிகளைத் தெளிவாகவே அடையாளம் காட்டினரென்றாலும் கூட மனச் சோர்வின் காரணமாக அவர்கள் தங்களது கோபத்தை ஏனைய பிற்பட்ட வகுப்பினர் மீது காட்டினார்கள். தலித்துகள் எவ்வாறு மனச்சோர்வுக்கு உள்ளானார்களென்பது ஆராயப்படத் தக்கதொரு விஷயம்.

பெரும்பான்மையான அறிஞர்களின் கருத்தின்படி திராவிட வகுப்பின் ஒரு பகுதியினர் மது, மாது, செல்வம் ஆகியவற்றில் மயங்கி ஆரியருக்கு அடிமையாகி வர்ணாசிரமத்தில் நான்காம் இடத்தைப் பெற்றுக்கொண்டு 'மனு', 'கல்ப சூத்திரம்' ஆகிய சட்டங்களுக்குக் கீழ்ப்படிந்து நடந்தார்கள். சூத்திரர்கள் தலித்துகளின் மேல் ஆதிக்கம் செய்யும் அதிகாரத்தைப் பெற்றார்கள். ஏனைய பிற்பட்ட வகுப்பினராகிய அவர்கள் தங்களுக்கு மனநிறைவு தரத்தக்க அளவிற்கு அதிகாரம், பணம், அரசியல் அதிகாரம் ஆகியவற்றைப் பெற்றார்கள். ஏனைய பிற்பட்ட வகுப்பினர் ஆரியர்களுக்கும், இந்து சமயத்திற்கும் காவல் அரணாக மாறினர். தலித் வாய்ஸின் ஆசிரியர் தமது பத்திகையின் டிசம்பர் 1- 1983 இதழில் ஏனைய பிற்படுத்தப்பட்ட வகுப்பினரின் மனதைச் சரியாக அம்பலப்படுத்தி இருந்தார். மேலும் ஏனைய பிற்படுத்தப்பட்ட இனத்தவர் அக்ரஹாரத்தைச் சுற்றி வாழ்ந்துகொண்டு தலித்துகளிடமிருந்து வரும் தாக்குதலில் இருந்து பாதுகாப்பு வழங்கி வந்தனர். பிராமணர்களின் மேலாதிக்கத்தையும் தங்களது நிலையையும் பாதுகாப்பதற்காக ஏனைய பிற்படுத்தப்பட்ட வகுப்பினர் தலித்துகளுக்குத் தொடர்ந்து பெருந்தீங்கினை விளைவித்து வந்தனர். இந்நாள் வரைக்கும் கூட ஏனைய பிற்படுத்தப்பட்ட வகுப்பினர் தலித் மக்கள் மீது கொண்டுள்ள மனித வர்க்கப் படுகொலையுணர்வு, கொள்ளை, தெய்வ நிபந்தனை, மானபங்கப்படுத்தும் செயல்கள் ஆகியவற்றுக்கு ஒரு முடிவு கட்டவில்லை. ஏனைய பிற்படுத்தப்பட்ட வகுப்பினர் மீதான தங்களது கோபத்தை வெளிப்படுத்தாமல் எவ்வளவு காலம் தான் தலித்துகள் மவுனமாக இருக்க முடியும்.

பிராமணியத்திற்கு எதிரான விரோதம் இந்து ஆட்சிக் காலத்தின்போது வெளியில் தெரியாமல் இருந்தாலும் கூட அவர்களின் இதயங்களுக்குள் எரிமலைபோல் எரிந்து கொண்டிருந்தது. பிரிட்டிஷ் ஆட்சியிடமிருந்து பாதுகாப்புக் கிடைத்தபோது அது வெடித்தது. தலித்துகள்தாம் முதன் முதலில் பிராமணியத்திற்கெதிராக 19 ஆம் நூற்றாண்டிலேயே கொடி பிடித்தவர்கள். இதற்கு முன்னுள்ள பத்திகள் அதை வெளிப்படுத்தும்.

தென்னிந்தியாவில் 1920 வரையிலும் தலித்துகளுக்குத் தலைவரில்லையா?

தற்காலத்தில் ஒவ்வொரு அரசியல் கட்சியும் சமூகச் சீர்திருத்தவாதிகளும் தாங்கள் தாம் தலித்துகளின் இன்றைய

முன்னேற்றத்திற்குக் காரணமென்று தம்பட்டம் அடித்துக் கொண்டிருக்கிறார்கள். குறிப்பாக திரு.கி.வீரமணி நீதிக் கட்சியிலிருந்து எழுந்த திராவிடர் கழகமே, சென்னை மாநிலத்தின் ஆட்சிப் பொறுப்புக்கு 1920இல் வந்தபோது, தலித்துகளின் முன்னேற்றத்திற்கான அடிப்படை வகுத்ததென்று வெளியுலகுக்குப் படம் பிடித்துக் காட்டியுள்ளார். *(தலித் வாய்ஸ் ஜனவரி 1 - 1984)* அவர்கள் இட்ட அடிப்படை மற்றும் பிராமணரல்லாதார் இயக்கத்தின் விளைவாகத் தலித்துகள் சமூக, பொருளாதார அரசியல் அந்தஸ்து பெற முடிந்தது என்று அவர் கூறியுள்ளார்.

தமிழ்நாடு சட்டப்பேரவைத் தலைவர் மாண்புமிகு க.இராசாராம் அவர்களும் *முரசொலி* நாளிதழில் 11 ஆகஸ்டு 1976இல் 'தீண்டத்தகாதவர் எப்போது ஒழிவார்கள்?' எனும் தலைப்பில் எழுதிய கட்டுரையில் இதே கருத்தை வெளியிட்டிருந்தார். அக்கட்டுரையில் 1924இல் திருவிதாங்கூர் சமஸ்தானத்தின் வைக்கம் நகரில் பெரியார் நடத்திய போராட்டத்திற்குப் பின்னர்தான் டாக்டர் அம்பேத்கர் போன்ற தலைவர்கள் சமூக உரிமைகளுக்கான போராட்டத்தைத் தொடங்கினர் என்று அடித்துக் கூறியிருந்தார்.

மேலே தரப்பட்டுள்ள அரசியல் கட்சிகளின் கூற்றுகளும் திராவிடர் கழகத்தின் திரு.கி.வீரமணி மற்றும் பேரவைத் தலைவர் க.இராசாராம் போன்றோரின் கருத்துகளும் உண்மைதானா? இது ஏதோ தலித்துகள் எல்லோருமே 1920 வரையிலும் தங்களுடைய தலைவிதியைத் தீர்மானிப்பதில் எதையும் செய்யத் தெரியாதிருந்த ஊமைகள் போன்ற தோற்றத்தை உருவாக்குகிறது.

தற்காலத்திலுள்ள ஆற்றல் மிக்கதும் உயர்வுப் பெற்றதுமான இளம் தலித்துகளுக்குத் தங்களது சமுதாயத்தின் முன்னேற்றத்திற்காகத் தென்னிந்தியாவில் குறிப்பாகச் சென்னை மாகாணத்தில் அரும்பாடுபட்ட தலித் தலைவர்களின் சிறப்பு வாய்ந்த பணியை ஆய்ந்தறிந்துகொள்ளத் தேவையான பொறுமையும் ஆர்வமும் இல்லை. மாறாக, வரலாற்று உண்மைகளைத் திரித்துக் கூறுகிற தலைவர்களையும் பல்வேறு அரசியல் கட்சிகளையும் அவர்கள் கண்மூடித்தனமாகப் பின்பற்றுகிறார்கள்.

திராவிடச் சகோதரர்களின் கூற்றுகளுக்கெதிராக வரலாற்று உண்மைகளை நெஞ்சில் வேதனையுடன் கூற முடியும். திராவிடச் சகோதரர்களின் முன்னோர்கள் ஆபத்துக் காலங்களில் தலித்துகளைக் கைவிட்டுவிட்டு மேலே குறிப்பிடப்பட்டுள்ள

நன்மைகளுக்காக (மது, மாது, செல்வம்) ஆரியர்களுடன் கூட்டுச் சேர்ந்தார்கள். தங்களுக்கு ஆபத்து நேரிட்டபோதுதான் பெரும்பாலான ஏனைய பிற்படுத்தப்பட்ட இனத்தவரின் தலைவர்கள் ஆரியர்களுக்கெதிராகப் பிராமணரல்லாதார் இயக்கத்தை உருவாக்கினார்கள். பிராமணிய எதிர்ப்பு தலித்துகளிடமிருந்தது போல அவர்களின் இரத்தத்தில் ஊறியதாக இல்லை.

பெரியார் 1925 வரையிலும் இந்திய தேசியக் காங்கிரஸில்தான் இருந்தார். காங்கிரஸ் கட்சி வெறும் பிராமணர்களின் சங்கமேயென்பதையும் அதிலிருந்து பிராமணரல்லாதாருக்கு எந்தவித நன்மையையும் பெற்றுத்தர முடியாது என்பதையும் கண்டுபிடித்த பிறகே அவர் அக்கட்சியிலிருந்து வெளியேறினார்.

1892ஆம் ஆண்டிலேயே தேசியக் காங்கிரஸ் கட்சியைப் பிராமணர்களின் சங்கம் என்று சென்னையைச் சேர்ந்த தலித் தலைவர் பண்டிதர் க.அயோத்திதாசர் கண்டித்தார் என்பது குறிப்பிடத்தக்கது. அதே ஆண்டில் தலித்துகளுக்கு சமூக, பொருளாதார அரசியல் உரிமையைக் கோரி அவர் தேசியக் காங்கிரஸுக்கு 10 கேள்விகளை அனுப்பி வைத்தார்.

பெரியாரின் சுயமரியாதை இயக்கம் பிராமணரல்லாதார் கட்சியை ஆதரிக்கத் தொடங்கிய பிறகு இவ்விரு இயக்கங்களும் 1940இல் இணைந்து ‘தென்னிந்திய நலவுரிமைச் சங்கம்’ எனும் பெயரில் செயல்படத் தொடங்கியது. 1944இல் சேலம் மாநாட்டில் அது ‘திராவிடர் கழகம்’ எனும் பெயரைப் பெற்றது. துரதிருஷ்டவசமாக அக்கழகத்தின் பெரும்பான்மையினர் தமது சுயமரியாதையைக் கைவிட்டுவிட்டு இந்து வருணாசிரமத்தை நோக்கி அடியெடுத்து வைக்கின்றனர். ஏனைய பிற்படுத்தப்பட்ட வகுப்பினர் ஒருபோதும், போராடும் கொள்கைகளில் உறுதியாக இருக்க மாட்டார்கள். பிராமணியம் அல்லது இந்து மதத்திற்கெதிராகப் போராட மாட்டார்கள் என்பதை இச்செயல் தெளிவுபடுத்துகிறது.

திரு.வீரமணியின் கருத்தின்படி தலித்துகளின் பெரும் பகுதியினர் இன்னும் திராவிடர் கழக அமைப்பிலேயே உள்ளனர் *(தலித் வாய்ஸ், ஜனவரி 1-1984)* என்பது ஏற்றுக்கொள்ளப்பட்ட உண்மையே. அதற்கு என்ன காரணம்? திராவிடர் கழகமும் அதனுடன் இணைந்த கட்சிகளும் செய்த தீவிரமும் பலமும் மிக்க பிரச்சாரத்தின் மூலம் தலித்துகளின் முன்னேற்றம் 1920இல்தான் தொடங்கியது என்று கூறிவருவதே அதற்கான காரணமாகும். பம்பாயிலுள்ள ஒரு குழந்தையிடம் பால் எங்கிருந்து வருகிறதென்று நீங்கள் கேட்டால் உடனடியாக

அது பால் பூத்திலிருந்து வருகிறது என்ற பதிலை அக்குழந்தை தரும். பம்பாய் நகருக்குள் நுழைய அனுமதிக்கப்படாத பசுக்களைப் பார்க்கும் அறிவு அக்குழந்தைக்கு இல்லாததே அதற்குக் காரணம். அதைப் போலவே திராவிடர் கழகத்தையும் பிற கட்சிகளையும் பின்பற்றும் தலித்துகளுக்குச் சென்னை மாநிலத்தில் தங்களது சமூக மேம்பாட்டைத் தீவிரப்படுத்திவிடும் வகையில் கடந்த காலங்களில் தலித் தலைவர்கள் ஆற்றிய மகத்தான பணிகளைப் பற்றி எவருமே சொல்லவில்லை. 1920க்கு முன்னரும் அதன் பின்னரும் சென்னை மாநிலத்தில் இருந்த தலித் தலைவர்களைப் பற்றி அறிந்துகொள்ள தலித்துகளும் எவ்வித முயற்சியுமே எடுக்கவில்லை.

திராவிடர் கழகமும் மற்ற கட்சிகளும் கொட்டித் தீர்த்துள்ள செய்திகளால் அவர்களுடைய மனங்கள் நிரம்பி பலமாக மாற்றியமைக்கப்பட்டிருப்பதால் 1920க்கு முன்னர் தலித்துகளால் ஏற்பட்ட முன்னேற்றம் பற்றிய எந்தச் செய்தியுமே திராவிடர் கழகத்தையும் பிற அரசியல் கட்சிகளையும் பின்பற்றிவரும் தலித்துகளின் மனங்களில் புகாது. அரசியல் கட்சிகளுடன் உள்ள உறவு காரணமாக நன்மைபெற்ற தலித்துகளும் அரசியல் தலைவர்களின் முன்னால் தெண்டனிட்டுப் பணிந்து வணங்கியதால் பெற்ற உயர்வை இழக்குமளவுக்குத் தாழ்ந்துபோக விரும்ப மாட்டார்கள்.

எனினும், அடிமைத்தனத்திலிருந்தும் இந்து சமயத்தின் துரோகத்திலிருந்தும் சாதிய இந்துக்கள் மற்றும் பிராமண நிலச்சுவான்தார்களின் கொடுமையிலிருந்தும் தலித்துகள் விடுதலை பெறுவதற்கு வழிநடத்திச் சென்ற தலித் தலைவர்களின் பணியினை விளக்கியெழுதிடல் எனது கடமையாகும்.

ஒடுக்கப்பட்ட வகுப்பினரின் தலைவர்கள் ஆற்றிய பணிகளைப் பார்க்கும் முன் இந்துக்களின் மனநிலையையும் இம்மாற்றம் ஏற்பட்டதற்கான காரணத்தையும் ஆராய்வது முக்கியமானது.

இரக்கமற்ற பழமைவாத இந்து சமூகத்தில் மாற்றத்தை ஏற்படுத்தியது எது?

சமூகத்தில் அமிழ்த்தி வைக்கப்பட்டு, ஒடுக்கப்பட்டு, சோர்வுற்று, தன்னிலையிழந்து தவித்த தலித்துகளின் பக்கம் இந்து சமூகம் அத்துணை எளிதில் தமது கடைக்கண் பார்வையைச் செலுத்திடவில்லை. தமிழ்நாட்டிலுள்ள மீனாட்சிபுரத்திற்கு ஸ்ரீ சங்கராச்சாரியாரையும் பிற இந்து சமயத் தலைவர்களையும் போக வைத்தது எதுவென்பதைக் குறித்து இக்காலத்தில்

அனைவரும் அறிந்துள்ளனர். 19ஆம் நூற்றாண்டின் பிற்பகுதியிலும் நிலவிய இதுபோன்ற சூழ்நிலைகளே இந்து சமூகத்தை உணர்வடையைச் செய்துள்ளன. பிரம்ம சமாஜ், ஆரிய சமாஜம், பிரார்த்தனா சமாஜம் போன்ற அமைப்புகளின் தோற்றத்திலிருந்து இது தெளிவாகும்.

ஒடுக்கப்பட்ட வகுப்பினர் சகித்து வந்த தீண்டாமைப் போன்ற அனைத்துக் குறைபாடுகளையும் நீக்குவதே பிரிட்டிஷ் ஆட்சிக் காலத்தில் இந்தியாவில் தோன்றிய சமய சமூக இயக்கங்களின் செயல் திட்டத்தில் முக்கிய அம்சமாக இருந்தது என்று டபிள்யூ.என்.குபேர் (W.N.Kuber) தெளிவாகக் குறிப்பிட்டார்.[10]

இந்து சமூகத்தின் மனதில் ஏற்பட்ட மாற்றங்களுக்கான சூழ்நிலையைச் சுருக்கமாக விவரிப்பது இன்றைய தலைமுறைக்குத் தேவையானது. கிறித்தவ அருள்தொண்டர்களின் வருகைக்கு முன்னர் ஒடுக்கப்பட்டவர்களின் நிலை வருந்தத்தக்கதாய் இருந்தது. தலித்துகளின் இழிநிலையைப் போக்கிட கிறித்தவ அருள்தொண்டர்களால் பல்வேறுபட்ட முனைப்பான முயற்சிகள் மேற்கொள்ளப்பட்டன.

பதினாறாம் நூற்றாண்டின் மத்தியப் பகுதியில் தலித்துகளிடையே முதன் முதலில் பணிபுரியத் தொடங்கியவர்கள் போர்த்துக்கீசியக் கிறித்துவ அருள் தொண்டர்களே. மேலும் அதிகமான ஐரோப்பிய நாடுகள் இந்தியாவிற்கு கிறித்தவ அருள்தொண்டர்களை அனுப்பின. அவர்கள் இந்தியாவின் பல்வேறு பகுதிகளில் வாழ்ந்த தலித்துகளிடையே பணிபுரியத் தொடங்கினர். ஆயிரக்கணக்கான தலித்துகள் கிறித்தவத்தை நோக்கி நகரத் தொடங்கினார்கள். 1876-79இல் ஏற்பட்ட கடும் பஞ்சமும் கொடுமையான கொள்ளை நோயும் மதமாற்றம் ஏற்படுவதை விரைவுப்படுத்தின.

இந்தியாவின் சில பகுதிகளில் குறிப்பாக, பஞ்சாப் மாநிலத்தின் மேற்குப் பகுதியிலும் கேரளாவின் மலபார் மாவட்டத்திலும் தமிழ்நாட்டின் தென் மாவட்டங்களிலும் முகம்மதிய மார்க்கம் ஒதுக்கப்பட்ட சாதியினரிடையே முக்கியமான தாக்கத்தை ஏற்படுத்தியுள்ளது.

ஒடுக்கப்பட்ட வகுப்பினரை உயர்த்துவதில் சீக்கியர்களும் தமது பங்களிப்பைத் தந்துள்ளனர். தாழ்ந்த சாதியினராகிய சுஹ்ராக்களே சீக்கிய மதத்திற்குப் பெருமளவில் மாறினர்.

பெருந்திரளான மக்கள் மதம் மாறியதன் விளைவுகள் யாவை? முதலாவது மிக முக்கியமான விளைவுகளாகிய எண்ணிக்கை அடிப்படையிலான விளைவுகள். இந்நிலையைப்

பற்றிப் பலரும் எடுத்துரைத்துள்ளனர். அருள்திரு.ஜி.இ.பிலிப் ஒரு தெளிவான விளக்கத்தைத் தந்துள்ளார். அதன் சுருக்கம் கீழே தரப்பட்டுள்ளது.[11]

அரசாங்கத்தின் மக்கள்தொகை கணக்கு கீழ்க்காணும் உண்மையை வெளிப்படுத்தியது. 1891 - 1901இல் இந்தியக் கிறிஸ்தவர்கள் 2,036,590 இலிருந்து 2,664,313 அளவுக்குப் பெருகியுள்ளார்கள். இந்திய மக்கள் தொகை 2.5% அளவு பெருகியிருக்கும்போது இந்தியக் கிறித்தவர்கள் 30.8% அளவு பெருகியிருக்கிறார்கள். மக்கள்தொகையின் ஒவ்வொரு 10,000க்கும் மத அடிப்படையில் ஏற்பட்ட பெருக்கத்தைக் கீழ்க்காணும் அட்டவணையில் காணலாம்:

	1881	1891	1901	1911
இந்துக்கள்	7,432	7,232	6,037	6,916
கிறித்தவர்கள்	73	79	99	123
முகமதியர்கள்	1,974	1,996	2,122	2,115

மதமாற்றத்தால் ஏற்படும் நிலை பற்றி அருள்திரு.ஜி.இ.பிலிப் கூறியதாவது ஆயிரக்கணக்கான இம்மக்களுக்குத் திருமுழுக்குக் கொடுத்தது மிகப்பெரிய சாதனையாகும். ஒடுக்கப்பட்ட இனங்களைச் சேர்ந்த இம்மக்களுக்குத் திருமுழுக்குக் கொடுத்த மிஷனரிகள் மிகப்பெரிய ஆபத்தையும் சந்தித்தார்கள். இவ்வியக்கம் ஒடுக்கப்பட்ட இனத்தவரைச் சமூக ரீதியிலும் கல்வி மற்றும் சமய அடிப்படையிலும் அவர்கள் இருந்தபடியே விட்டு வைத்திருந்தால் கிறித்தவம் இந்தியாவில் மிகப்பெரிய தோல்வியைச் சந்தித்திருக்கும்.[12]

தலித்துகளின் மதமாற்றம் குறித்து இந்து சமயத் தலைவர்கள் வெளியிட்ட கருத்துகள்

இந்து சமயத் தலைவர்களின் கருத்துகளை மேற்கோள் காட்டுவது இளந்தலைமுறையினருக்கு மிகப்பெரிய நன்மையைத் தரும். பரோடா மன்னர் மேதகு கெய்க்வாட் டிசம்பர் 1909இல் கூறியதாவது: இந்து சமயத்தவரின் கொடுமை காரணமாகக் கடந்த காலங்களில் இலட்சக்கணக்கானோர் பிறையையும் (இஸ்லாம்) சிலுவையையும் (கிறித்தவம்) தழுவுவதற்காக

இந்து மதத்தை விட்டுச் சென்றனர். ஆண்டுதோறும் ஆயிரக்கணக்கானோர் அதையே செய்கின்றனர். ஆண்டுதோறும் தங்களது எண்ணிக்கையில் ஏற்பட்டுவரும் இழப்பைப் பற்றி இந்துக்கள் அச்சமடையாமல் இருக்கவியலுமா?"[13]

ஜனவரி 1910இல் நிலவிய சூழ்நிலையை திரு.அம்பிகா சரண் மகம்தார் (Ambika Charan Mazumdar) பின்வருமாறு விளக்கினார். ஒவ்வொரு மாநிலத்திலும் பொது வாழ்க்கையில் ஈடுபட்டுள்ளோரின் கவனத்தை ஈர்த்துள்ள ஒடுக்கப்பட்ட இனத்தவரின் நிலை பற்றிய பிரச்சினையைப் பரந்த அளவில் நோக்குகையில் அது சிக்கல் மிகுந்த ஒன்றாயிருக்கிறது. சமூக அடிப்படையிலும் சமய அடிப்படையிலும் அது அதிக அளவில் இடர்ப்பாடுகளை உருவாக்கியுள்ளது. அரசியல் அடிப்படையில் அதன் தாக்கத்தை உயர்வாக மதிப்பிட இயலாது."[14]

நாட்டு நலனை அடிப்படையாகக் கொண்டு ஒடுக்கப்பட்ட வகுப்பினர் நிலை பற்றி தேசியக் காங்கிரஸின் மிகப் பெரும் தலைவரான லாலா லஜபதிராய் மே-1910இல் தமது உணர்வுகளைப் பின்வருமாறு குறிப்பிட்டார்: 'நம்மை ஒரு நாடாக உருவாக்கிடத் தேவையான சமூக வலிமை ஒடுக்கப்பட்ட வகுப்பினரென்று அழைக்கப்படும் மக்களின் ஒத்துழைப்பினால் அடையத்தக்கது. அம்மக்கள் இப்போதுள்ள நிலையிலேயே இருப்பார்களானால் ஒற்றுமையோ ஒருமைப்பாடோ ஏற்படவே செய்யாது. நம்மை நாமே ஒரு நாடென்று உண்மையாகவே அழைத்துக் கொள்ள வேண்டுமென்றால் அம்மக்கள் உயர்வடைந்து சமூகக் கட்டமைப்பில் தங்களுக்குரிய இடத்தை அவர்கள் அடைந்து தீர வேண்டும். தற்பொழுது அவர்கள் எந்தவொரு நிலையிலுமே இல்லை. அவர்களுடைய விசுவாசத்திற்குப் பலத்த சோதனை ஏற்பட்டுள்ளது. அவர்களுடைய கோரிக்கையிலுள்ள நியாயத்தையும் மனிதத்தையும் நாம் சரியான தருணத்தில் அங்கீகரிக்கத் தவறுவோமானால் அவர்கள் நம்மை விட்டுப் பிரிந்து நம்மோடு இராதவர்களுடனேயோ அல்லது நம்மைச் சாராதவர்களுடனேயோ சேருவதைக் குறை சொல்ல முடியாது.'[15]

27 ஏப்ரல் 1903இல் தார்வாரில் நடைபெற்ற சமூக மாநாட்டில் மாண்புமிகு கோபாலகிருஷ்ண கோகலே தனது மனதிலுள்ளதைப் பின்வருமாறு வெளிப்படுத்தினார்:

கனவான்களே, இப்பிரச்சினை தேசிய நலனுக்கடுத்த பிரச்சினையாகும். நமது நாட்டின் பெரும்பகுதியான மனிதர்கள் அறியாமையிலும் காட்டுமிராண்டித்தனத்திலும்

இழிவிலும் மூழ்கியிருந்திட நாமே அனுமதித்துக் கொண்டு நமது தேசிய உணர்வுகளையும் இலட்சியங்களையும் நம்மால் எப்படி எட்டிப் பிடிக்க முடியும்? உலக நாடுகளின் வரிசையில் நமக்குரிய இடத்தை நமது நாடு எட்டிப்பிடிக்க முடியுமென்று எப்படி நம்ப முடியும். அறநெறி சார்ந்த முறையிலும் அறிவுப்பூர்வமாகவும் இம்மனிதர்கள் படிப்படியாக உயர்நிலைக்கு உயர்த்தப்படாவிட்டால் தம்முடைய எண்ணங்களைப் புரிந்து கொண்டு நம்முடைய முயற்சிகளில் நம்முடன் அவர்கள் ஒத்துழைப்பது எங்கனம் இயலும்? தேசிய உயர்வுக்குரிய பணியைப் பொறுத்தமட்டிலும் இம்மக்கள் ஆற்ற வேண்டுமென்று எதிர்பார்க்கப்படும் பணி நமக்குக் கிடைக்காமலே போய்விடும் போல் தோன்றுகிறது.[16]

ஜூன் 1910இல் மாண்புமிகு டி.வி.சேஷகிரி ஐயர் குறிப்பிட்டதாவது: "இத்தருணத்தில் கிறித்தவ அருள் தொண்டர்களின் பணியைப் பாராட்டி ஒரு சில நிமிடங்கள் பேச வேண்டும். தங்கள் மதத்திற்கு ஆட்களைச் சேர்க்கும் அவர்களது முயற்சிகளைப் பற்றி நான் கவலைப்படவில்லை. இவ்வின மக்களின் முன்னேற்றத்திற்காக அவர்கள் அரும் பணியாற்றியுள்ளார்கள். சுயமரியாதை, சுத்தம் போன்ற பழக்கவழக்கங்கள் இம்மக்களிடையே ஏற்பட்டுள்ளன. வெளிநாட்டு அருள்தொண்டு நிறுவனங்களின் பணி இந்தியாவிலுள்ள கல்வியறிவு பெற்றோரை விழித்தெழச் செய்துள்ளது. ஒடுக்கப்பட்ட இவ்வகுப்பினரை உயர்த்திடத் தவறினால் தங்களது பலத்தை அவர்கள் இழந்துவிடுவார்கள் என்பதை உணரச் செய்துள்ளது."[17]

தொடர்ந்து அவர் கூறியதாவது "தேசப்பற்றுக்குத் தேவையானது யாதெனில் ஒற்றுமையுணர்வும் அதை அடைவதற்குத் தேவையான சகோதரத்துவ உணர்வுமேயாகும். தாழ்ந்த வகுப்பினரெல்லாம் அறியாமையில் மூழ்கிக் கிடப்பதும் தங்களை மதிப்பவர் எவரும் இலர் என்றும் இந்நாட்டின் சமூக, அரசியல் முன்னேற்றத்தில் தங்களுக்கு எவ்வித இடமும் இல்லை என்றும் அவர்கள் எண்ணும்வரை பொதுவான தாய்நாடு எனும் ஒற்றுமை உணர்வு ஏற்படவே முடியாது."[18]

மேலும் சென்னை மாநிலத்தின் மக்கள்தொகை அறிக்கையைச் சுட்டிக்காட்டி அவர் இந்து சமூகத்தை எச்சரித்தார். 10,000 மக்களை ஒரு தொகுதியாகக் கொண்டு கீழ்க்காணும் பட்டியலைப் பார்க்க அவர் அழைப்பு விடுத்தார்.

	1881	*1891*	*1901*
இந்துக்கள்	9,143	8,983	8,916
கிறித்தவர்கள்	228	244	269
முகமதியர்கள்	620	630	642

இங்கே தரப்பட்டுள்ள எண்களே பேசும் ஆற்றல் படைத்தவை. அடுத்த மக்கள்தொகை கணக்கெடுப்பு அறிக்கை வெளியிடப்படுகையில் கிறித்தவர்கள் மற்றும் முகமதியர்களின் தொகை பெருமளவில் கூடியிருக்கும். இந்துக்களின் எண்ணிக்கை அதே அளவுக்குக் குறைந்திருக்கும் என்பதில் எனக்கு எவ்வித ஐயப்பாடும் இல்லை.[19]

இவ்வகுப்பு (ஒடுக்கப்பட்ட) மக்களை ஒதுக்கக் கூடாதென்றும், அவர் இந்துக்களை வேண்டிக்கொண்டவராய் 'பஞ்சமர்களின் மாற்றுருவாக்கம் இந்துக்களாலேயே நடைபெற வேண்டுமேயொழிய அப்பணியை நாம் அருள்தொண்டு நிறுவனங்களின் கைகளில் விட்டு விடலாகாது' என்றும் குறிப்பிட்டார்.[20]

இந்தியன் ரிவியூ (The Indian Review) எனும் பத்திரிகையில் 1910 டிசம்பரில் தமது கருத்துகளை வெளியிட்ட திரு.பி.ஆர்.சுந்தர ஐயர் பி.ஏ.,பி.எல்., "நாம் மனிதத் தன்மை அற்றவர்களாக இருக்கிறோம்" என்பது மட்டுமின்றி இத்தகைய நடவடிக்கை பெரும் அரசியல் அபாயத்திற்கான ஆதாரமாகவும் விளங்குகிறது. சமுதாயத்தின் ஒரு பெரும் பகுதியினரின் ஒத்துழைப்பை நாம் இழந்து விடுவதோடு நில்லாமல் நம்முடைய செயல்கள் அவர்களை நம்மைவிட்டு நிரந்தரமாகவே அந்நியமாக்கிவிடும் வாய்ப்பும் உள்ளது. அவர்களை உயர்த்துவதற்கு நாம் ஆயத்தமாக இல்லையென்றால் மனிதாபிமான உணர்வுகளால் உந்தப்பட்ட நிலையில் அப்பணியைச் செய்வதற்கு ஆயத்தமாகப் பிறர் உளர்.[21]

திரு.பி.ஆர் சுந்தர ஐயர் கீழ்க்காணும் வகையில் இந்து சமூகத்தை எச்சரித்தார். மனிதனுக்குரிய உரிமைகள் தனக்கும் உண்டென்பதை உறுதிப்படுத்துவதற்கு இனம் அல்லது சமயம் சார்ந்த வகையில் அந்நியன் ஒருவனுடைய உதவியை அவன் (பிற்படுத்தப்பட்டவன்) நாடத்தேவை இல்லை. நம்முடைய பஞ்சம சகோதரரின் நன்மைக்காகவும் நமது சொந்த நன்மைக்காகவும் நமது நாட்டின் நன்மைக்காகவும் நாமே அதைச் செய்திடத் தீர்மானிக்க வேண்டும்.[22]

மேற்கோள்களைக் கூட்டிக் கொண்டேபோக நான் எண்ணவில்லை. இந்துக்களை ஒடுக்கப்பட்ட இனத்தவர் பக்கம் திருப்பத் தூண்டியது உண்மையா என்பதைத் தெளிவுபடுத்திட இங்கு தரப்பட்டுள்ள மேற்கோள்களே போதுமானவை. முடிவாக டிசம்பர் 1909 நாளிட்ட 'இந்தியன் ரிவியூ' இதழில் மேதகு பரோடா மன்னர் கெய்க்வாட் தெரிவித்த கருத்துடன் மேற்கோள்கள் தருவதை ஒரு முடிவுக்குக் கொண்டுவர விரும்புகிறேன். நாட்டு மக்களுக்கு எச்சரிக்கையாக அவர் கூறியிருப்பதாவது, இறுதியாக நாம் சூழ்நிலையை உற்று நோக்குவதற்கு நம்முடைய கண்களைத் திறக்க வேண்டும். மற்ற நாடுகளெல்லாம் ஒரு பெரும் மக்களினத்தைத் தங்களது பலமாகக் கருதும் வேளையில் நமது மக்கள் தொகையில் ஆறில் ஒரு பகுதியினராக உள்ளவர்களைத் தேசிய சொத்தாகப் பயன்படுத்தத் துணிந்து நாம் மறுக்கிறோம்.²³

அரசியல் களத்தில் இதன் விளைவு யாது?

இந்து சமூகத்தில் ஒரு பெரும் சரிவை ஏற்படுத்திய மத மாற்றத்தினால் ஏற்பட்ட சூழ்நிலையைப் பலரும் உணர்த்திக் காட்டியிருப்பதை நாம் ஏற்கெனவே கண்டிருக்கிறோம். இந்து சமூகம் பெருமளவில் படிப்படியாகக் குறைந்துவிட்டது. தென்னாட்டிலுள்ள தலித்துகள் தங்களது சமூகங்களுக்கென்று தனிப் பிரதிநிதித்துவங்களைக் கோரத் தொடங்கியுள்ளனர். முன்னே தரப்பட்டுள்ள பத்திகளில் தலித்துக்களைப் பற்றி அறிந்துகொள்ள முடியும். முகம்மதியர்கள் இந்த நிலையைத் தங்களுக்குச் சாதகமாகப் பயன்படுத்திக் கொண்டு 1901ஆம் ஆண்டின் மக்கள்தொகை அறிக்கையின் அடிப்படையில் தங்களுக்கு அரசியல் பிரதிநிதித்துவத்தில் அதிகமான பங்கைக் கேட்டு வலியுறுத்தத் தொடங்கினார்கள்.

பாபு ஜெகஜீவன்ராம் முஸ்லிம்களின் கோரிக்கையைப் பற்றி பின்வருமாறு குறிப்பிட்டார்: 1909இல் மிண்டோ பிரபு இந்தியாவின் வைஸ்ராயாக இருந்தபோது மாண்புமிகு ஆகாகானின் தலைமையின் கீழ் செயல்பட்ட முஸ்லிம்கள் அரசியல் பதவிகளிலும் அரசுப் பணிகளிலும் அதிக அளவில் இடங்களைக் கோரினார்கள். 1901ஆம் ஆண்டின் மக்கள்தொகை அறிக்கையின் அடிப்படையில் முஸ்லிம்கள் இங்கிலாந்து மன்னரின் ஆளுகைக்குட்பட்டிருந்த இந்தியாவில் 6.2 கோடி அல்லது மொத்த மக்கள் தொகையில்1/5 பங்கிற்கும் 1/4 பங்கிற்கும் இடைப்பட்ட அளவில் தாங்கள் இருப்பதாகக் கோரினர். மேலும் பழங்குடியினரும் வேறுசில

சிறிய சமயங்களைச் சார்ந்தவர்களும் இந்துக்கள் என்று குறிக்கப்பட்டிருந்த போதிலும் உண்மையில் அவர்கள் இந்துக்களே அல்லரென்றும், இந்துக்களின் எண்ணிக்கையினைத் தீர்மானிப்பதில் அத்தகையோர்களைக் கணக்கில் எடுக்கவே கூடாதென்றும் கூறப்பட்டது. இங்கே குறிப்பிடப்படுகிறவர்கள் பழங்குடியினரும் தீண்டத்தகாதவர்களுமேயாவர். இந்த எண்ணிக்கையில் அதிகமானவர்கள் என்று முஸ்லிம்கள் கோரலாயினர். வைஸ்ராயின் நிர்வாகம் இக்கோரிக்கைக்கு மதிப்பளிக்கும் வகையில் முந்தைய மக்கள் தொகை அறிக்கையிலிருந்து மாறுபட்ட வழிமுறையொன்றை 1910ஆம் ஆண்டின் மக்கள்தொகை அறிக்கையைப் பின்பற்றி இந்து மக்கள் தொகையை மூன்று பிரிவுகளுக்குள் பிரித்துக் குறிப்பிட்டது.

(1) இந்துக்கள் (2) நர வேட்டையாடுவோரும் ஆதிவாசிகளும் (3) ஒடுக்கப்பட்ட வகுப்பினர்.[24]

டாக்டர் பி.ஆர்.அம்பேத்கர் முஸ்லிம்களால் சமர்ப்பிக்கப்பட்ட விண்ணப்பத்தைப் பற்றிய மிகத் தெளிவான விவரத்தைத் தமது பாகிஸ்தான் அல்லது இந்தியப் பிரிவினை எனும் நூலில் தந்துள்ளார்.

மக்கள்தொகை கணக்கெடுப்பு அறிக்கையிலும் மாநில அளவிலும் மத்தியிலும் உள்நாட்டு நிர்வாகத்தில் பிரதிநிதித்துவம் வழங்குவதிலும் தாங்கள் தனித்தே கணக்கிடப்பட வேண்டும் என்று ஒடுக்கப்பட்ட வகுப்பினரின் தலைவர்கள் கோரிக்கை எழுப்பிக் கொண்டிருந்தார்கள். பிரிட்டிஷ் ஆட்சி ஒடுக்கப்பட்ட வகுப்புத் தலைவர்களின் வேண்டுகோளை ஏற்று 1911ஆம் ஆண்டு மக்கள்தொகை கணக்கெடுப்பைத் தொடங்கியது. 1911 முதல் 1932 வரையிலும் மக்கள்தொகைக் கணக்கெடுப்பு அறிக்கையில் ஒடுக்கப்பட்ட வகுப்பினர் இந்துக்களுடன் சேர்த்துக் கணக்கிடப்படவில்லை. பூனா ஒப்பந்தத்திற்குப் பின்னர்தான் ஒடுக்கப்பட்ட வகுப்பினர் இந்துக்களுடன் சேர்க்கப்பட்டனர்.

இத்தருணத்தில் ஒப்பீட்டு ஆய்வுக்காக இருபதாம் நூற்றாண்டின் தொடக்கக் காலத்தில் தலித் எழுச்சி பற்றி புகழ்பெற்ற ஆசிரியர்கள் கூறிய சில கருத்துகளைக் குறிப்பிடுவது அவசியமாகும். திரு.வாலன்டைன் கிரால் தலித்துகளின் எழுச்சி பற்றிப் பல இடங்களில் பேசியதுடன் லண்டனில் வெளியிடப்பட்ட டைம்ஸ் இதழில் (செப்டம்பர் 1910) எழுதியிருந்த கட்டுரையில் பின்வருமாறு குறிப்பிட்டிருந்தார்: 'மக்கள் முன்னுள்ள கேள்வி சமூகம் சார்ந்ததோ அறநெறி

சார்ந்ததோ மட்டுமல்லாது அரசியல் சார்ந்ததாயும் உள்ளது. உயர்சாதி இந்துக்களில் சிலரும் இப்பிரச்சினையின் அவசரத்தை உணரத் தொடங்கியிருக்கிற அதேவேளையில் சமூக ரீதியாக ஒடுக்கப்பட்ட இனத்தவராக உள்ளவர்களும் சற்று வளமுடன் வாழுபவர்களும் கூடத் தாங்கள் அனுபவித்துவரும் சமூகப் பகிஷ்காரத்தை முன்னிட்டு மனக்கலக்கம் கொண்டிருப்பதன் அடையாளங்களை வெளிக்காட்டி வருகிறார்கள்.'

தலித்துகளின் எழுச்சி பற்றி அவர் அழுத்தம் திருத்தமாகக் குறிப்பிட்டு மேலும் சொன்னதாவது: கடந்த 40 ஆண்டுகளாக ஏற்பட்டுள்ள அறநெறி சார்ந்ததும் ஆன்மீகம் சார்ந்ததுமான முன்னேற்றத்திற்கான அடையாளங்களை நாம் பார்க்கையில் அருள்பணித் தொண்டு நிறுவனங்களின் பணி மிகுந்த உற்சாகமூட்டும் வகையில் அமைந்துள்ளது. அவர்களைப் (தலித்துகள்) பொறுத்தமட்டிலும் மிகுந்த நம்பிக்கையூட்டும் அம்சம் எதுவென்றால் தங்களுடைய தாழ்ந்த நிலையைப் பற்றிய உணர்வு பெற்றவர்களாகவும் அதிலிருந்து தப்பியோடுவதற்கு ஆர்வமுள்ளவர்களாகவும் அவர்கள் இருப்பதே.[25]

8 ஜூலை 1911இல் சென்னையில் நடைபெற்ற ஒடுக்கப்பட்ட வகுப்பினரின் மாநாட்டில் தாம் ஆற்றிய தலைமையுரையில் திரு.ஜி.ஏ.நடேசன் பி.ஏ., அவர்கள் ஒடுக்கப்பட்டோரிடையே ஏற்பட்டுள்ள எழுச்சி பற்றிய தமது மகிழ்ச்சியைப் பின்வருமாறு வெளிப்படுத்தினார். உங்களுடைய முந்தின மாநாடும், சிதம்பரத்தில் நீங்கள் முன்பு நடத்திய கூட்டமும் இன்று நடக்கும் மாநாடும் உங்களிடையே ஏற்பட்டுள்ள எழுச்சி என்பதற்கான அடையாளங்களாகும்.[26]

தென்னிந்தியாவில் பிராமணரல்லாதார் இயக்கத்தின் நிலை

அங்கீகரிக்கப்பட்ட பிராமணரல்லாதாரின் இயக்கம் சென்னை மாநிலத்தில் 1916இல்தான் தொடங்கப்பட்டது. ஆனால், 1906இலேயே பிராமணரல்லாதாரிடையே பிராமணியத்தைப் பற்றிய மன உறுத்தலுக்கான அறிகுறிகளும் அடையாளங்களும் தோன்ற ஆரம்பித்திருந்தன. வெளிப்படையாக ஒரு அமைப்பை உருவாக்குவதற்குரிய தைரியமில்லாதவர்களாகப் பிராமணரல்லாதார் இருந்தனர். சாதியக் கட்டமைப்பில் தங்களுக்குரிய உயர்நிலையை ஏனைய பிற்படுத்தப்பட்ட வகுப்பினர் பிராமணர்களின் உதவியுடன் பெற்றிருந்ததே அதற்குக் காரணம். தங்களுடைய கொள்கை விளக்கத்தில்

மேலிடத்தில் தீண்டாமையை வைத்திருந்தனர். தேசியத் தலித் தலைவர்களும் சமய நம்பிக்கையுடைய தலித்துகளும் பிராமணரல்லாதாரின் இயக்கத்தை ஆதரித்தனர்.

1926ஆம் ஆண்டில் பெரியார் தமது சுயமரியாதை இயக்கத்தை முன்னின்று நடத்தி பிராமணருக்கு எதிராகவும் பிராமணியத்துக்கு எதிராகவும் தமது பிரச்சாரத்தைத் தொடங்கினார். தங்களுடைய எதிரிக்கு எதிராக அப்பிரச்சாரம் அமைந்திருந்த காரணத்தால், பல தலித் தலைவர்களும் பெரியாரின் பிரச்சாரத்தால் கவரப்பட்டனர். அக்கால கட்டத்தில் கடவுள் நம்பிக்கையெனும் போதை நிரம்பிய சாதிய இந்துக்கள் (ஏனைய பிற்படுத்தப்பட்ட வகுப்பினர்) பெரியாருடன் சேரப் பயந்தார்கள். ஆனால், தலித்துகளோ பெரியாரைப் பலமாகவும் பயன்தரக் கூடிய வகையிலும் ஆதரித்தார்கள். தலித்துகள் பெரியாரின் அணியில் திரண்டு நின்று பழமைவாத இந்துக்களிடமிருந்து வந்த அனைத்துவித எதிர்ப்பிலிருந்தும் அவ்வியக்கத்தைப் பாதுகாத்தார்கள்.

பிற்காலத்தில் நீதிக்கட்சியாக மாறிய பிராமணரல்லாதார் இயக்கம் அறிஞர் அண்ணாவால் இந்திய சுதேச சமஸ்தான மன்னர்கள், செல்வந்தர்கள், நிலப்பிரபுகள், ஜமீன்தார்கள், மிராசுதார்கள் என்று வருணிக்கப்பட்டவர்களால் நிறைந்த கட்சியானது. அரசியல் அதிகாரத்தைப் பெற முயற்சித்துக் கொண்டிருந்த இக்கட்சி சுயமரியாதை இயக்கத்தின் ஆதரவை நாடியது . தலித்துகள் தாங்கள் வியர்வை சிந்தி சம்பாதித்த சிறு தொகையுடன் கூடிய மனித சக்தியை வழங்கினர். நீதிக்கட்சி செல்வந்தர்கள் பெரியாருக்கு உதவிட முன்வந்து பெருமளவில் பண உதவியும் அளித்தனர். இவ்வாறாகத் திராவிடர் கழகம் ஆலமரம் போல ஓங்கி வளர்ந்தது.

பிரிட்டிஷ் ஆட்சியின் கீழும் கிறித்தவ அருள் தொண்டர்களின் வருகைக்குப் பின்னரும் தலித்துகள் பெற்ற முன்னேற்றம் பற்றிய ஆய்வுக்குள் புகுமுன், தலித்துகள் பற்றி அரசியல் கட்சிகள் கொண்டிருந்த எண்ணங்களை அறிந்திடல் முக்கியமானது. அரசியல் கட்சிகள் தலித்துகள் மீது எப்போது தங்களது பார்வையைத் திருப்பின? மாண்டேகு செம்ஸ்போர்டு சீர்திருத்தங்களின் அடிப்படையில் 1919க்குப் பிறகு அரசியல் களத்தில் தலித்துகள் வகுப்புவாரிப் பிரதிநிதித்துவம் மூலம் அரசியல் உரிமைகளைப் பெற்ற பின்னரே அரசியல் கட்சிகள் தங்கள் பார்வையைத் திருப்பின? மாண்டேகு செம்ஸ் ஃபோர்டு சீர்திருத்தங்களின் அடிப்படையில் 1919க்குப் பிறகு அரசியல் களத்தில் தலித்துகள் வகுப்பவாரிப் பிரதிநிதித்துவம் மூலம்

அரசியல் உரிமைகளைப் பெற்ற பின்னரே அரசியல் கட்சிகள் தங்கள் பார்வையைத் தலித்துகளின் பக்கமாகத் திருப்பின என்பது வரலாற்று உண்மைகளில் இருந்து தெரியவருகிறது.[27]

அரசியல்வாதிகளின் மனமாற்றம் பற்றிய தம்முடைய கருத்துகளை திரு.எல்.எஸ்.எஸ்.ஓ' மாலி பின்வருமாறு வெளியிட்டார்: மாண்டேகு செம்ஸ்ஃபோர்டு அரசியல் சீர்திருத்தங்கள் அறிமுகப்படுத்தப்பட்ட பின்னரும் முஸ்லிம்களுக்குத் தனிப் பிரதிநிதித்துவம் வழங்கப்பட்ட பின்னரும் பெரிய மாற்றம் ஏற்பட்டது. இன உணர்வுகள் மேலோங்கியுள்ளன. தீண்டத்தகாதவர்கள் ஒதுக்கப்படத்தக்க அளவில் இல்லை என்பதை இந்து அரசியல்வாதிகள் உணர்ந்துள்ளார்கள்.[28]

பிரிட்டிஷ் ஆட்சி ஏற்படுமுன் இந்தியாவின் நிலை

பிரிட்டிஷ் அரசு ஏற்படுமுன் இந்தியாவின் நிலையைப் பற்றிப் பலரும் எழுதியுள்ளனர். ஒரேயொரு மேற்கோளை மட்டும் எடுத்துக் கூறுவதே போதுமானது. இந்தியன் *ரிவியூவின்* அக்டோபர் 1911 இதழில் திரு.ஏ.வாசுதேவ பாய் எழுதிய கட்டுரையில் பின்வருமாறு குறிப்பிட்டுள்ளார்.

"மிக நீண்ட காலமாக இந்தியா அந்நிய ஆதிக்கத்தின் கீழ் இருந்ததென்பது வரலாற்றின் அடிப்படையில் உண்மையாகும். பிரிட்டிஷார் இந்தியாவைக் கைப்பற்றியதற்கு முந்திய நூற்றாண்டுகளில் அடிக்கடி ஏற்படும் போர்கள், இரத்தம் சிந்துதல், கொள்ளையடித்தல், பேரழிவு போன்றவற்றிற்கு இந்நாடு உள்ளாகியிருந்தது. உயிரும் உடைமைகளும் பாதுகாப்பின்றியே இருந்தன."[29]

இப்பொழுது தமது நாடு ஒன்றுபட்ட நாடாக இருப்பது குறித்து ஒவ்வொரு இந்தியனும் பெருமையடைகிறான். பாரம்பரியமாக இது ஒரே நாடாகவா இருந்தது. ஒருபோதும் இல்லை என்பதே வரலாற்று ஆசிரியர்களின் பதில். இது எப்படி ஒரே நாடாக மாறியது. பிரிட்டிஷார்தாம் இதனை பாகிஸ்தானும் பர்மாவும் சேர்ந்த ஒரே நாடாக ஆக்கினர்.

திரு.டபிள்யு.என்.குபேர் கூறுவது போல் 'இந்திய வரலாற்றில் முதன்முறையாக மக்களாட்சி முறைப்படி இந்திய மக்களைச் சட்டப்பூர்வமாக ஒருங்கிணைத்தது பிரிட்டிஷாரே.'[30]

திரு.எ.வாசுதேவ பாய் அமைதியும் பாதுகாப்பும் பத்தொன்பதாம் நூற்றாண்டின் தொடக்கக் காலத்தில்தான்

ஏற்பட்டன. அதுவும் கூட பிரிட்டிஷ் ஆட்சி காலமாக வேரூன்றி இன்றைய அரசின் பகுதிகளிலேயே அவ்வாறான நிலை ஏற்பட்டது என்று குறிப்பிட்டார்.[31]

பிரிட்டிஷார் தங்களது நாட்டிலிருந்து படைகளைக் கொண்டு வந்தனரா? இது ஆய்வுக்குரியதொரு கேள்வி. பிரிட்டிஷார் தலித் மக்களிடையே தீர்மான குணங்களைக் கண்டுபிடித்து அவர்களைப் பெருமளவில் சேர்த்துக் கொண்டனர். தங்களது ஆட்சியை நிறுவுவதற்குப் பெரியதொரு படையை நிறுவி இந்தியா முழுவதையும் ஒரே நாடாக ஆக்குவதில் அவர்கள் வெற்றி பெற்றார்கள். 20 அக்டோபர் 1932இல் லண்டனில் வெளியிடப்பட்ட தி டைம்ஸ் இதழில் வெளியாகிருந்த ஒரு கட்டுரையிலிருந்து இது தெளிவாகிறது. சென்னை, பம்பாய், பஞ்சாப் ஆகிய பட்டாளங்களில் ஒடுக்கப்பட்ட வகுப்பினரைச் சேர்ந்திருந்தவர்களைப் பிரிட்டிஷார் பிரித்து விட்டிருந்தனர். திரு.எல்.எஸ்.எஸ்.ஓ' மாலி, ஒரு எழுத்தாளரின் கருத்தை மேற்கோள் காட்டி எழுதியிருந்தார். அந்த எழுத்தாளர் "தங்களுடைய தோள்பட்டைகளில் பழுப்புநிறப் பட்டைகளையும் தாங்கிக் கொண்டு சீனப் பெருஞ்சுவர் தொடங்கி ஆப்பிரிக்கா மற்றும் பிரெஞ்சுத் தீவுகள் வரையிலும் பிரிட்டிஷ் அரசின் கொடியைச் சுமந்த வீரர்கள் ஒடுக்கப்பட்ட வகுப்பினரிலும் கிறித்தவரிலுமிருந்து வந்தவர்களே. அத்தகு வீரமிகு விசுவாசமிக்க வீரர்களைப் பிரித்துவிட்டார்களே என்று அவ்வெழுத்தாளர் தமது ஆதங்கத்தைத் தெரியப்படுத்தியிருந்தார்.[32]

மகாராணியின் அகழி வீரர்கள் என்றும் சுரங்கக்காரர்கள் என்றும் (The Queens Own Sappers and Miners) அழைக்கப்பட்டு வந்த இந்திய இராணுவத்தின் படைப்பிரிவு அண்மையில் கலைக்கப்பட்டது. இப்பிரிவில் சென்னையைச் சேர்ந்த இந்தியக் கிறித்தவர்களும் பறையர்களும் சேர்க்கப்பட்டிருந்தார்கள்.[33]

மேலே, தரப்பட்டுள்ள மேற்கோள்கள் ஒருபுறமிருக்க கிழக்கிந்தியக் கம்பெனிக்குச் சென்னையைச் சேர்ந்த தலித்துகள் சமர்ப்பித்திருந்த விண்ணப்பங்களில் தங்களினத்தைச் சேர்ந்த ஆடவர் எவ்வாறு கம்பெனியின் இராணுவத்தில் பணிபுரிந்தனர் என்பதையும் போர்களில் அவர்கள் எவ்வளவு உதவிகரமாக இருந்தனர் என்பதையும் குறிப்பிட்டிருந்தார்கள். 1779இல் செயின்ட் ஜார்ஜ் கோட்டைக்கருகில் அவர்கள் போட்டிருந்த குடிசைகளைக் காலி செய்யக் கேட்டுக் கொள்ளப்பட்ட வேளையில் கிழக்கிந்தியக் கம்பெனிக்கு அவர்கள் ஆற்றியிருந்த பணிகளையெல்லாம் குறிப்பிட்டு

விண்ணப்பம் ஒன்றைச் சமர்ப்பித்தார்கள். அவ்விண்ணப்பத்தில் பல வரலாற்றுண்மைகள் இடம்பெற்றிருந்தன.

தங்களது விண்ணப்பத்தில் தலித்துகள் பின்வருமாறு குறிப்பிட்டிருந்தார்கள்: விண்ணப்பதாரர்கள் அப்பகுதியில் குடியிருந்த சீமான்களுக்கும் சீமாட்டிகளுக்கும் சமையல்காரர்கள், உதவிக்காரர்கள், பல்லக்குச் சுமப்பவர்கள், குதிரைக் காவலர்கள், புல்தரைப் பாதுகாவலர்கள், தாதியர்கள், தண்ணீர் சுமப்பவர்கள், துப்புரவுப் பணியாளர்கள், வண்டி ஓட்டுபவர்கள், விளக்கேற்றுபவர்கள் போன்ற எளிய பணியாட்களாக வேலை செய்தவர்கள்.[34]

1810இல் முற்காலத்தில் பெரிய பறச்சேரி என்றும் பிற்காலத்தில் கறுப்பு நகரம் என்றும் அழைக்கப்பட்ட சென்னை ஜார்ஜ் டவுனில் தலித்துகள் தங்களது பெரிய பறச்சேரியிலுள்ள குடிசைகளுக்கு விதிக்கப்பட்ட வெளியேற்ற வரிக்கு எதிர்ப்புத் தெரிவித்து செயின்ட் ஜார்ஜ் கோட்டையின் ஆங்கிலேய அதிகாரிகளிடம் விண்ணப்பம் ஒன்றைச் சமர்ப்பித்தார்கள். இவ்விண்ணப்பம், கிழக்கிந்தியக் கம்பெனியின் இராணுவத்திற்குத் தலித்துகள் ஆற்றிய சேவையையும் ஆங்கிலேய ஆட்சியை நிறுவுவதில் அவர்கள் எவ்வாறு உதவிகரமாக இருந்தார்கள் என்பதையும் குறிப்பிடுகிறது.

உண்மை இவ்வாறாகச் சொல்லப்படுகிறது. பழங்காலத் தொட்டே இவ்விண்ணப்பதாரர்கள் மட்டுமல்லாமல் அவர்களுடைய தலைமுறையினரும் மாண்புமிகு கம்பெனியின் கொடி கிழக்கிந்தியாவில் பறக்கத் தொடங்கிய நாள் முதலே கம்பெனியின் பணியில் இருந்துள்ளனர். அவர்களும் அவர்களுடைய வழித்தோன்றல்களும் கம்பெனியின் எல்லாப் போர்களிலும் கம்பெனிக்கு ஏற்பட்ட எல்லா எதிர்ப்புகளிலும் கம்பெனிக்குப் பணிபுரிந்து வந்துள்ளார்கள்.[35]

பிரிட்டிஷ் ஆட்சிக்காலத்தில் சென்னை மாகாணத்திலிருந்த தலித்துகள் முன்னேற்றமடைந்தது பற்றிய உண்மைகளை வெளியுலகுக்குத் தெரியாதபடி மறைத்த, பதிவுத்துறையின் தலைமை ஆய்வாளராய்ப் பணியாற்றிய மாண்புமிகு திவான் பகதூர் எஸ்.ஸ்ரீனிவாச ராகவ ஐயங்காருக்கு 1892இல் எழுதிய பகிரங்கக் கடிதமொன்றில் தலித் தலைவர் பண்டித க.அயோத்திதாசர் பிரிட்டிஷ் ஆட்சியின் கீழ் சென்னை மாகாணத்தில் தலித்துகள் இராணுவத்தில் சேர்ந்ததை விவரித்து எழுதியுள்ளார்.

பண்டித க.அயோத்திதாஸ் குறிப்பிட்டிருந்ததாவது: அகழி வீரர்கள், சுரங்கக் காவலர்கள் எனும் இராணுவப்

பிரிவுகளில் சாதிய இந்துக்கள் சேரவில்லை. வெளிநாட்டுப் பயணங்களின் மூலம் தங்களது சாதியை இழந்துவிடுவோம் என்ற அச்சம் காரணமாகவும் மண்மேடுகளைச் சமன் செய்வதும் குழிகளை நிரப்புவதும் மரங்களை வெட்டுவதும் தங்களைத் தரம் தாழ்த்தும் வேலைகளென்று நம்பியதன் காரணமாகவும் இப்பிரிவுகளில் அவர்கள் சேரவில்லை. ஆனால், பறையர்கள் என்றழைக்கப்பட்ட திராவிடர்கள் இதுபோன்ற உணர்வுகளைக் கொண்டிராததால் இப்பிரிவுகளில் சேர முன்வந்து பெருமளவில் அவற்றில் சேர்ந்தார்கள். காடுகளினூடேயும் குன்றுகளிலும் அவர்கள் சாலைகளை அமைத்தார்கள். அக்காலங்களில் ஏற்பட்ட அனைத்துப் போரின் துயரங்களையும் ஏற்றுக்கொள்வதில் முதலிடம் வகித்தவர்கள் அவர்களே! சுருக்கமாகச் சொல்ல வேண்டுமாயின், அவர்கள் தங்களுடைய ஐரோப்பிய எஜமானர்களுக்கு உண்மையாகவும் விசுவாசமாகவும் பணிபுரிந்தார்கள். இத்தகு சிறப்பு வாய்ந்த பணியை மதித்து அவர்களுக்கு இராணுவத்தில் உயர் பதவிகள் வழங்கப்பட்டன. அவர்களும் அவர்களுடைய உறவினர்களும் சில காலமாகத் தேர்ந்த சிறப்புமிக்க வாழ்க்கை நடத்தி ஓய்வுக் காலத்தில் அவர்களுக்கு வழங்கப்பட்ட ஓய்வூதிய நிதியைக் கொண்டு தங்களுடைய பிள்ளைகளை நாகரிகத்தின் மேல்தட்டுக்கு உயர்த்தும் வகையில் அவர்களுக்கு உதவ அவர்களால் முடிந்தது.[36]

ஒடுக்கப்பட்ட வகுப்பினர் நிறைந்த இராணுவம் ஆற்றிய சேவையைக் குறிப்பிட்டு இலண்டனில் நடைபெற்ற வட்டமேஜை மாநாட்டில் பேசிய டாக்டர் பி.ஆர்.அம்பேத்கர் 1892 வரையிலும் சென்னையிலுள்ள முழு இராணுவமும் பம்பாயிலுள்ள முழு இராணுவமும் ஒடுக்கப்பட்ட வகுப்பினரால் நிறைந்திருந்தன. இந்திய வரலாற்றில் நடந்த முக்கியமான போர்களெல்லாமே பம்பாய் மாகாணத்திலும் சென்னை மாகாணத்திலும் இருந்த ஒடுக்கப்பட்ட வகுப்பினரைச் சார்ந்த சிப்பாய்களின் உதவியால் நடந்த போர்களே என்று குறிப்பிட்டிருந்தார்.[37]

டாக்டர் பி.ஆர்.அம்பேத்கரும் கூட மரபு வழியாகப் பிரிட்டிஷ் இராணுவத்தில் பணியாற்றியவர்களின் மரபில் உதித்தவரே; அவருடைய தந்தையாரும் இரு பாட்டன்மாரும் ஆறு தாய்மாமன்களும் சுபேதார் மேஜர்களாகப் பணியாற்றியவர்கள்.

கனடா நாட்டறிஞர் திருமதி. அர்திதி பாஷம் (Ardythe Basham) தமது 'தீண்டத்தகாத வீரர்கள்' எனும் நூலில் இந்தியாவில் செயல்பட்டு வந்த ஒடுக்கப்பட்ட வகுப்பினரின் இராணுவம் பற்றி விரிவாக எழுதியுள்ளார்.

'பிரிட்டிஷ் சாம்ராஜ்யத்தில் சூரியன் ஒருபோதும் அஸ்தமிப்பதில்லை' என்று பிரிட்டிஷ் மக்கள் ஒரு காலத்தில் பெருமையாகச் சொல்லிக்கொண்டிருந்தார்கள். அத்தகையதொரு சாம்ராஜ்யத்தை உலகில் அவர்கள் நிறுவினார்கள். ஒடுக்கப்பட்ட வகுப்பினரின் தீரத்தைப் பற்றி பிரிட்டிஷ் பிரதமர் நெவிலி சேம்பர்லெயின் (Neville Chamberlain) குறிப்பிட்டதாவது, "சிப்பாய்க் கலகத்தின்போது டெல்லியை முற்றுகையிடுவதற்கென்று சீக்கிய தலித்துகள் இராணுவத்தில் சேர்க்கப்பட்டார்கள். அவர்களது தீரமிக்க செயல் உயிரைத் துச்சமென்று எண்ணிய செயலாகும். அவர்களுள் எட்டு வீரர்கள் ஹோர்ன் மற்றும் சால்கெல்ட் என்பவர்களின் தலைமையில் வெடிமருந்து மூட்டைகளைச் சுமந்து சென்று காஷ்மீர் கோட்டை வாசலைத் தகர்த்தெறிந்தார்கள். அவர்களுடைய பெயர்கள் இன்றளவும் அவ்வளைவில் பொறிக்கப்பட்டுள்ளன.[38]

தலித்துகளின் வீரம் இன்றளவும் மறைந்துவிடவில்லை. அண்மையில் நடைபெற்ற பாகிஸ்தான் போரில் கூட (காஷ்மீரில்) வட ஆர்க்காடு மாவட்டத்தைச் சேர்ந்த பீரங்கி வீரர் ஆறுமுகம் தன்னுயிரை மாய்த்துக்கொள்ளும் முன்பு எதிரிகளின் மூன்று போர் விமானங்களைச் சுட்டு வீழ்த்தினார் என்னும் செய்தி அனைவரும் அறிந்ததே. பகைவர்கள் தாக்கியபோது அவர் தமது பணியிடத்தை விட்டு ஓடிடவில்லை. தமது மரணத்திற்குப் பிறகு அவர் 'வீர சக்கரா' விருதினைப் பெற்றார்.

தலித்துகளின் இடம்பெயரும் தன்மை

ஐரோப்பியர்களும் கிறித்தவ அருள்தொண்டர்களும் இந்துஸ்தான் எனும் புனித பூமிக்கு வருமுன்னர் தமிழ்நாட்டிலும் பிற பகுதிகளிலும் வாழ்ந்த தலித்துகள் அங்குமிங்கும் விரட்டியடிக்கப்படும் வாயில்லாத ஆடு, மாடுகளைப் போல மனித மாண்பு எதுவுமின்றி அடிமை வாழ்க்கை வாழ்ந்து வந்தார்கள்.

16ஆம் நூற்றாண்டின் தொடக்கத்தில் நாகரிகமற்ற தலித் அடிமைகளிடையே தங்களது அருள்பணியை ஐரோப்பியக் கிறித்தவ அருள்தொண்டர்கள் தொடங்கினார்கள். ஆரம்பத்தில் கிறித்தவ அருள்தொண்டர்கள் ஒடுக்கப்பட்ட இனத்தவரின் குழந்தைகளுக்காக ஆரம்பப் பள்ளிகளையும் பெரியவர்களுக்காக இரவுப் பள்ளிகளையும் தொடங்கினார்கள். ஏழைகளுக்கு உதவும் வகையிலும் குறிப்பாக நம் நாட்டைச் சேர்ந்த இந்து மருத்துவர்களால் தீண்டத்தகாத தலித்துகளின் நன்மைக்காகக்

கிறித்துவ அருள்தொண்டர்கள் இந்தியாவெங்கிலும் பல மருத்துவமனைகளை நிறுவினார்கள். பின்னர், பல உயர்நிலைப்பள்ளிகளையும் கல்லூரிகளையும் நிறுவினார்கள். இதன் விளைவாக ஏற்பட்ட தொடக்க நிலையிலான அறிவு இந்துக்களின் வஞ்சகமான செயல்களிலிருந்து தப்பி பாதுகாப்பான இடத்தைப் பெறும் வழிமுறைகளை ஆய்ந்திடுமாறு இந்தியா முழுவதிலுமுள்ள தலித்துகளைத் தூண்டிற்று. இந்தியாவெங்கிலும் குறிப்பாக சென்னை மாகாணத்தில் கிறித்தவ சமயத்திற்குப் பெருந்திரளாக மக்கள் மாறும் நிலை தொடங்கியது.

பெரும்பாலும் ஒடுக்கப்பட்ட இனத்தவரிடையே இருந்து வந்த மதம் மாறிய கிறித்தவர்கள் பிரிட்டிஷ் ஆட்சியின் நிர்வாகத்தில் இடம்பெற்றார்கள். மதம் மாறிய தலித்துகள் அடிமைத்தனத்திலிருந்த தங்களுடைய சகோதரர்களை மறந்துவிடாமல் அவர்களுடைய அவலங்களைப் போக்கும் பணிகளில் ஈடுபட்டார்கள்.

பிரிட்டிஷ் ஆட்சிக் காலத்தில் ஏற்பட்ட இவ்விடப் பெயர்ச்சி தலித்துகளுக்கு எவ்வாறு உதவிக்கரமாக இருந்ததென்பதை டாக்டர் எஸ்.மாணிக்கம் விளக்கியுள்ளார். பிரிட்டிஷ் ஆட்சி தலித்துகள் வேறிடங்களில் குடியேறவும் தங்களது தாய்மண்ணிலேயே பாரம்பரியமாகச் செய்துவந்த அடிமை வேலையை விட்டு வேறு வேலைகளில் ஈடுபடவும் உதவியது. இந்தியாவுக்கு வெளியே இருந்த பிரிட்டிஷ் காலனிகளும் பிரெஞ்சுக் காலனிகளும் தங்களுடைய ரப்பர் தோட்டங்களிலும் தேயிலைத் தோட்டங்களிலும் விவசாயப் பண்ணைகளிலும் வேலை செய்வதற்கு ஒரு பெரும் தொழிலாளர்கள் அணியைத் தேடிக் கொண்டிருந்தன. பிரிட்டிஷ் அரசு பிஜித்தீவுகள், தென்னாப்பிரிக்கா, மொரிசியஸ், மேற்கிந்தியத் தீவுகள், மலேசியா, ஸ்ரீலங்கா போன்ற நாடுகளுக்குக் கப்பல் கப்பலாய்த் தமிழர்களை அனுப்பியது.[39]

இந்தியாவிற்குள்ளும் பிரிட்டிஷ் அரசு வயனாடு, குடகு, நீலகிரி ஆனைமலைப் பகுதிகளிலிருந்த காபி, தேயிலைத் தோட்டங்களில் பணிபுரிந்திடவும் சாலைகளையும் இருப்புப் பாதைகளையும் அமைப்பதிலும் தாழ்ந்த சாதித் தொழிலாளர்களுக்கு வேலை வாய்ப்புகளை உருவாக்கியது.

கோலார் தங்கவயலில் ஜான் டெய்லர் கம்பெனியால் (John Taylor&Co) பெரும்பான்மையான தலித்துகளுக்கு வேலை வழங்கப்பட்டது. பல தலித்துகள் சுரங்கங்களில் ஒப்பந்தக்காரர்களாகி கல்வி நிலையங்களை நிறுவலாயினர். (விவரங்களுக்குப் பின்னிணைப்பு V ஐப் பார்க்கவும்.)

பொருளாதார விடுதலையும் சமூக விடுதலையும் வேண்டி நீண்ட காலமாகத் தலித்துகள் கொண்டிருந்த வேட்கை இடப்பெயர்ச்சி மூலம் தணியத் துவங்கியது. கணிசமான வருவாய் தரக்கூடிய மாற்று வேலை வாய்ப்புகள் தலித்துகளுக்குக் கிடைக்கலாயின. தன்னை அறியாமலேயே பொருளாதார நிலையில் உயர்வை ஏற்படுத்திப் புதியதொரு சுதந்திர உணர்வையும் உத்வேகத்தையும் அவர்களுக்குத் தந்து பன்னெடுங்காலமாகத் தங்களைப் பிணித்திருந்த கிராமியச் சமூக வழக்கம் எனும் தளையிலிருந்து தங்களை விடுவித்துக் கொள்ள உதவியது.

ஐரோப்பியர்கள் தலித்துகளைச் சமையல்காரர்கள், உணவு பரிமாறுபவர்கள், தோட்டக்காரர்கள், குதிரை வண்டி ஓட்டுபவர்கள். குதிரைகளைப் பராமரிக்கிறவர்கள், ஆயாக்கள் போன்ற வீட்டு வேலைக்காரர்களாகப் பணியிலமர்த்தி இருந்ததை நாம் ஏற்கெனவே கண்டோம்.

அருள்திரு.ஜோசப் தெக்கேடாத் (Rev.Joseph Thekkedath) தலித்துகளை மனிதநேயத்துடன் நடத்திய ஐரோப்பியர்கள் இந்துக்களால் நடத்தப்பட்ட விதம் பற்றி தமது வியப்பை வெளிப்படுத்தியுள்ளார். 'போர்த்துக்கீசியர்களும் பிற ஐரோப்பியர்களும் ஒதுக்கப்பட்ட சாதியினருடன் தாராளமாகப் பழகியதால் சாதி இந்துக்கள் அவர்களையும் ஒதுக்கப்பட்ட சாதியினருக்குச் சமமாகவே கருதி அவர்களைப் பரங்கியர்கள்' என்று அழைத்தார்கள். போர்த்துக்கீசியர்களால் ஞானஸ்நானம் பெற்றவர்களும் 'பரங்கியர்களாகவே' கருதப்பட்டார்கள்.[40]

இந்துக்களின் வழக்கமான நம்பிக்கை யாதெனில் பறையன் அல்லது பஞ்சமன் ஒருவனைத் தொடுவதே கூட மேல்சாதி மனிதரைத் தீட்டுப்படுத்திவிடும் என்பதும் அவனுடைய நிழல் பட்டால் கூட உணவும் தண்ணீரும் தீட்டுபட்டுவிடுமென்பதாகும். இவ்வகையில் தாழ்த்தப்பட்டு, தடை செய்யப்பட்டு ஒதுக்கப்பட்டிருந்த ஆண்களும் பெண்களும் ஆங்கிலேயர்களால் தங்களுடைய வீடுகளில் வேலையாட்களாகவும் ஆங்கிலேயர்களுடன் நெருங்கிய தொடர்புடைய வேலைகளிலும் அமர்த்தப்பட்டார்கள். ஆங்கிலேயர்களிடமிருந்தும் வேறு அந்நியரிடமிருந்தும் தலித்துகள் மனிதாபிமான உணர்வுகளைப் பெற்றார்கள். இம்மாதிரியான நடவடிக்கைகள் தலித்துகளைத் தங்களுடைய மனிதத்தன்மையின் சுதந்திரத்தை உணர்ந்து கொள்ளச் செய்ததுடன் சமூகக் கூட்டமைப்பிலும் பின்னர் அரசியல் அரங்கிலும் தங்களுக்குள்ள உரிமையைக் கோரவும் வழிவகுத்தது.

தலித்துகளின் நடவடிக்கைகளைப் பற்றிப் பார்க்கும்முன் 'பிரிட்டிஷ் ஆட்சி தலித்துகளுக்கு எவ்வாறு உதவியது?' என்பதையும் பார்ப்பது முக்கியம்.

தலித்துகளின் மாற்றுருவாக்கத்திற்குப் பிரிட்டிஷார் எடுத்த முயற்சி

இந்தியா சுதந்திரம் பெற்ற பிறகு பிறந்த தலித்துகளில் பெரும்பான்மையோர் சமூகத்தில் தாங்கள் பெற்றுள்ள உயர்நிலைக்கு அரசியல் கட்சிகளே காரணம் என்று நம்பத் தலைப்பட்டுள்ளனர். அது உண்மைபோல் தோன்றக் கூடும். ஆனால், குழப்பமான சமூக நிலையிலிருந்து தலித்துகள் விடுதலை பெறத் தொடங்கியதெல்லாம் பிரிட்டிஷார் பல சீர்திருத்தங்களை அறிமுகப்படுத்திய பின்னர்தாம் நிகழ்ந்தது.

பிரிட்டிஷார் இந்நாட்டிற்கு வந்த வேளையில் சமூக வானகத்தின் லகான் நம்முடைய பூசாரி வர்க்கத்திடமிருந்தது. சரியாகவோ, தவறாகவோ அவர்கள் கடிவாளத்தை இறுக்கமாகப் பிடிப்பதால் தங்களுக்கு ஆதாயம் கிட்டுமென எண்ணினார்கள். இந்தியாவில் சமூகச் சீர்திருத்தம் எனும் பிரச்சினை இந்து சமயத்துடன் அதன் சமூக அமைப்புக் கொண்டுள்ள நெருங்கிய தொடர்பு காரணமாகச் சிக்கல் மிகுந்ததாகியுள்ளது. சமூக வாழ்க்கையை நடத்துவதற்கான சட்டங்களை இந்து சமயம் வகுத்தளிக்கிறது. சமூக அமைப்புகள் இறையியல் அதிகாரத்தின் மேல் கட்டப்படுகின்றன.

மக்களுக்குச் சமயத்தை விளக்கிக் கூறுபவர்களும் சமயஞ்சார்ந்த சமூக வழக்கங்களை விவரிப்பவர்களும் பிராமணர்களே. இவர்கள் எப்போதுமே மாறாத நிலையைப் பாதுகாப்பவர்களாகவோ அல்லது தங்களது அதிகாரத்தைப் பாதிக்காத அளவில் மட்டுமே மாற்றங்களை அனுமதிக்கிறவர்களாகவோ இருக்கிறார்கள். பிரிட்டிஷார் மெள்ள மெள்ள ஆனால், உறுதியுடன் இந்தியாவில் சீர்திருத்தங்களை அறமுகப்படுத்தினார்கள். ஒவ்வொரு சீர்திருத்தமும் மறைமுகமாகத் தலித்துகளுக்கு உதவி செய்தது. அதேவேளையில் ஒவ்வொரு சீர்திருத்தமும் இந்து சமயத்தின் மீது ஒரு களங்கத்தை ஏற்படுத்தியது. அந்த வகையில் எந்தப் பிராமணனுமே ஆங்கிலேயரைப் பாராட்டியதில்லை. ஆனாலும் ஒரு சில விதிவிலக்குகளும் இருந்தன.

1911இல் மாண்புமிகு.திரு.வி.கிருஷ்ணசாமி ஐயர் ஒடுக்கப்பட்ட வகுப்பினருக்காக பிரிட்டிஷார் செய்தவை இன்னின்னதென்று தைரியமாகக் குறிப்பிட்டு பிரிட்டிஷ் சட்டம், சட்டப்பேரவை

ஒன்றால் செய்ய முடிந்த எல்லாவற்றையும் ஒடுக்கப்பட்ட வகுப்பினருக்காகச் செய்துள்ளது' என்று பேசினார்.⁴¹

மேலும் சட்டம் எந்த அளவிற்கு அவர்களுக்கு உதவிகரமாயுள்ளது என்பதையும் அவர் வெளிப்படுத்தினார். 'எந்தச் சட்டமும் மக்களை அவர்கள் இருக்கிற நிலையை விட மேலான நிலைக்குக் கொண்டு செல்ல முடியும் என்று நான் நினைக்கவில்லை. சட்டம் ஓர் இலட்சியத்தைச் சுட்டிக்கட்டக் கூடும். சட்டம் வகுத்துக் கூறும் சிந்தனையின் அளவுக்குத் தங்களை உயர்த்திக் கொள்வது அம்மக்களிடையே உருவாகும் சரியான உணர்வைப் பொறுத்ததே.'⁴²

பிரிட்டிஷார் ஒடுக்கப்பட்ட வகுப்பினருக்கு மாற்று வேலைகளை ஏற்படுத்திக் கொடுத்த பிறகு அவர்களது முன்னேற்றத்தைக் கண்காணித்து வந்ததோடு தமது ஆட்சிக்காலத்தில் அவ்வப்போது மதிப்பீடும் நடத்தி வந்தனர்.

1819இல் சென்னை மாநிலத்திலுள்ள தலித் மக்களின் நிலைமை பற்றிய ஓர் ஆய்வினைச் சென்னை அரசாங்கம் நடத்தியது. பல்வேறு மாவட்டங்களின் ஆட்சித் தலைவர்களும் சென்னை செயின்ட் ஜார்ஜ் கோட்டையிலிருந்த வருவாய்க் கழகத்திற்குத் தங்களுடைய அறிக்கைகளை அனுப்பி வைக்குமாறு கோரப்பட்டார்கள். கிறித்தவ அருள்தொண்டர்கள் கொத்தடிமைகளாக இருந்த தலித் தொழிலாளர்கள் பற்றி அரசுக்கு விண்ணப்பங்களை அனுப்பிக் கொண்டிருந்தார்கள்.

பிரிட்டிஷ் ஆளுகைக்குட்பட்ட பகுதிகளில் அடிமைகளாக இருந்த அனைவரையும் பயிற்சித் தொழிலாளர்களாக மாற்றியமைத்த புகழ்பெற்ற சட்டம் பிரிட்டிஷ் பாராளுமன்றத்தில் 1833இல் இயற்றப்பட்டது. இந்தியாவிலிருந்த கிழக்கிந்தியக் கம்பெனி 1833 ஆம் ஆண்டுச் சட்டத்திற்கு எதிராக நடந்து கொண்டது.

1843இல் இந்திய அரசாங்கம் 'அடிமை ஒழிப்புச் சட்டத்தை' (The Slavery Abolition Act) நிறைவேற்றியது. இச்சட்டம் தலித் கொத்தடிமைகளுக்குப் பெரும் விடுதலையை அளித்தது.

1843இல் நிறைவேற்றப்பட்ட V ஆம் சட்டம் இந்தியாவில் வழக்கிலிருந்த அடிமைமுறையின் மீது நான்குமுனைத் தாக்குதலைத் தொடுத்தது. வரி பாக்கிக்காக அடிமைகளை விற்கும் வழக்கம் நடைமுறையில் இருக்கக் கூடாதென்றது அச்சட்டம். அடிமைகளை வைத்திருப்பதாகச் சொல்லுவதால் ஒருவருக்கிருக்கும் உரிமைகளைப் பாதுகாக்க எந்த நீதிமன்றமும் நடவடிக்கை எடுக்கக் கூடாது. ஒருவர் அடிமையாய் இருப்பதாகச்

சொல்லப்படுவதன் நிமித்தமாக அவருக்குரிமையான சொத்துகளை அவரிடமிருந்து எவரும் பறிக்கவியலாது. இறுதியாக, சுதந்திரமான மனிதர் ஒருவருக்கு எதிராக இழைக்கப்படும் குற்றத்தைப் போலவே அடிமையாக ஒருவர் இருக்கிற காரணத்தால் அவருக்கு எதிராக இழைக்கப்படும் குற்றமும் தண்டனைக்குரியதாகும்.

1858இல் தலித்துகளின் குறைபாடுகளைக் கருத்தில் கொண்ட பிரிட்டிஷ் அரசாங்கம் ஒரு செய்திக் குறிப்பை வெளியிட்டது. திரு.டபிள்யூ.என்.குபேர் அதைக் குறிப்பிடுகிறார்: "அவர்களுடைய (தலித்துகளுடைய) குறைபாடுகளை அகற்றி அவர்களைச் சமூகத்தில் சம அந்தஸ்து கொண்டவர்களாக்கும் காரியம் பிரிட்டிஷ் நிர்வாகத்தின் பரிசீலனைக்கு வந்தது. 1858ஆம் ஆண்டு வெளியிடப்பட்ட செய்திக் குறிப்பின்படி முழுக்க முழுக்க அரசு நிதியினால் நடத்தப்பெறும் அனைத்துப் பள்ளிகளும் எவ்வித வேறுபாடுமின்றி அரசின் குடிமக்களின் எல்லாப் பிரிவினருக்கும் உரியதாயிருக்க வேண்டும்."[43]

1859ஆம் ஆண்டில் 'மாவட்ட போலீஸ் சட்டம்' (The District Police Act) பிரிட்டிஷாரால் இயற்றப்பட்டது. இச்சட்டத்தின்படி ஒவ்வொரு கிராமத்திலும் தலையாரிகளும், வெட்டியான்களும் கிராமத்தின் காவலர்களாக நியமிக்கப்பட்டு அரசின் சம்பளம் பெற்றார்கள். ஒவ்வொரு கிராமத்திலும் இரண்டு அல்லது இரண்டுக்கு மேற்பட்ட தலித் குடும்பங்கள் இச்சட்டத்தால் பயனடைந்தன.

1861இல் பிரிட்டிஷ் 'அரசு இந்தியத் தண்டனைச் சட்ட'த்தை (The Indian Penal Code) நிறைவேற்றியது. அதுவரை நடைமுறையிலிருந்த பிராமணியச் சட்டம் காலாவதியானது. சட்டத்தின் முன் ஒவ்வொரு மனிதனும் சமமே என்பதை இச்சட்டம் தெளிவுப்படுத்துகிறது. இந்தச் சட்டமே மரண தண்டனையிலிருந்து பிராமணர்களுக்கு விலக்கு அளிக்கிறது. கொள்ளைக் குற்றத்திற்கான கடுமையான தண்டனையாகிய ஆயுள் தண்டனையை வழங்குவதிலும் மனுதர்மம் வேறுபாட்டினைக் காட்டுகிறது. இந்துச் சமூகத்தில் மனிதனுக்கும் வேறொரு மனிதனுக்குமிடையே வேறுபாடு நிலவியது.

1882இல் சென்னை அரசு மீண்டும் தலித்துகளின் இன்னல்களை ஆய்வு செய்தது. 5 நவம்பர் 1882இல் நடைபெற்ற வருவாய்க் கழகத்தின் கூட்ட நடபடிகள் எண் 723இல் இதுபற்றிய விரிவான விவாதம் குறிக்கப்பட்டுள்ளது. டாக்டர் பி.ஆர்.அம்பேத்கரும் இராவ்பகதூர் ஆர்.சீனிவாசனும் எதிர்காலத்தில் உருவாகவிருக்கும் இந்திய அரசியல் சட்டத்தில்

சேர்க்கப்படுவதற்காகத் தலித்துகளின் கோரிக்கைகளை வட்டமேஜை மாநாட்டில் முன்வைத்துப் பேசியபோது வருவாய்க் கழகத்தின் நடபடிகளைச் சிறு அறிக்கை (Brochure) வடிவில் சமர்ப்பித்தார்கள்.[44]

புகை வண்டிகள், பேருந்துகள், மின்சார ரயில்கள் போன்றவை பெருநகரங்களில் இயங்கத் தொடங்கிய நிலையும் தீண்டத்தகாதவர்களையும் தொழிலாளர்களாகக் கொண்டு செயல்பட்ட நவீனத் தொழிற்சாலைகளும் சாதிய உணர்வுகளுக்குப் பதிலாக வகுப்புவாத உணர்வுகளை ஏற்படுத்தலாயின. உணவுவிடுதிகளும் சாதிப் பாகுபாடுகளையும் சாதி உணர்வுகளையும் ஒழித்திடப் பெரிதும் வழிவகுத்தன. கல்வி பரவியதால் இம்மாற்றம் சூடுபிடிக்கத் தொடங்கியது. பரவிவந்த கல்வி, தங்களுடைய அடிப்படை மனித உரிமைகளுக்காகவும் அரசியல் கோரிக்கைகளுக்காகவும் உணர்வுபூர்வமாகப் போராடும் அறிவு ஜீவிகளடங்கிய ஒரு குழு உருவாகக் காரணமாய் அமைந்தது.

டாக்டர் எஸ்.மாணிக்கம் இந்நிலை பற்றி கருத்துரைக்கையில், “கிறித்தவ அருள் தொண்டர்களும் அவர்களைத் தொடர்ந்து பிரிட்டிஷ் நிர்வாகமும் பறையர்களின் குறைகளைக் கவனிக்கத் தொடங்கும் வரையிலும் வாய்மூடி மௌனிகளாக இருந்த இவ்வகுப்பினர் மீது உண்மையிலேயே பரிவு காட்டவோ அவர்களது சார்பில் அக்கறையுடன் ஒரு வார்த்தை பேசவோ இந்துக்களில் எவரும் இல்லை” என்று குறிப்பிட்டுள்ளார்.[45]

கிறித்தவ அருள்தொண்டர்களும் பிரிட்டிஷ் நிர்வாகமும் வந்த பின்னரே தலித்துகள் தலைநிமிர்ந்து நடக்கத் தொடங்கியுள்ளார்கள் என்பது அனைவராலும் ஏற்றுக் கொள்ளப்பட்ட உண்மையாகும்.

விடுதலைக்கான தலித்துகளின் செயல்பாடுகள்

தலித்துகள் தங்களுடைய குறைகளை வெளிப்படுத்திடத் தொடங்கிவிட்டார்கள் என்பது சென்னை செயின்ட் ஜார்ஜ் கோட்டையிலிருந்த நிர்வாகிக்கு 1779இலும் 1810இலும் அவர்கள் சமர்ப்பித்த தாழ்மையான விண்ணப்பங்களிலிருந்து தெளிவாகும்.

1891இல் சென்னை மாநிலத்திலிருந்த தலித்துகள் ‘திராவிட மகாஜன சபா’ எனும் அமைப்பை உருவாக்கி அதன் சார்பில் டிசம்பர் 1891இல் ஊட்டியில் ஒரு மாநாட்டை நடத்தினர்.

சமூக உரிமைகள், கல்வி பெறுவதில் சலுகைகள், சிறைச்சாலைக் கையேட்டிலிருந்து சில சட்டங்களை நீக்குதல், பொருளாதார முன்னேற்றம், கிராம அதிகாரிகள் உள்ளிட்ட அரசுப் பணிகளில் பங்கு மற்றும் அரசியல் உரிமைகள் போன்றவற்றைக் கோரும் பத்துத் தீர்மானங்கள் நிறைவேற்றப்பட்டன.

கோரிக்கைகள்

'திராவிட மகாஜன சபா' கீழ்க்காணும் கோரிக்கைகளை முன்வைத்தது.

கோரிக்கை எண் 1

ஒடுக்கப்பட்ட வகுப்பினரை இழிவுபடுத்துவதைத் தடை செய்து தண்டிக்கும் வகையில் ஒருவரைப் 'பறையன்' என்று சொல்வதையோ அழைப்பதையோ தண்டிக்க வகை செய்யும் வழிமுறைகளடங்கியதொரு சட்டம் நிறைவேற்றப்படலாம்.

கோரிக்கை எண் 2

ஒடுக்கப்பட்ட வகுப்பினரை மேல்நிலைக்குக் கொண்டுவர கல்வி மிக அவசியம். எனவே ஒடுக்கப்பட்ட வகுப்பைச் சார்ந்த ஆசிரியர்களைக் கொண்ட தனிப்பள்ளிகள் ஒவ்வொரு கிராமத்திலும் நிறுவப்படலாம். இவற்றில் பயிலும் மாணவர்களுக்குப் பாதிக் கட்டணச் சலுகை வழங்கப்பட வேண்டும்.

கோரிக்கை எண் 3

உயர்நிலைப்பள்ளித் தேர்வில் வெற்றி பெறுகிற மாணவர்களைக் கல்லூரிப் படிப்புக்குத் தேர்ந்தெடுத்து அவர்களுக்குக் கல்வி உதவித்தொகை வழங்கப்படலாம்.

கோரிக்கை எண் 4

பள்ளி இறுதித் தேர்வில் வெற்றி பெற்ற மாணவர்களுக்கெல்லாம் அரசு அலுவலகங்களில் வேலை கொடுத்து உதவலாம்.

கோரிக்கை எண் 5

கல்வி அடிப்படையிலும் நன்னடத்தையின் அடிப்படையிலும் பல்வேறுபட்ட அரசு அலுவலகங்களில் வேலை கொடுப்பதற்கு எந்தத் தடையுமிருக்கலாகாது.

கோரிக்கை எண் 6

அனைத்து மாவட்டங்களிலும் உள்ள கிராமப் பஞ்சாயத்து

களிலும் நகராட்சி மன்றங்களிலும் ஒடுக்கப்பட்ட வகுப்பினரின் குறைகளைத் தெரிவிப்பதற்கென்றே ஒடுக்கப்பட்ட வகுப்பினரின் தகுதியான பிரதிநிதிகள் நியமிக்கப்படலாம். வரி செலுத்தும் தகுதியை மட்டுமே கருத்தில் கொள்ளாமல் மேற்கூறப்பட்ட பதவிகளில் கல்வித்தகுதி மற்றும் நியமிக்கப்படும் நபரின் நன்னடத்தையின் அடிப்படையில் ஒடுக்கப்பட்ட வகுப்பைச் சார்ந்த நபர்கள் நியமிக்கப்படலாம். பஞ்சாயத்துகளில் நிர்வாகத்தையும் நகராட்சிகளின் நிர்வாகத்தையும் நடத்துவதில் ஒடுக்கப்பட்ட வகுப்பைச் சார்ந்தவர்களுக்குச் சம உரிமையும் மதிப்பும் வழங்கப்பட வேண்டும்.

கோரிக்கை எண் 7

சிறைச்சாலைகளில் இழிவான எல்லா வேலைகளையும் செய்யுமாறு 'பறையர்களை' பணிக்கும் அதிகாரத்தைச் சிறைச்சாலை அதிகாரிகளுக்கு வழங்கியுள்ள சிறைச்சாலைக் கையேட்டின் சட்டம் எண் 464 திரும்பப் பெறப்பட வேண்டும்.

கோரிக்கை எண் 8

அனைத்துப் பொதுக் கிணறுகளிலிருந்தும் குளங்களிலிருந்தும் எவ்விதத் தடையுமின்றி ஒடுக்கப்பட்ட வகுப்பினர் தண்ணீர் மொண்டு கொள்ள அனுமதிக்கப்பட வேண்டும்.

கோரிக்கை எண் 9

இந்துக்கள் பணிபுரியும் நீதிமன்றங்களிலும் அலுவலகங்களிலும் ஒடுக்கப்பட்ட வகுப்பினர் நுழைவதையும் அவற்றின் அருகாமையில் அமருவதையும் தடை செய்யும் தற்போதைய கட்டுப்பாடுகள் நீக்கப்பட வேண்டும். ஆங்கிலேயர்கள் பணியாற்றும் இடங்களில் இத்தகைய தடைகள் அமல்படுத்தப்படுவதில்லை. மேலும் ஒடுக்கப்பட்ட வகுப்பினரின் விண்ணப்பங்கள் உடனடியாகப் பரிசீலிக்கப்பட்டு விரைவாகப் பைசல் செய்யப்பட வேண்டும்.

கோரிக்கை எண் 10

ஒடுக்கப்பட்ட வகுப்பினர் பெரும்பான்மையாக வாழும் கிராமங்களில் 'முன்சீப்', 'மணியக்காரன்' ஆகிய பதவிகளில் நன்னடத்தைக் கொண்ட ஒடுக்கப்பட்ட இனஞ்சார்ந்த மனிதர்கள் நியமிக்கப்படலாம். மேலும் மாவட்ட ஆட்சித் தலைவர்கள் கிராமங்களுக்குச் செல்லும்போதெல்லாம் அவர்கள் ஒடுக்கப்பட்ட வகுப்பு மக்களை நேரில் சந்தித்து அவர்களுடைய குறைகளைக் கேட்டறிந்து நீதி வழங்க வேண்டும்.[46]

பண்டித க.அயோத்திதாசர் வேதனையுடன் குறிப்பிட்டதாவது: மாநாட்டில் நிறைவேற்றப்பட்ட தீர்மானத்தின் ஒரு நகல் சுதந்திரக் கோரிக்கைகளுடன் சேர்க்கப்படும்படியாகத் தேசிய காங்கிரஸுக்கு அனுப்பப்பட்டது. அந்நாளைய பொதுச் செயலாளர் திரு.எம்.வீரராகவாச்சாரி அதனைப் பெற்றுக் கொண்டதாகவும் விவரங்கள் பின்னாளில் அனுப்பப்படுமென்றும் எழுதியிருந்தார். ஆனால் 17 ஆண்டுகள் கழிந்த பின்னரும் திராவிட மகாஜன சபா எவ்விதப் பதிலையும் பெறவில்லை. தேசியக் காங்கிரஸ் என்று தங்களை அழைத்துக் கொள்வதற்குப் பதிலாக வங்காளிகளின் சாதிக் காங்கிரஸ் அல்லது பிராமணக் காங்கிரஸ் என்றே அவர்கள் அழைக்கப்படலாம்.[47]

பண்டித க.அயோத்திதாசர் முகம்மதியர் சங்கத்தையும் கூட விமர்சித்தார்: சாதிப் பிரிவினையற்ற திராவிடர்களால் அனுப்பப்பட்ட தீர்மானங்களின் நகலைப் பெற்றுக்கொண்ட சாதிப் பிரிவினையற்ற முகம்மதியர்கள் கூட பொதுவான கோரிக்கைகளைக் குறித்துக் கூட எதையுமே செய்யவில்லை. காங்கிரஸ், முகம்மதியர் எனும் இரு சங்கங்கள் இருப்பது ஒடுக்கப்பட்ட வகுப்பினருக்கு எந்த வகையிலும் பயனுள்ளதாயும் உதவிகரமாயும் இல்லை.[48]

மேலே தரப்பட்டுள்ள தீர்மானங்கள் தேசியக் காங்கிரஸுக்கும் முகம்மதிய சங்கத்திற்கும் 21 டிசம்பர் 1891இல் அனுப்பப்பட்டன.

1892இல் சென்னையிலிருந்த சமயப் பற்றுள்ள தலித் தலைவர்கள் ‘ஆதி திராவிட மகாஜன சபா’ எனும் பெயரில் வேறோர் அமைப்பை உருவாக்கினார்கள். ஆனால் இவ்விரு அமைப்புகளுமே தலித்துகளின் பொது நலன்களுக்கடுத்த காரியத்தில் ஒன்றுபட்டே செயல்பட்டன.[49]

இக்கால கட்டத்தில் சென்னை மாநிலத்திலுள்ள தலித்துகள், சிரஸ்தார்கள் (Sirasthars), பொறியியல் வல்லுநர்கள், அறுவைச் சிகிச்சை நிபுணர்கள், ஆய்வாளர்கள், மேலாளர்கள், பதிவாளர்கள், தலைமை எழுத்தர்கள், ஆங்கிலேயர்களின் வீடுகளின் பாதுகாவலர்கள் போன்ற பெரும்பாலான பதவிகளை நிர்வாகத்தில் பிடித்துக் கொண்டார்கள். 1892இல் திருவிதாங்கூர் சமஸ்தானத்தில் திவானின் அலுவலகத்திலிருந்து பெறப்பட்ட கேள்விப் பட்டியலில் இடம்பெற்றிருந்த ஆறாவது கேள்விக்குச் சென்னை திராவிட மகாஜன சபாவின் சார்பில் அதன் செயலாளர் பண்டித க.அயோத்திதாசர் அனுப்பிய பதிலில் இருந்து இந்த உண்மை தெரியவருகிறது.[50]

திருவிதாங்கூரின் திவான் அந்நாளில் நாகர்கோவில் திருவிதாங்கூர் சமஸ்தானத்தில் இருந்த காரணத்தால் தமது கேள்விப் பட்டியலை நாகர்கோவிலில் இருந்த ஆதி திராவிட மகாஜன சபாவுக்கு அனுப்பினார். நாகர்கோவில் கிளையோ தகுந்த பதிலை அனுப்புமாறு வேண்டிக்கொண்டு அக்கேள்விப் பட்டியலைச் சென்னை திராவிட மகாஜன சபாவுக்கு அனுப்பிவைத்தது.

திரு.கே.ஜி.சிவசுவாமி ஒடுக்கப்பட்ட வகுப்பினரிடம் ஏற்பட்டுள்ள முன்னேற்றத்தைப் பற்றி ஆய்வு செய்து மக்கள் தொகைக் கணக்கெடுப்பு அறிக்கையிலிருந்து ஒரு குறிப்பை எடுத்துக் காட்டியுள்ளார். 1891 ஆம் ஆண்டின் மக்கள் தொகைக் கணக்கெடுப்பு அறிக்கையில் ஒடுக்கப்பட்ட வகுப்பினராகிய பள்ளரும் பறையரும் எத்துணை அளவுக்கு பட்டாதாரர்கள் (நிலவுடைமையாளர்கள்) அல்லது குத்தகைதாரர்களாகி உள்ளார்கள் என்பதைக் கண்டறிய தனியே ஒரு பட்டியல் தயாரிக்கப்பட்டது. இது பற்றிய ஆய்வு தஞ்சாவூர், தென் ஆர்க்காடு, செங்கல்பட்டு மாவட்டங்களில் நடத்தப்பட்டது. இவ்வகுப்பினரில் செங்கல்பட்டு மாவட்டத்தில் 35.6 விழுக்காட்டினரும் தென் ஆர்க்காடு மாவட்டத்தில் 40.5 விழுக்காட்டினரும் பட்டாதாரர்கள் அல்லது துணைக் குத்தகைதாரர்களாகவும் இருந்தனர். பாரம்பரிய விவசாயத் தொழில் புரிந்து வந்தோருடன் போட்டியிடும் அளவுக்கு இவர்கள் தமது நிலையில் உயர்ந்துள்ளார்கள்.[51]

40 ஆண்டு காலகட்டத்தில் சென்னை மாநிலத்தில் உள்ள தலித்துகள் பெற்றுள்ள முன்னேற்றத்தை ஆயந்தறிந்திடும் வகையில் 1892இல் சென்னை அரசாங்கம் அந்நாளில் பதிவுத்துறையின் தலைமைக் கண்காணிப்பாளராக இருந்த மாண்புமிகு திவான்பகதூர் எஸ்.சீனிவாச ராகவ ஐயங்காரை நியமித்தது. 'கிறித்தவர்களாகவோ அல்லது மும்மதியர்களாகவோ மாறினாலொழிய இம்மக்கள் எந்த வகையிலும் முன்னேறவே முடியாது' என்று அவர் தம் அறிக்கையில் குறிப்பிட்டார்.

ஐரோப்பியர்கள் இந்த மண்ணில் அடியெடுத்து வைத்த நாள் தொடங்கி தலித் மக்கள் அடைந்துள்ள முன்னேற்றம் பற்றி புள்ளி விவரங்களுடன் எல்லா விளக்கங்களையும் தந்து ஆங்கிலத்தில் 10 பக்க அளவில் சிறு நூல் ஒன்றை எழுதிப் புகழ்பெற்ற தலித் தலைவர் பண்டித க.அயோத்திதாசர் வெளியிட்டு மாண்புமிகு திவான் பகதூர் எஸ்.சீனிவாச ஐயங்காரின் முடிவுக்கு மறுப்புத் தெரிவித்துப் பகிரங்கக் கடிதம் ஒன்றை வெளியிட்டார்.

அச்சிறு நூலின் முடிவுரையில் அவர் பின்வருமாறு எழுதியிருந்தார்: பிராமணர்கள் என்று தங்களை அழைத்துக் கொண்டிருப்பவர்கள் 'பறையர்கள்' என்றழைக்கப்படுவோர் மீது காட்டும் வெறுப்பு அனைவராலும் அருவருக்கப் படத்தக்கது. பறையர்களை முன்னேறவிடாமல் அனைத்து வகையான தடைகளையும் பிராமணர்கள் எப்போதுமே ஏற்படுத்தி வந்திருக்கிறார்கள். பறையர்களின் நலனுக்காக வாதாடுகிறவர் போலத் தாங்கள் இப்போது 'பறையர்கள்' பற்றியதோர் அறிக்கையைச் சமர்ப்பித்துள்ளீர்கள். தங்களுடைய அறிக்கையின் விளைவாக நன்மை ஏற்படுமோ அல்லது தீமை ஏற்படுமோ என்று பெருத்த ஐயப்பாட்டினால் எமது மக்கள் கலங்கிப் போயுள்ளார்கள்.[52]

ஏப்ரல் 1892இல் இந்துக்களின் சார்பில் 'சென்னை மகாஜன சபா' எனும் பெயரில் சென்னையில் ஒரு மாநாடு நடைபெற்றது. 'திராவிட மகாஜன சபா' (ஒடுக்கப்பட்ட வகுப்பினர்) வின் பிரதிநிதிகளும் இந்துக்களின் பிரதிநிதிகளும் இம்மாநாட்டிற்கு அழைக்கப்பட்டிருந்தார்கள். பண்டித க.அயோத்திதாசும் வேறு இரு தலித் உறுப்பினர்களும் இம்மாநாட்டில் கலந்து கொண்டனர். தலித் உறுப்பினர்களால் கொண்டு வரப்பட்ட தீர்மானங்கள் இந்து உறுப்பினர்களால் ஏற்றுக்கொள்ளப்பட்டு அம்மாநாட்டில் நிறைவேற்றப்பட்டன. அக்கோரிக்கைகள் எவையெனில், "ஒவ்வொரு கிராமத்திலும் தலித் குழந்தைகளுக்காகப் பள்ளிகளை நிறுவிட அரசாங்கத்தைக் கோருதலும் எங்கெல்லாம் புறம்போக்கு நிலம் உண்டோ அவற்றையெல்லாம் தலித்துகளுக்கு ஒதுக்கீடு செய்தலும்" ஆகும். இத்தீர்மானங்கள் இராஜா சர்.சவலை இராமசுவாமி முதலியாரால் முன்மொழியப் பெற்று எல்லூர் சங்கரன் ஐயரால் வழி மொழியப்பட்டன. திராவிட மகாஜன சபாவின் பண்டித க.அயோத்திதாசர் இத்தீர்மானங்களை ஆதரித்து வழி மொழிந்த இரண்டாவது நபராவார்.[53]

1892இல் தலித்துகளின் மாநாடு இராவ் பகதூர் ஆர்.சீனிவாசன் அவர்களால் ஏற்பாடு செய்யப்பட்டுச் சென்னை வெஸ்லி உயர்நிலைப் பள்ளியில் நடைபெற்றது. முந்திய மாநாடுகளில் நிறைவேற்றப்பட்டதைப் போன்ற பல தீர்மானங்கள் நிறைவேற்றப்பட்டன.[54]

சென்னை அரசாங்கம் தலித்துகளின் கோரிக்கைகளை அருள்கூர்ந்து ஏற்றுக்கொண்டு 30 செப்டம்பர் 1892 நாளிட்ட அரசாணை எண் 1010 (வருவாய்துறை) ஐயும் இரண்டாவது அரசாணை எண் 1010 A (வருவாய்துறை) ஐ 30 செப்டம்பர் 1892

இலும் மூன்றாவது அரசாணை எண் 68 (கல்வித்துறை) ஐ 01 பிப்ரவரி 1893இலும் வெளியிட்டது. மேலே, குறிப்பிடப்பட்டுள்ள அரசாணைகளும் அவற்றின் பின்னர் வெளியிடப்பட்ட வேறு சில ஆணைகளும் தலித் குழந்தைகளுக்கான பள்ளிகளை நிறுவிடவும் நிலமற்ற தலித்துகளுக்கும் தலித் வகுப்பைச் சேர்ந்த முன்னாள் இராணுவ வீரர்களுக்கும் நிலங்களைப் பங்கிட்டு அளிக்கவும் அதிகாரிகளுக்குத் தேவையான அதிகாரத்தை வழங்கின.

1891க்குப் பிறகு குறிப்பிட்ட கால கட்டங்களில் மாநாடுகள் நடத்தப்பட்டன. (விவரங்களுக்குப் பின்னிணைப்பு III ஐ காண்க.)

தலித் தலைவர்களால் நிறுவப்பட்ட மக்கள் தொடர்பு ஊடகங்கள்

தங்களுடைய மனக்குறைகளை அரசாங்கத்திற்கும் பொதுமக்களுக்கும் எடுத்துக் கூறவும்; தங்களது வகுப்பைச் சார்ந்தவர்களுக்கு அறிவு புகட்டவும் வேறொருவரும் முன்வராதிருந்த காலகட்டத்தில் சென்னையிலிருந்த அறிவு ஜீவிகளான தலித் தலைவர்கள் பத்திரிகைத் துறையைப் பயன்படுத்துவதின் முக்கியத்துவத்தை உணர்ந்து தங்களுக்கென்று சொந்தமான இதழ்களைத் தொடங்கினார்கள். பத்தொன்பதாம் நூற்றாண்டின் பிற்பகுதியில் பத்திரிகைகளைத் தொடங்கி சென்னை மாநிலத்தில் நிலவிய பிராமணியத்தையும் சாதியத்தையும் தாக்கினார்கள்.

தலித் தலைவர்களால் தொடங்கப்பெற்று நடத்தப்பட்டு வந்த இதழ்கள்

(1) 1869 - சூரியோதயம்

(2) 1871 - பஞ்சமர்

(3) 1885 - திராவிட பாண்டியன்,

   ஆசிரியர் - ஜான் ரெத்தினம்

(4) 1886 - ஆன்றோர் மித்திரன்

   ஆசிரியர் - வேலூர் பண்டிட் முனுசாமி

(5)	1888	-	மகா விகட தூதன்
			ஆசிரியர் - டி.ஐ.சுவாமிக்கண்ணு புலவர்
(6)	1893	-	பறையன்
			ஆசிரியர் - இரட்டைமலை சீனிவாசன்
(7)	1898	-	இல்லற ஒழுக்கம்
(8)	1900	-	பூலோக வியாசன்
			ஆசிரியர் - தசாவதானம் பூஞ்சோலை முத்துவீரப் பாவலர்
(9)	1907	-	தமிழன்
			ஆசிரியர் - பண்டித க.அயோத்திதாசர்
(10)	1907	-	திராவிடக்கோகிலம்
			சென்னை தலித் கிறித்தவச் சங்கத்தால் பதிப்பிக்கப்பட்டது
(11)	1916	-	தமிழ்ப் பெண்
			ஆசிரியர் - திருமதி.கே.சொப்பனேஸ்வரி அம்மாள்[55]

சென்னை மாநிலத்தில் நீதிக்கட்சியின் மந்திரி சபை அமைக்கப்படுவதற்கு முன்னரே தலித்துகள் எந்த அளவுக்கு முன்னேறியிருந்தார்கள் என்பதைத் தெரிவிப்பதற்காகவே 1916 வரையுள்ள பட்டியல் இங்கு தரப்பட்டுள்ளது. தற்காலத் தலித்துகளில் பெரும்பாலானோரும் மற்றவர்களும் 20 நவம்பர் 1920இல் நடைபெற்ற பொதுத் தேர்தல் மூலம் நீதிக்கட்சி ஆட்சிக்கு வந்த பின்னரே தலித் மக்களிடையே முன்னேற்றம் ஏற்படத் தொடங்கியது என்னும் தவறான கருத்தினைக் கொண்டுள்ளார்கள். நீதிக்கட்சியிலிருந்து பிறந்த திராவிடர் கழகமும் இதனையே கூறி வருகிறது.

1907ஆம் ஆண்டிலிருந்து வெளிவரத் தொடங்கிய தமிழன் பத்திரிகையிலேயே கூட அதன் ஆசிரியரும் மற்றும் திருப்பத்தூரைச் சார்ந்த ஏ.பி.பெரியசுவாமி புலவர், கோயம்புத்தூர் மாவட்டம், ஊமனூர் பகுதியைச் சேர்ந்த டி.சி.நாராயணசுவாமி பிள்ளை போன்ற பலரும் சாதியம், பிராமணியம், சமூகத் தீமைகள், இந்து சமயம், இந்து வேதங்கள், மனுதர்மச் சட்டம், கல்ப சூத்திரம் போன்றவற்றைக் கண்டித்து தலையங்கங்களும் கட்டுரைகளும் எழுதியிருந்தார்களென்பது சுவாரஸ்யமான செய்தியாகும். தற்போது செயல்படாதிருக்கும் வாரப்

பத்திரிகையான தமிழன் பத்திரிகையில் இவ்விமர்சனங்கள் தமிழில் வெளியிடப்பட்டு வந்தன.

சமூக உரிமைகளுக்கான தலித்துகளின் போராட்டம்

சமூக உரிமைகளுக்கான தங்களுடைய போராட்டத்தைத் தலித்துகள் இந்தியாவின் பல்வேறு பகுதிகளிலும் தொடங்கியிருந்தார்கள். மேலே, குறிப்பிடப்பட்டுள்ள தலித் பத்திரிகைகள் மூலாக ஏற்பட்டிருந்த தொடர்பு சென்னையைச் சுற்றிலும் மற்றும் செங்கல்பட்டு, வட ஆர்க்காடு, தென் ஆர்க்காடு மாவட்டங்களிலுள்ள கிராமங்களில் இருந்த தலித்துகள் தங்களுடைய சமூக உரிமைகளுக்காகப் போராடுமாறு அவர்களைத் தட்டி எழுப்பி இருந்தன. இப்போராட்டம் நடைபெற்ற மாவட்டங்களின் பெயர்களை எல்லாம் குறிப்பிட்டால் பக்கங்கள்தான் பெருகும். இருபதாம் நூற்றாண்டின் தொடக்கத்தில் சென்னை மாநிலத்தில் நடந்த போராட்டம் பற்றிய குறிப்பு வாசகர்களுக்குப் போதிய அறிவுத் தெளிவினை ஊட்டவல்லது.

1909க்கு முன்னர் செங்கல்பட்டு மாவட்டம், மதுராந்தகம் தாலுகாவில் 92 ஒரத்தூர் கிராமத்தில் சமூக உரிமைகளுக்காகப் பறையர்கள் நடத்திய போராட்டம் குறிப்பிடப்படுகிறது. இக்கிராமத்தில் 27 பிராமணர்களின் வீடுகளும் 28 ர்களின் வீடுகளும் இருந்தன. பொதுக்குளத்திலிருந்து தண்ணீர் மொள்ளவும் கிராமத்திலுள்ள மேய்ச்சல் நிலத்தில் தங்களுடைய கால்நடைகளை மேய்க்கவும் பறையர்கள் அனுமதிக்கப்படவில்லை. தபால் அலுவலகமும் கிராம முன்சீப்பின் வீடும் இடம்பெற்றுள்ள அக்ரஹாரத்தினுள் நுழைய அவர்கள் அனுமதிக்கப்படவில்லை. இதன் விளைவாக நிலவரிகளைச் செலுத்துவதற்கும், அஞ்சலகப் பொருள்களை வாங்கவும் அஞ்சல்பெட்டியில் (Pillar Box) கடிதங்களைச் சேர்ப்பதற்கும் தலித்துகள் சூத்திரர்களின் துணையை நாட வேண்டியதாயிருக்கிறது.

அக்கிராமத்தின் தலித்துகளில் முன்னணியிலிருந்த வரதன் என்பவன் பிராமணர்களிடம் சென்று அவர்கள் செய்யும் கொடுமைகளைத் தட்டிக் கேட்டான். அஞ்சல் அலுவலகத்திலும் கிராம முன்சீப்புடனும் தங்களுக்குரிய வேலைகளைச் செய்வதற்காக அக்ரஹாரத்தின் வழியே தலித்துகள் செல்ல அனுமதிக்கப்பட வேண்டுமென்றும் வரதன் கோரினான். நான்கு பிராமணர்கள் தடிகளாலும் கல்லாலும் வரதனைத்

தாக்கி அவனுக்கு இரத்தக் காயங்களை ஏற்படுத்தி அவனைத் துரத்திவிட்டார்கள். புகார் மனு கொடுப்பதற்காக வரதன் காவல்நிலையத்திற்கு ஓடினான். அதற்குள்ளாகவே வரதன் ஒரு வாழைக்குலையைத் திருடிவிட்டதாக அவனுக்கெதிராக ஒரு பொய் வழக்கை பிராமணர்கள் ஜோடித்துவிட்டார்கள். ஓரத்தூர் கிராம தலித்துகள் 23 ஜனவரி 1909இல் *தமிழன்* ஆசிரியருக்கு ஒரு கடிதத்தை அனுப்பினார்கள். ஆசிரியருக்குக் கடிதம் பகுதியில் முழு விவரமும் தரப்பட்டிருந்தது.[56]

வரதனும் வேறு சில முக்கியமான தலித் தலைவர்களும் சென்னையிலுள்ள கற்றறிந்த தலைவர்களை அணுகினார்கள். பண்டிதர் க.அயோத்திதாசர் இப்பிரச்சினையைக் கையிலெடுத்து அரசாங்கத்தை அணுகினார். *தமிழன்* பத்திரிகையில் இந்நிகழ்ச்சியைப் பற்றிய முழு விவரங்களையும் தந்து ஓரத்தூர் கிராமப் பிராமணர்களுக்கு எச்சரிக்கை விடுத்து ஓர் அறிக்கையையும் வெளியிட்டார்.[57]

கல்வித்துறையில் தலித் தலைவர்களின் பணி

காலத்தினால் செய்த உதவி சிறிதெனினும்
ஞாலத்தின் மாணப் பெரிது. – திருக்குறள்

நன்றியுள்ள ஒவ்வொரு மனிதனும் மற்றவர்கள் செய்த நன்மைகளை ஏழு ஜென்மங்களிலும் நினைவு கூருவான்.

தலித் தலைவர்களின் பணியை விவரிக்குமுன் ஒடுக்கப்பட்ட வகுப்பினரை மேன்மையடையச் செய்யும் பொருட்டுக் கல்வித்துறையில் தன்னார்வத் தொண்டு நிறுவனங்கள் ஆற்றிய பணிகளைப் பற்றிச் சொல்வது அறிவுடைமை ஆகும்.

கல்வித்துறையில் ஒடுக்கப்பட்ட வகுப்பினரிடையே உழைத்தவர்களில் முதலிடம் வகிப்பவர்கள் கிறித்தவ அருள்தொண்டு நிறுவனங்களே என்று சொல்வது சாலப்பொருந்தும். முறையான கல்வியை அளிப்பதன் மூலம் ஒடுக்கப்பட்ட மக்களிடையே அவர்கள் அற்புதமான மாற்றத்தை ஏற்படுத்தினார்கள். அந்த அற்புதமான மாற்றம் தான் என்ன?.

அருள்திரு.ஜி.இ.பிலிப்ஸ் பின்வருமாறு விளக்குகிறார்: "இந்தியக் கிறித்தவர்களில் பெரும்பான்மையோர் சாதிய முறைக்கு வெளியே உள்ளவர்கள் என்பது ஒவ்வொருவருக்கும் தெரிந்த உண்மையே. எனினும், அரசாங்கத்தின் எழுத்தறிவு பற்றிய மக்கள்தொகைக் கணக்கெடுப்பில் எழுதப்படிக்கத்

தெரிந்தவர்களில் கிறித்தவர்களின் எண்ணிக்கை இந்த நாட்டில் காலங்காலமாக கல்விமான்களாக உள்ள பிராமணர்களுக்கு அடுத்தபடியாக இருக்கிறது. பிராமணர்களைக் கிறித்தவர்கள் நெருங்கி வந்து கொண்டிருக்கிறார்கள். பெண் கல்வியைப் பொருத்தமட்டிலும் கிறித்தவர்கள் பார்ஸி இனமென்னும் சிறிய இனம் தவிர்த்த வேறெந்த இனத்தவரைக் காட்டிலும் முன்னணியில் வெகுதொலைவில் இருக்கிறார்கள்."[58]

"சென்னைப் பல்கலைக்கழகத்திலிருந்து இளங்களைப் பட்டம் பெறும் பன்னிரண்டு பேரில் ஒருவர் கிறித்தவரென்றும் தற்போது தென்னிந்தியாவில் மட்டும் 1000 இந்தியக் கிறித்தவர்கள் பட்டதாரிகளாக இருக்கிறார்களென்று கூறப்படுகிறது. இவர்களில் பெரும்பாலானோர் சாதியமுறைக்கு வெளியேயுள்ளவர்கள். இதற்கு மாறாக கிறித்தவர்களாகிடாமல் இருக்கும் சாதிய முறைக்கு வெளியேயுள்ளவர்களின் கல்வி நிலை பற்றிச் சென்னை அரசாங்கம் கடந்த ஆண்டு வெளியிட்ட அறிக்கையில் 'ஒரு மாணவர் கூட கல்லூரியில் இல்லை' எனும் சுருக்கமான பொருள் பொதிந்த கூற்று இடம் பெற்றுள்ளது. தங்களுடைய பெயர்களுக்குப் பின்னால் பி.ஏ.., எம்.ஏ., எனும் பட்டங்களைக் கொண்ட சாதிய முறைக்கு வெளியேயுள்ள பேராசிரியர்கள் கல்லூரிகளில் பணியாற்றி வருகிறார்கள். பிராமண மாணவர்கள் அத்தகையோரிடம் பாடம் பயிலுகிறார்கள். இரண்டு தலைமுறைகளுக்கு முன்னர் இந்தியா எவ்வாறிருந்தது என்பதை முழுமையாகப் புரிந்து கொள்ள முடியும்."[59]

பிரிட்டிஷ் அரசாங்கம் மட்டுமல்லாது பெரும் தன்னார்வத் தொண்டு நிறுவனங்களும் பெரிய மனிதர்களும் கல்வி நிறுவனங்களைக் கட்டியெழுப்பியதன் மூலம் இவ்வினத்தவருக்குப் பணியாற்றியுள்ளன.

சென்னை நகரில் தியோசாபிகல் சொசைட்டியின் (Theosophical Society) நிறுவனராக விளங்கிய கர்னல் ஹென்றி ஸ்டீல் ஆல்காட் (Col.Hendry Steel Olcott) தாம் ஒடுக்கப்பட்ட வகுப்பினர் தமது மனிதத்தை உணரச் செய்யும் வகையில் பணியாற்றிய முதல் பெருமகனார் ஆவார். கல்வித்துறையில் தாம் ஈடுபட்டதேன் என்பதைப் பற்றி அவர் கூறுகையில், "அனைத்துச் சமூகச் சீர்கேடுகளுக்கும் கண்கண்ட சர்வரோக நிவாரணி கல்வியே. மற்ற எந்த மனிதனைப் போலவே தானும் மனித உரிமைகள் உடைய மனிதன்தான் என்பதைப் பறையனுக்குக் கற்பியுங்கள். தன்னைத்தானே உயர்த்திக்கொள்வதன் மூலம்தான் மற்றவர்களை வெற்றி கொள்ள வேண்டுமென்றும்,

வேலைக்குச் செல்வது எப்படியென்றும் அவனுக்குக் கற்றுக் கொடுத்து விட்டுப் பலனை அவனிடத்திலும் காலத்தினிடமும் விட்டுவிடுங்கள். இவ்வகையில் தான் பறையரின் பிரச்சினை எனக்குத் தோன்றியது. அந்த வழியிலேயேதான் நான் செய்தவை யாவையும் செய்தேன். அவர்களை வேறொரு சமயத்திற்கு மாற்றுவதோ, அவர்களுடைய கடன்களைத் தீர்க்கப் பணம் கொடுப்பதோ, அவர்களுக்கு வேலைவாய்ப்பளிப்பதோ, அவர்களுக்கு உதவும் விருப்பமோ அவர்களது நன்றியை எதிர்பார்ப்பதோ என் மனதில் எழுந்ததேயில்லை. என்னைச் சுற்றிலும் உதவி கோரிக் கூக்குரலிடும் தாழ்த்தப்பட்ட இழிந்த மக்கள் கூட்டம் இருந்தது. அவர்களுக்கு நிரந்தரமான நன்மை தருமென்று நான் நம்பிய வடிவத்தில் அந்த உதவியை அவர்களுக்கு வழங்கினேன்" என்று குறிப்பிட்டார்.[60]

அந்நாளைய ஆல்காட் பஞ்சமர் இலவசப் பள்ளியின் கண்காணிப்பாளர் திரு.சி.கோஃபெல் (C.Kofel) பள்ளிகள் நிறுவப்பட்டது பற்றிய விவரங்களை எழுதி வைத்துள்ளார்:[61] ஜுன் 1894இல் தாம் ஐந்து 'ஆல்காட் பஞ்சமர் இலவசப் பள்ளிகளில் முதல் பள்ளி அடையார் தியோசாபிகல் சொசைட்டியின் தலைமை அலுவலகத்துக்கு அருகில் திறக்கப்பட்டது'. 1898இல் தியோசோபிகல் சொசைட்டியின் தலைமை அலுவலகத்திலிருந்து 6 மைல் தூரமிருந்த கோடம்பாக்கம் எனும் கிராமத்தில் ஐந்து அறைகள், சமையலறை மற்றும் நல்ல நிலையில் கட்டப்பட்டிருந்த சுற்றுச்சுவருடன் கூடியதொரு பழைய வீட்டை வாங்கிட மேலாளருக்கு உதவும் அளவுக்குப் போதுமான பணம் இருந்தது. மற்ற கிராமங்களிலிருந்து வந்த காரணத்தினாலேயே அவ்விடத்தைக் தேர்ந்தெடுத்தோம். இங்கு வேலை செய்த தொழிலாளர்களின் குழந்தைகளுக்காகவே கர்னல் ஆல்காட் அவர்களின் மறைந்து போன நண்பர் மற்றும் உடன் பணியாற்றிய பணியாளரின் நினைவாக எச்.பி.பி (H.P.B.Memorial School) நினைவுப் பள்ளி தொடங்கப்பட்டது.[62]

மூன்றாவது பள்ளி கே.மாவலங்கார் தாமோதர் அவர்களின் பெயரில் 'தாமோதர்' எனப் பெயரிடப்பட்டு அடையாறிலிருந்து நான்கு மைல் தொலைவிலுள்ள தேனாம்பேட்டையிலிருந்த ஒரு சிறிய வீட்டில் 2 அக்டோபர் 1899இல் திறக்கப்பட்டது.[63] நான்காவது பள்ளியையும் திறப்பது நியாயமென்றுணர்ந்த நிர்வாகிகள் தியோசாபிகல் சொசைட்டியின் தலைமை அலுவலகத்திலிருந்து 2 மைல் தூரத்திலுள்ள மைலாப்பூரில் தொடங்கப்பட்டது. போதுமான அளவில் ஒரு நிலம்

வாங்கப்பட்டு அதில் செங்கல்லால் ஆன சிறிய கட்டடத்தை எழுப்பி ஓட்டுக்கூரையும் அமைக்கப்பட்டது. இக்கட்டடப் பணி செப்டம்பர் 1901இல் நிறைவேறியது. உடனே அம்மாவட்டத்திலுள்ள புறக்கணிக்கப்பட்டிருந்த பஞ்சமரின் குழந்தைகளை உயர்த்தும் பணி தொடங்கப்பட்டது. இப்பள்ளி தெய்வீகப் பறையரான திருவள்ளுவரின் பெயரால் அழைக்கப்பட்டது.[64] பள்ளி ஆய்வாளர்களுள் ஒருவரும் சென்னை மாநகராட்சியின் தலைவரும் அளித்த ஆலோசனையின் பேரில் அடையாறிலிருந்து மூன்று மைல் தொலைவிலுள்ள கிருஷ்ணாம் பேட்டையில் துப்புரவுப் பணியாளர்கள் அல்லது தோட்டிகளின் குடியிருப்பில் மே 1906இல் ஐந்தாவது பள்ளி தொடங்கப்பட்டது. இதுவே அன்னிபெசன்ட் பள்ளியாகும்.[65]

பெருந்திரளான மக்கள் மதம் மாறியதும் அரசியல் வட்டாரத்தில் ஏற்பட்ட வளர்ச்சியும் இந்து சமயத்தவரைத் திகைப்பிலாழ்த்தின. தலித்துகளிடையே நடந்த முன்னேற்றப் பணியை வேற்று நாட்டவரிடம் விட்டுவிட்டதில் தவறு நேர்ந்து விட்டதைக் கற்றறிந்த இந்துக்கள் உணர்ந்தார்கள். இருபதாம் நூற்றாண்டின் தொடக்கத்தில் தலித்துகளுக்கு உதவி செய்யும் வகையில் அவர்கள் பல நிறுவனங்களைத் தொடங்கினார்கள்.

மகாராஷ்டிராவில் பெரிய மனிதர்களால் தலித்துகளிடையே செய்யப்பட்ட பணியைக் குறித்து ஏ.சி.பரஞ்பே (A.C.Paranjpe) பின்வருமாறு குறிப்பிட்டார்: பிரிட்டிஷ் ஆட்சிக்காலத்தின் தொடக்க நாள்களில் லோகஹித்வாடி மற்றும் விஷ்ணுபுவாஸ் பிரம்மச்சாரி போன்ற நபர்கள் மகாராஷ்டிராவிலுள்ள தீண்டத்தகாதவர்கள் மீது இரக்கம் காட்டத் தொடங்கினார்கள். சொல்லளவில் இரக்கம் காட்டுவதைத் தாண்டிச் சென்ற முதல் மனிதர் மகாத்மா புலேதான். பிராமணனே உயர்வானவன் எனும் கட்டுக்கதையை உடைத்தெறிந்ததோடு நில்லாமல் தீண்டத்தகாதவர்களின் நிலையை உயர்த்துவதற்காக அவர்களுக்கென்றே ஒரு பள்ளியையும் அவர் திறந்தார். அவருக்குச் சொந்தமான தண்ணீர் தொட்டியைத் தீண்டத்தகாதவர்களும் பயன்படுத்துவதற்காக 1868இல் அதைத் திறந்து வைத்தார்.[66]

கோலாஹாப்பூரின் (Kolahapur) ஷாஹு சத்திரபதி தமது நாட்டில் 'மஹர் வதன் தடுப்புச் சட்டத்தை' 1918இல் நிறைவேற்றினார். இச்சட்டத்தின் மூலம் மஹர்கள் தாங்கள் பண்படுத்திய நிலங்களின் உடைமையாளர்களாக மாறினார்கள். அதுவரையிலும் தாங்கள் பயன்படுத்திட

அனுமதிக்கப்பட்டிருந்த சிறிதளவு நிலத்திற்காகக் கிராமத்திற்கு அவர்கள் செய்து வந்த நூற்றுக்கணக்கான சிறு சிறு வேலைகளைச் செய்யும் அடிமைத்தனத்திலிருந்து நாட்டு நிர்வாகத்தில் எழுத்தர்களாகச் சேர்த்துக் கொண்டார். கல்வியறிவு பெற்ற சிலரை வழக்கறிஞர்களாகவும் அவர் அனுமதித்தார். பள்ளிக் கூடங்களில் தீண்டத்தகாத குழந்தைகள் தனியிடங்களில் வைக்கப்பட்டதை 1919இல் சட்டபூர்வமாகத் தடை செய்தார். ஷாஹூ சத்திரபதியைப் போலவே பரோடா மன்னரான சாயாஜி மஹராஜ் கெய்க்வாடும் தீண்டத்தகாதவர்களை மேம்படுத்துவதற்கான இயக்கத்தை ஆதரித்தார். தமது மாநிலத்தில் தீண்டத்தகாதவர்களின் தலைவராய் விளங்கிய அம்பேத்கரைப் பணியிலமர்த்தி அவர் மேலை நாட்டில் கல்வி கற்கப் பண உதவியும் செய்தார்.

மகாராஷ்டிராவில் தீண்டத்தகாதவரை மேம்படுத்த முயன்ற இயக்கத்துடன் தொடர்புடைய இன்னொரு முக்கியமான பிரமுகர் இருக்கிறார். பூனாவிலிருந்த எஸ்.எம்.மற்றே (S.M.Mate) தீண்டாமை ஒழிப்புக்கென்று பல பள்ளிகளைத் தொடங்கினார். அவர் தீண்டத்தகாதவர்களுக்குத் தூய்மையாயிருத்தலைக் கற்றுக் கொடுத்தார். அவர் தீண்டத்தகாதவர்களோடு மிகத் தாராளமாகப் பழகியதால் பழமைவாதப் பிராமணர்கள் அவரை மஹர் மற்றே (Mahar Mate) என்று இழிவாகப் பெயரிட்டழைத்தார்கள்.[67]

அரிஜன மேம்பாட்டுப் பணியைச் செய்திடக் காந்திஜியைத் தூண்டியது எது? எனும் கேள்வியை ஏ.சி பரஞ்பே எழுப்பியுள்ளார். ‘பூனா ஒப்பந்தம்’ கையொப்பமிடப்பட்ட உடனேயே தீண்டத்தகாதவர்களின் முன்னேற்றத்திற்கான தன்னுடைய முயற்சிகளைக் காந்திஜி தீவிரப்படுத்தத் தொடங்கினார். செப்டம்பர் 1932இல் அனைத்திந்திய தீண்டாமைக்கெதிரான சங்கத்தைத் (Anti-Untouchability) தொடங்கினார். பின்னர் அரசாங்கத்திற்கு ‘அரிஜன சேவா சங்கம்’ (Harijan Sevak Sangh) என்று மாற்றுப் பெயரிட்டு, தீண்டப்படத்தகாத வகுப்பினரைக் குறித்திட ஹரிஜன் எனும் பெயர் பிரபலமடையுமாறு செய்தார்.[68]

தலித்துகளின் இன்றைய முன்னேற்றத்திற்குத் தாங்களே காரணமென்று தற்புகழ்ச்சித் துதிபாடிக்கொண்டிருக்கும் சாதிய இந்துக்கள் தென்னிந்தியாவில் எவ்வகையான பணியையுமே திட்டமிட்டுச் செய்யவில்லை. இந்தியாவின் மற்ற பகுதிகளிலாவது தலித்துகளின் நிலையை உயர்த்துவதற்குரிய பணியைச் சில பெரிய மனிதர்கள் தொடங்கினார்கள்.

1911இல் திரு.என்.ரங்கனாதன் இந்நிலை பற்றி வெளிப்படையாகப் பேசினார். சர்.நாராயண் ஜி. சண்டவார்கர் தலைமையில் இயங்கிய பம்மாய் 'பிரார்த்தனா சமாஜம்' பம்பாயில் நான்கு பள்ளிகளை நிறுவியது அவற்றுள் முக்கியமானது பரேல் (Parel) நடுநிலைப்பள்ளி.[69]

பம்பாய் 'ஒடுக்கப்பட்ட இனத்தவரின் மிஷன்' பம்பாய் நகருக்கு வெளியேயிருந்து கல்வி கற்க வந்த மாணவர்களுக்கென்று ஓர் உறைவிடப் பள்ளியைத் தொடங்கியது. முறைப்படி 1909 இல் தொடங்கிய இப்பள்ளியில் 1910ஆம் ஆண்டின் முடிவில் 21 மாணவர்கள் தங்கிப் பயின்றார்கள். இதே மிஷனின் 'பூனா கிளை' பூனா நகரில் மூன்று பள்ளிகளை நிறுவியது.

சென்னை மாகாணத் தலைநகரம் சென்னையிலும் இதே அமைப்பினர் பம்பாயைச் சேர்ந்த திரு.ஷிண்டே அவர்களின் கடின உழைப்பின் பயனாக இரண்டு பகல் நேரப்பள்ளிகளையும் இரண்டு இரவு நேரப்பள்ளிகளையும் நடத்தி வந்தது. இரண்டு தகுதி வாய்ந்த ஆசிரியர்களையும் 55 மாணவர்களையும் கொண்ட ஒரு பகல் நேரப்பள்ளி வியாசர்பாடியிலும் மற்றொரு பள்ளி 25 மாணவர்களுடன் பெரம்பூரிலும் இயங்கி வந்தது. இரவு நேரப்பள்ளிகள் இரண்டிலும் 50 முதியவர்கள் பயின்று வந்தார்கள்.

மங்களூரில் இதே மிஷன் கீழ்க்காணும் நிறுவனங்களை நடத்தி வருகிறது.

1. ஒரு பகல் நேரப்பள்ளி
2. ஒரு மாணவர் இல்லம்
3. ஒரு தொழிற்பயிற்சி நிறுவனம்
4. பஞ்சமர் குடும்பங்கள் வாழும் ஒரு காலனி[70]

ஒப்பிட்டுப் பார்க்கத்தக்க வகையில் கல்வித் துறையில் இந்துக்களின் நிலையைப் பார்ப்பது நலம்.

அக்டோபர் 1911இல் அனைத்திந்திய அளவில் இந்துக்களின் நிலை பற்றி திரு.ஏ.வாசுதேவ பாய் பின்வருமாறு குறிப்பிட்டார்: 'தற்கால வழிமுறையிலமைந்த கல்வியைப் பொறுத்தமட்டிலும் உயர் வகுப்பினரிடையே நிலவிவந்த கல்வித்தரம் மிகக் குறைந்ததாகவே இருந்திருக்க வேண்டும். இருபதாம் நூற்றாண்டின் தொடக்கத்தில் 1901இல் ஒடுக்கப்பட்ட மக்கள் தொகைக் கணக்கெடுப்பின்படி மொத்த மக்கள்தொகையில் 6 விழுக்காட்டினரே கல்வியறிவு பெற்றிருக்கிறார்கள். உயர்

வகுப்பினர் கல்வி பெறுவதில் மிகக் குறைந்த அளவிலேயே கவனம் செலுத்தியிருக்கிறார்கள் என்பதன் குறியீடே இது.'[71]

1902இல் சென்னையில் இயங்கிய 'இந்து கல்வி மிஷன்' தங்களுடைய பிள்ளைகளைச் சிறந்த முறையில் கல்வி கற்கச் செய்யும் உன்னதமான இலட்சியத்திற்காகத் தங்களால் இயன்ற பொருளுதவியைச் செய்யுமாறு இந்து உறுப்பினர்களுக்கு வேண்டுகோள் ஒன்றை வகுத்தது. அவர்கள் இந்து நிறுவனங்களைப் பின்வருமாறு விவரித்தார்கள்: எல்லா இடங்களிலும் குறிப்பாகச் சென்னையில் சராசரியாக ஒரு தெருவிற்கு நான்கு என்ற கணக்கில் ஏராளமான திண்ணைப் பள்ளிக்கூடங்கள் இருக்கின்றன. ஆனால், இத்திண்ணைப் பள்ளிகூடங்கள் நல்லமுறையில் அமைக்கப்படவோ, நல்லமுறையில் இயங்கவோ இல்லையென்பதைச் சொல்லத் தேவையில்லை.

இதன் விளைவாகப் பெரும்பாலான பெற்றோர்கள் தங்களுடைய பிள்ளைகளை நன்முறையில் நடத்தப்பட்டு வருவதும் குழந்தைகளின் விருப்பத்திற்கேற்ப அமைந்ததுமான மிஷன் பள்ளிக்கே அனுப்ப வேண்டியதிருக்கிறது. அப்பள்ளியில் கிறித்தவக் கருத்துக்களும் கொள்கைகளும் கற்றுக் கொடுக்கப்படுவதையும் அப்பள்ளிகளில் தவறான ஒப்பபீடு மூலமாகத் தங்களது குழந்தைப் பருவத்திலிருந்தே நம்முடைய பழங்கால நூல்களைப் பற்றிய தவறான கருத்துகளையே அவ்விளம் மனங்களில் பதித்து வருகிறார்கள் என்பதைத் தெரிந்தே அப்பள்ளிகளுக்குத் தங்களுடைய பிள்ளைகளைப் பெற்றோர்கள் அனுப்புகிறார்கள்.[72]

சுய உதவி

கோலார் தங்கச் சுரங்கங்களிலும் இரயில்வே கம்பெனிகளிலும் ஒப்பந்தக்காரர்களாகப் பணியாற்றித் தங்களது பொருளாதார நிலையை மேம்படுத்திக் கொண்ட தலித்துகள் பள்ளிகளை நிறுவுவதற்குத் தங்களாலியன்ற பொருளுதவியைச் செய்தார்கள். ஆங்கிலேயர்களின் வாணிப நிறுவனங்களுடன் கொண்ட தொடர்பின் மூலமாகத் தங்களது பொருளாதார நிலையை உயர்த்திக் கொண்டிருந்த சில தலித்துகளும் ஒடுக்கப்பட்ட வகுப்பினரிடையே கல்வி பரப்புவதற்குத் தங்களது நிதியிலிருந்தே பள்ளிகளை நிறுவிட பெரிதும் உதவினார்கள்.

மகாராஷ்டிரம்

1911க்கு முன்பே நடைபெற்ற நிகழ்ச்சியை இராவ் பகதூர் மஹாஜனி (Mahajani) கீழ்க்காணும் வகையில் விவரித்தார்:

அகோலாவுக்கருகிலுள்ள பாராஸ் எனும் கிராமத்தைச் சேர்ந்த ஜானு எனும் மஹர் ஒருவர் ரவுடிக் கும்பலின் தலைவராயிருந்து பின்னர் ஒப்பந்தக்காரராகி அகோலா நகராட்சி மன்ற உறுப்பினராக நியமிக்கப்படும் அளவுக்குத் தம்மை உயர்த்திக்கொண்டார். அம்மன்றத்திலிருந்த உயர் சாதி இந்துக்கள் அவரை வரவேற்று அவருக்குச் சரியாசனம் கொடுத்தார்கள். நகராட்சிப் பள்ளிகளில் பயின்ற ஏழை மஹர் இன மாணவர்களுக்காக அவரால் நிறுவப்பட்ட இலவச விடுதி இன்றளவும் அவருடைய மனைவியால் நடத்தப்பட்டுவருகிறது.[73]

கல்கத்தா

1911இல் திரு.என்.ரங்கனாதன் நாம சூத்திரர்களைப் பற்றிக் கீழ்க்கண்டவாறு பேசினார்: உண்மையில் அவர்களிடையே சில பல்கலைக்கழகப் பட்டதாரிகளும் பட்டப்படிப்பு மாணவர்களும் உள்ளனர். அவர்களில் பெரும்பாலானோர் வழக்குரைஞர்களாகவும் மருத்துவர்களாகவும் பணிபுரிகிறார்கள். இக்கல்வியறிவுப் பெற்ற நாமசூத்திரர்களில் சிலர் தமது சொந்த வகுப்பினரின் உயர்வுக்காகப் பாடுபட்டுக் கொண்டிருக்கிறார்கள். அவர்கள் நாமசூத்திரா எனும் பெயருடைய வார இதழ் ஒன்றையும் நாம சூத்திரா சுகிர் எனும் பெயருடைய திங்களிதழ் ஒன்றையும் வெளியிடுகிறார்கள். புறநகர்ப் பகுதிகளிலிருந்து கல்வி கற்கக் கல்கத்தாவுக்கு வரும் நாமசூத்திர மாணவர்களுக்கென்றே ஒரு விடுதியை நடத்தி வருகிறார்கள்.[74]

தென்பகுதியில்

1886க்கும் 1889க்குமிடையில் சென்னையைச் சேர்ந்த திரு.ஜான் ரெத்தினம் ஒரு நடுநிலைப் பள்ளி, மூன்று ஆரம்பப் பள்ளிகள், ஒரு மாணவர் விடுதி ஆகியவற்றைச் சென்னை நகரில் நிறுவினார்.

1906இல் வட ஆர்க்காடு மாவட்டம், குடியாத்தம் தாலுகாவைச் சேர்ந்த திரு.செல்லப்பா மேஸ்திரி கோலார் தங்கவயலில் ஒப்பந்தக்காரராகி மாரிக்குப்பத்தில் ஓர் ஆங்கில வழிக் கல்வியும் தாய்மொழி வழிக் கல்வியும் வழங்கும் பள்ளியொன்றை நிறுவினார்.

அதே ஆண்டில் செங்கல்பட்டு மாவட்டத்தில் தூய தோமையார் மலையருகில் ஆலந்தூரைச் சேர்ந்த திரு.எம். ஒய்.முருகேசன் கோலார் தங்கவயலில் ஓர் ஒப்பந்தக்காரரானார். அவரும் மாரிக்குப்பத்தில் ஒரு பள்ளியையும் சாம்பியன் காலனியில் ஒரு பள்ளியையும் நிறுவினார்.

1907இல் பெங்களூருக்குக் குடிபெயர்ந்த சென்னை மாநிலத் தலித்துகள் பெங்களூர், கன்டோன்மென்ட் பகுதியில் 231, புவர் ஹவுஸ் சாலையில் ஒரு பள்ளியையும் ஒரு நூல் நிலையத்தையும் நிறுவினார்கள்.

1910இல் தென் ஆர்க்காடு மாவட்டம் சிதம்பரத்தில் சுவாமி சகஜானந்தா 'தூய நந்தனார் பள்ளி' எனும் பெயரில் ஒரு பள்ளியை நிறுவினார். பின்னர் அது ஓர் உயர்நிலைப்பள்ளியாக வளர்ந்தது.

1920இல் திரு.பி.வி.சுப்பிரமணியம் சென்னை நகரில் சிந்தாதிரிப்பேட்டையில் 'வெங்கடாச்சலம் ஏழைகள் பள்ளி' எனும் பெயரில் ஒரு பள்ளியை நிறுவினார்.

1921இல் இராவ் பகதூர் எம்.சி.இராஜாவும் திரு.எம். பழனிசுவாமியும் இராயப்பேட்டையில் ஒரு மாணவர் விடுதியை நிறுவினார்கள். பின்னர் அதன் பெயர் 'பேடிஸன் விடுதி' (Padison Hostel) என மாற்றப்பட்டது. இப்போது சைதாப்பேட்டை அண்ணாசாலையில் எம்.சி.இராஜா விடுதி எனும் பெயரில் ஒரு நினைவுச் சின்னமாக விளங்குகிறது. அது தற்போது அரசால் நடத்தப்பட்டு வருகிறது.

1921இல் திரு.எல்.சி.குருசுவாமி சென்னை நகரில் இரு இரவு நேரப்பள்ளிகளையும் செங்கல்பட்டு மாவட்டம் பொன்னேரியில் ஒரு ஆரம்பப் பள்ளியையும் நிறுவினார்.

1932இல் கோலார் தங்கவயல் ஒப்பந்தக்காரராகப் பணியாற்றிய திரு.தம்புசுவாமியின் தலைமையில் இயங்கிய 'வட ஆர்க்காடு மாவட்ட கல்விச் சங்கம்' அந்நாளில் வட ஆர்க்காடு மாவட்ட ஆட்சித் தலைவராயிருந்த வெங்கட்ராமன் என்பவரின் பெயரில் வேலூர் கோட்டை ஆரச் சாலையில் மாணவர்களுக்கான இலவச விடுதி ஒன்றை நிறுவியது. பின்னர் அவ்விடுதியின் பெயர் ஒரு புகழ்பெற்ற தலித் கொடையாளியின் பெயரால் 'இராமதாஸ் விடுதி' என்று மாற்றப்பட்டது. தற்போது அது அரசாங்கத்தின் கட்டுப்பாட்டில் பெண்களுக்கான விடுதியாகச் செயல்பட்டு வருகிறது. (விவரங்களுக்குப் பின்னிணைப்பு Vஐக் காண்க)

டாக்டர்.பி.ஆர்.அம்பேத்கரின் பணியை எல்லோரும் அறிந்திருந்த காரணத்தால் அது குறிப்பிடப்படவில்லை.

சமூகப் பெயர்ச்சியின் (Social Mobility) காலத்தின் தொடக்கத்தில் ஒடுக்கப்பட்ட வகுப்பினர் விரும்பியதெல்லாம் கர்னல் ஆல்காட் அவர்களின் கூற்றுப்படி, "அவர்களுக்குத் தேவையான கல்வியே பல்கலைக் கழகக் கல்விதான் என்றில்லை.

தங்களுடைய தேவைகளைத் தாங்களே நிறைவு கொள்ளத் துணை செய்யப் போதுமான கல்வி."[75]

தென்னிந்தியாவில் புத்த மதத்தின் மறுமலர்ச்சி

புத்தமதம் அதன் பிறப்பிடத்தை விட்டே முற்றிலுமாக ஒழிக்கப்பட்டு விட்டதென்று கருதப்பட்ட காலகட்டத்தில் அதன் மறுமலர்ச்சிக்கான விதைகள் நாட்டின் தென் கோடிமுனையில் 1898இல் விதைக்கப்பட்டன. சென்னை இராயப்பேட்டையில் இன்று கவுடியா மடம் சாலை என்றழைக்கப்படும் பஜார் தெருவில் 2ஆம் எண் கொண்ட வீட்டில் 'தென்னிந்திய சாக்கிய புத்த சங்கம்' நிறுவப்பட்டது.

'1899இல் ஒரு மாநாடு நடைபெற்றது. மதிப்புவாய்ந்த தலைவர்கள் பங்கேற்றார்கள்' என்று கர்னல் ஆல்காட் அவர்களால் குறிப்பிடப்படுகிறது. அதே ஆண்டில் சென்னையைச் சேர்ந்த நாட்டு மருத்துவர் பண்டித க.அயோத்திதாசரும் ஆல்காட் பஞ்சமர் இலவசப் பள்ளியின் தலைமை ஆசிரியரான திருபி.கிருஷ்ணசுவாமியும் கர்னல் ஆல்காட்டுடன் கொழும்பிற்குச் சென்றிருந்தார்கள். இலங்கையில் நடைபெற்ற பெரிய விழாவில் இவ்விரு தலித் தலைவர்களும் புத்த மதத்தைத் தழுவினார்கள்.[76]

தென்னிந்திய சாக்கிய புத்த சங்கத்தின் கிளைகள் சென்னை நகரில் நான்கு இடங்களிலும் பெங்களூரில் மூன்று இடங்களிலும் கோலார் தங்கவயலில் இரு இடங்களிலும் ஹீப்ளியிலும் செகந்திராபாத்திலும் வட ஆர்க்காடு மாவட்டத்தில் பள்ளிகொண்டா, அழிஞ்சிக்குப்பம், காவனூர், திப்பசமுத்திரம், நாகவேடு, வாலாஜா, திருப்பத்தூர் ஆகிய இடங்களிலும் செங்கல்பட்டு மாவட்டத்தில் அங்கம்பாக்கம் மற்றும் வேப்பம்பட்டு கிராமத்திலும் அமைக்கப்பட்டன. இந்தியத் தலித்துகள் குடியேறிய வெளிநாடுகளில் பர்மாவின் ரங்கூனிலும் தென்னாப்பிரிக்காவின் டர்பன் நேட்டாவிலும் (Durban Natal) அதன் கிளைகள் நிறுவப்பட்டன.

இராணுவத்திலும் ஆங்கிலேயரின் கம்பெனிகளிலும் பணிபுரிந்துவந்த தலித்துகளிடமிருந்து பெறப்பட்ட பண உதவியைக் கொண்டு இச்சங்கங்களுக்கான நிரந்தரக் கட்டடங்கள் நிர்மானிக்கப்பட்டன. பல இடங்களில் அக்கட்டடங்களின் சில பகுதிகள் இன்றும் இருக்கின்றன; பெரும்பாலான கட்டடங்கள் சிதிலமடைந்த நிலையிலுள்ளன.

தலித் தலைவர் பண்டித க.அயோத்திதாசர் பற்றி டாக்டர் ஹர்ஜிந்தர் சிங் சுவையானதொரு உண்மையை வெளியிட்டார்[77], அது பின்வருமாறு:

அம்பேத்கருக்கு முன்னமேயே புத்தமத இயக்கங்கள் தோன்றிய தென்னாட்டில் சமூக நிலைகள் சிறிதளவு கர்னல் ஆல்காட்டினாலும் தியோசாபிகல் சொசைட்டியினராலும் ஊக்குவிக்கப்பட்ட புத்தமதம் தழுவிய தீண்டத்தகாதவராகிய அயோத்திதாசருக்கு அர்ப்பணிக்கப்பட்ட ஒரு தமிழ்ப் பாடலில் அதன் ஆசிரியர் வி.வே.முருகேசன் புத்தமதப் போதனைக்கும் சமூக விடுதலைக்கும் உள்ள தொடர்பை விளக்குகிறார்.[78]

பண்டிதருக்குப் புகழ் மாலை

நாவிதர்கள் சவரம்செய மறுத்த காலம்!
நாய்கள் செலும் வீதிகளில் நடந்தால் அந்தோ!
ஆவிதுடி துடிக்க தொழுவமரத்தில் கட்டி
அடிக்கின்ற பேய்க்காலம்! எருமை தங்கும்
வாவியிலே கால் வைக்க நடுங்கும் காலம்
வண்ணானும் துணிவெளுக்க மறுத்த காலம்
கோயிலுக்கு முன்எட்டிப் பார்க்கா தேங்கும்
கொடுங்காலந் தன்னில் எழுந்தான்; முழக்கம்
செய்தான்.
தமிழன் என்ற சமூக இதழ் மூலம் பண்டை
தமிழ்க் கலைக்கும் பழந்தமிழ சமூகமான
குமுறு முழவர் எளிய பாட்டாளர்கள்
குறையைப் பொதுமக்களுக்கு அந்த நாளில்
அமர்ந்திருந்த ஆட்சிக்கும் விளக்கமாக
அடுத்தடுத்தே எடுத்துரைத்த கலப்பில்லாத
நமதுமுது குடிசமூக ஞான ஜோதி
நாவலனாம் க.அயோத்திதா தாசன் கண்டீர்!
பண்டிதனாம் அயோத்திதா சன்என் பானும்
பழந்தமிழர் மரபினுக்கோர் மணி விளக்கு
தண்டமிழில் தென்றலெனும் திரு.வி.க.வின்
தனி அன்பன் சமதன்மம் தழைக்கச் செய்ய
எண்டிசையும் புகழ்சென்னை இராயப் பேட்டை
இனிதுற்றான் தீண்டாமைக்கொடு நோய் போக்க
கண்டுணர்ந்தான் அருமருந்தாம் புத்த தன்மக்
கழகங்கள் பலநிறுவிக் கவலை தீர்த்தான்!
பத்தருள் வேதத்தைத் தமிழில் அன்றே
பொருள் செய்தான் பன்மை மத சாதிப்பேதப்
பித்தத்தைத் தெளிய வைத்த மருத்துவன்தான்!

பேசுமுதல் எழுத்தாளன் ஈடில்லாத
புத்தமுதச் சொல்வழியும் பேச்சால் நெஞ்சில்
புரட்சியால் முட்டிவைத்த புனிதத் தொண்டன்
சித்தர் வள்ளுவன் மரவில் வந்த அன்னான்!
சிரித்த முகந்தனை நினைக்க சிலிர்க்கும் உள்ளம்!
மற்றவர்கள் சொகுசாக வாழுவதற்கே
வகைவகை யாய்வீட மைத்தே அளித்துத் தாங்கள்
உற்றதொரு மூலையிலும் மரத்தின் கீழும்
உயர்வாய்க்கால் மருங்கிளிலும் மனிதப் பூச்சாய்
சுற்றமனை மக்களுடன் மழையில் காயும்
சுடர்வெயிலில் பனிக்காற்றில் துடிப்போர் துன்பம்
என்றைக்குத் தொலைந்திடுமோ என்றே எண்ணி
எழுதிவந்தார் அந்நாளில் தமிழன் ஏட்டில்!
இன்றெழுதும் எழுத்தாளர் மட்டுந்தானா
இருக்கின்றார்? இருந்தவரை மறக்கலாமா?
நன்றி கெட்ட செயலிதனை எண்ணிப் பார்க்க
தாணுமடா! பழந்தமிழா! உன்றன் நெஞ்சம்!
அன்றுபலநூ லெழுதி ஊக்கு வித்த
அயோத்திதாஸ் போன்றவர்கள் இல்லையானால்
குன்றெனவே தலைநிமிர்ந்து நிற்கப் போமோ?
கொடுமுயர்வு தாழ்வுதனிக் கொடுத்த நாட்டில்!
வாடிவரும் பயிருக்கு மழையைப் போன்று
மாவீரம் தனை அள்ளி வழங்கி வந்தான்!
ஓடிவரும் காட்டாற்று வெள்ளம் போலே
உணர்ச்சியுடன் பகுத்தறிவில் உந்தச் செய்தான்!
நாடிமணி முடிசூடி அன்றே இந்த
நாடாண்ட மன்னர் குலம் நாமே என்று
தேடி நமக்குரைத்திட்டான் உறக்கத் தன்னைத்
தெளிய வைத்தான் பழந்தமிழன் சிறப்பாய் வாழ!
வஞ்சமாய் நம்முழைப்பை உறிஞ்சி நன்கு
வாழ்கின்ற சோம்பருக்கு நெஞ்சில் சூடாய்
அஞ்சாமல் அடிகொடுத்தான் யாரால் நீங்கள்
அறுசுவையோ டுண்ணுகிறீர் சொகுசாய்ப் பங்கிட்டுப்
பஞ்சனையில் துயில்கின்றீர்! தங்கம் வெள்ளிப்
பணியணியில் புரள்கின்றீர்! என்று கேட்டே
அஞ்சாம லிறுதிவரை அறப்போர் ஆற்றி
இலங்கி வந்த வீரன்புகழ் ஏத்தி வாழ்வோம்!

– **வி.வே.முருகேச பாகவதர்**

பண்டித க.அயோத்திதாசர் மிகச்சிறந்த தமிழ் அறிஞர், சொற்பொழிவாளர், எழுத்தாளர், ஆய்வாளர், தமிழர்களுக்காக அரும்பணியாற்றி சாதியம், பிராமணியம், இந்து சமயம் ஆகியவற்றுக்கெதிராக ஏராளமான நூல்களைத் தமிழர்கள் பயன்பெறும் வகையில் விட்டுச் சென்றுள்ளார். அவரை நினைவு கூறுகிறோமா?

சென்னையைச் சேர்ந்த பெரும் தலித் தலைவராகிய வி.பி.எஸ் மணியர் என்பவரின் மருமகனாகிய ஓய்வு பெற்ற காவல்துறை ஆய்வாளர் திரு.கே.என்.கணேசன் பின்வருமாறு நினைவு கூருகிறார். சமூகச் சீர்த்திருத்தவாதியான பெரியார் ஈ.வெ.ரா., திரு.எம்.ஜெயராம் எனும் தலித் பிரமுகரின் சுயமரியாதைத் திருமணத்திற்குத் தலைமை தாங்குவதற்காகக் கோலார் தங்கவயலுக்கு 14 நவம்பர் 1934இல் முதல்முறையாக வருகை தந்தபோது, கோலார் தங்கவயலில் இருந்த சித்தார்த்தா வெளியீட்டாளரிடமிருந்து பண்டித க.அயோத்திதாசரின் விலைமதிப்புள்ள நூல்களை ரூ.125க்கு வாங்கினார்.

அயோத்திதாசரின் பக்தரான திரு.வி.க. அவர்களை நினைவுகூரத் திரு.கி.வீரமணி ஒருபோதுமே மறப்பதில்லை. அவர் ஒரு தலித் அல்லாதவர் என்பதே அற்குக் காரணம்.

குறிப்பிடத்தக்கத் திருமண உறவுகள்

பெரியார் தமது அண்ணன் திரு.ஈ.வெ.கிருஷ்ணசாமியின் பிள்ளைகளுக்குத் திருமண உறவு ஏற்படுத்திட ஆர்க்காடு மாவட்டம், திருப்பத்தூரிலிருந்து திரு.ஜி.சுவாமி நாயுடு பி.ஏ., பி.எல். அவர்களை ஏன் தேர்ந்தெடுத்தார் என்பது இளைய தலைமுறையினருக்கு ஒரு சுவாரஸ்யமான உண்மையாகும். அதற்குக் காரணம் யாதெனில் திருப்பத்தூர் நகர மக்கள் சுயமரியாதைக் கொள்கைகளில் மிகவும் முன்னேறியவர்களாகவும் அறிவு படைத்தவர்களாகவும் இருந்ததே. மிக முற்பட்ட காலத்திலேயே திருப்பத்தூர் மக்கள் அறிவு படைத்தவர்களாயிருந்தது எப்படி? அறிவுள்ளவர்களாக அவர்களை ஆக்குவதற்குப் பொறுப்பானவராக இருந்தவர் யார்? அவர் யாரெனில் பெரும் தமிழறிஞராகவும் கவிஞராகவும் எழுத்தாளராகவும் சொற்பொழிவாளராகவும் பிராமணியத்துக்கெதிராகப் போரடியவருமான தலித் தலைவர் திரு.ஏ.பி.பெரியசாமிப் புலவரே. திருவாளர் ஜி.சுவாமி நாயுடு பி.ஏ.,பி.எல். மனமுவந்து அத்தலித் தலைவருடன் உறவை ஏற்படுத்திக் கொண்டார்.

தலித் தலைவராம் திரு.ஏ.பி.பெரியசாமிப் புலவர் மாவட்டத் துணை ஆட்சித் தலைவரின் அலுவலகத்திற்கு அருகில் அந்நகரின் மையப் பகுதியில் இருந்த பிராமணக் குடியிருப்பின் அருகில் 18, மே1909 அன்றே முதல் கூட்டத்தைக் கூட்டியிருந்தார். தலித் தலைவரும் சுவாமி விசுதபிக்கு என்னும் பௌத்தத் துறவியும் திராவிடர் ஆட்சியின் வீழ்ச்சிக்குக் காரணமாய் அமைந்த பிராமணர்களின் மோசடி வேலையை அம்பலப்படுத்தினர்.

தலித் தலைவர் திரு.ஏ.பி.பெரியசாமிப் புலவர் அந்நாட்களில் பெரும் நிலச்சுவான்தார்களாலும் சாதிய இந்துக்களாக இருந்த அரசியல்வாதிகளாலும் மதிக்கப்பட்டு ‘புலவர்’ என்றழைக்கப்பட்டார். பெங்களூரில் உள்ள புகழ்பெற்ற மேயோ மண்டபத்தில் (Mayo Hall) தகுந்த ஆதாரங்களைக் காட்டி 1910இல் இராமாயணத்தின் மீது சொற்பொழிவாற்றி சீதை இராமனுக்குச் சகோதரியென்று விளங்க வைக்கும் அளவில் பேசுகையில், அவரைக் கொலை செய்யும் முயற்சி நடைபெற்றது.

நகராட்சி மன்ற உறுப்பினராக இருந்த ஏ.பி.பெரியசாமிப் புலவர் பல தருணங்களில் திருப்பத்தூர் நகராட்சியில் நீதிக் கட்சியைக் காப்பாற்றத் தமது வாக்குரிமையைப் பயன்படுத்தினார். திராவிடர்கள் என்று அழைக்கப்படுபவர்களால் அவர் நினைவு கூரப்படுகிறாரா? அல்லது அங்கீகரிக்கப்படுகிறாரா?

தொழில்துறையில் தலித்துகளின் சாதனை

1907ஆம் ஆண்டிலேயே பல தலித் தலைவர்கள் சொந்த அச்சகங்களை நடத்தித் தலித்துகளின் நன்மைக்காகத் தங்களுடைய சொந்தப் பத்திரிகைகளை வெளியிட்டு வந்தார்கள்.

சிந்தாதிரிப்பேட்டையைச் சேர்ந்த ஆதிமூலம்பிள்ளை ‘புத்த அச்சகம்’ என்ற பெயரிலும் இராயப்பேட்டையைச் சேர்ந்த பண்டித க.அயோத்திதாசர் ‘கௌதம அச்சகம்’ என்ற பெயரிலும் அச்சகங்களை நடத்திவந்தார்கள்.[79]

ஆலந்தூரைச் சேர்ந்த திரு.ஓய்.முருகேசன் சென்னை புதுப்பேட்டையில் ‘எம்.ஓய்.எம். அச்சகம்’ எனும் பெயரில் ஓர் அச்சகத்தை நடத்திவந்தார்.

சென்னைவாழ் தலித்துகள் ஒரு தொழில் கூட்டுறவு சங்கத்தை உருவாக்கி 13, மார்ச் 1909இல் ‘சாதியற்ற திராவிடர் தொழில் லிமிடெட் எனும் தொழில்’ நிறுவனத்தைத் தொடங்கினார்கள்.[80]

1920க்கு முன் தலித்துகள் செய்த அரசியல் சாதனைகள்

சமூக, பொருளாதார, வகுப்பு ரீதியான சமத்துவமும் சுதந்திரமும் அரசியல் உரிமைகளும் பெறுவதற்காகத் தலித்துகள் நடத்திய போராட்டத்தின் வரலாற்றில் 1891ஆம் ஆண்டு குறிப்பிடத்தக்க ஆண்டாகும். அந்த ஆண்டில் தாம் ஏப்ரல் 14ஆம் நாளில் மகாராஷ்டிரா மாநிலத்தில் டாக்டர் பி.ஆர்.அம்பேத்கர் பிறந்தார்.

இதே ஆண்டில் பெரியார் ஈ.வெ.ரா ஓர் இந்து சந்நியாசியாகக் காசிக்குப் புனிதப் பயணம் மேற்கொண்டார். அங்கேதான் பிராமணியத்தின் முதல் அடியைப் பெரியார் உணர்ந்தார். பிராமணர்கள் உணவு உண்ணும் மண்டபத்திலிருந்து அவர் வெளியே தள்ளப்பட்டார். கடைசியில் சத்திரத்திலிருந்தும் அவர் துரத்தப்பட்டார். அதேவேளையில் பெரியாரின் குடும்பம் தங்களது குடும்ப விநாயகர் கோயிலில் நாள்தோறும் 50 பிராமணர்களுக்கு உணவு வழங்கி வந்தது. பெரியார் தமது புனிதப் பயணத்திட்டத்தை மாற்றிக் கொண்டு சொந்த நகரான ஈரோட்டிற்கு வந்து பிராமணர்களுக்கு உணவு வழங்கும் வழக்கத்திற்கு முற்றுப்புள்ளி வைத்தார்.

1843இலேயே பூனாவைச் சேர்ந்த பிராமணர் அல்லாதவராகிய மகாத்மா பூலே பூனா நகரில் நடைபெற்ற தமது பிராமண நண்பரின் திருமண ஊர்வலத்தில் கலந்துகொண்டபோது இதுபோன்ற கொடுமைக்குள்ளானார். தனஞ்செய்கீர் அவர்களால் விவரிக்கப்பட்டவாறு மகாத்மா பூலே தண்டிக்கப்பட்டார்: சுத்த இரத்தமுள்ள ஒரு வைதீகப் பிராமணர் அவரை அடையாளம் கண்டு கொண்டார். மாலி என்னும் தாழ்ந்த சாதிப்பையன் பூலோகத் தேவர்களாம் பிராமணர்களுடன் நடந்து வந்த தைரியத்தைக் கண்டு பொங்கியெழுந்து அவனை நோக்கிக் கூக்குரலிட்டு: பிராமணர்களுடன் நடந்துவர உனக்கு எவ்வளவு தைரியம் இருக்கும்! சூத்திரனே, நீ சாதி ஒழுங்குகளை மீறி எங்களை அவமானப்படுத்திவிட்டாய். நீ எங்களுக்குச் சமமானவனல்லன். இதுபோன்று நடப்பதற்கு முன் நீ நூறு தடவை யோசித்திருக்க வேண்டும். பின்னாகப் போ; அல்லது ஓடிவிடு. இக்காலத்தில் மக்களுக்கு வெட்கமே இல்லை. அவர்கள் சாதி ஒழுங்குகளை மீறுகிறார்கள். இந்தப் பிரிட்டிஷ் ஆட்சியின் கீழ் மக்கள் மூர்க்கர்களாகி வருகிறார்கள் என்று கத்தினான். ஜோதிபா மனங்கலங்கிப் போனார். அவருக்குத் திகைப்பாயிருந்தது. ஒரு கணப்பொழுதில் அவர் தன்னுணர்வு பெற்றார். இப்பொழுது அவர் பெருங்கலக்கமடைந்தார். தனக்கேற்பட்ட ஆழ்ந்த அவமானத்தை உணர்ந்தார். அந்த

அவமானம் தனது உடலில் உள்ள ஒவ்வொரு தசையையும் ஒவ்வொரு திசுவையும் தனது மூளையையும் தனது உடலில் ஓடும் இரத்தத்தின் ஒவ்வொரு துளியையும் குத்துவதை உணர்ந்தார். ஊர்வலத்தைப் புறக்கணித்துவிட்டுத் தமது வீட்டிற்குத் திரும்பினார்.[81]

1891 இல் நடைபெற்ற முதல் மாநாட்டிற்குப் பிறகு தலித்துகள் தங்களுடைய போராட்டத்தில் மெள்ள மெள்ள ஆனால், உறுதியாக வெற்றிபெற முடிந்தது. பிரிட்டிஷார் தலித்துகளுக்குப் பிரதிநிதித்துவம் வழங்குவதில் ஆர்வமாயிருந்தனர். ஆனால், இந்துக்களிடமிருந்து வந்த தொடர் நெருக்கடிகள் மற்றும் எதிர்ப்புகள் காரணமாக அவற்றை நிறைவேற்றப் பயந்தனர்.

அரசியல் களத்தில் தலித்துகள் பெற்ற வெற்றிகளுக்கு 1907, 1908, 1919, 1920, 1930, 1932, 1935 ஆகிய ஆண்டுகள் அதிக முக்கியத்துவம் வாய்ந்தவையாய் இருந்தன. அவை எவ்வகையில் முக்கியத்துவம் வாய்ந்தவையாய் இருந்தன என்பது பின்வரும் பத்திகளில் தெளிவாகும்.

ஏழாம் எட்வர்ட் அரசர் 4 நவம்பர் 1908இல் இந்திய மக்களுக்கு இந்தியாவிலிருந்த சுதேச சமஸ்தானங்களின் இளவரசர்களுக்கும் அனுப்பியிருந்த கடிதத்தில் 8ஆம் பத்தியிலும் 9ஆம் பத்தியிலும் சட்டப் பேரவைகளில் ஒடுக்கப்பட்ட வகுப்பினர் நியமன முறைப்படி இடம் பெறுவார்களென்று குறிப்பிட்டிருந்தார். பிரிட்டிஷ் அமைச்சரவையில் இந்தியாவுக்கான வெளிவிவகாரத் துறை செயலாளராக இருந்த மார்லி பிரபு இந்தியாவிலிருந்த அனைத்து அரசாங்கங்களின் கருத்தையும் கோரியிருந்தார். மார்லி பிரபுவின் கருத்தின்படி சட்டப் பேரவை உறுப்பினர்களில் 25% பேர் ஒடுக்கப்பட்ட வகுப்பிலிருந்து தேர்ந்தெடுக்கப்பட வேண்டும். மேலே தரப்பட்டுள்ள உண்மை பண்டிதர்.க.அயோத்திதாஸரால் 3 பிப்ரவரி 1909 நாளிட்ட தமிழன் இதழின் 3ஆம் பக்கத்தில் முதல் 3 பத்திகளில் குறிப்பிடப்பட்டிருந்தது.

திரு.இராமச்சந்திரராவ் பி.ஏ., பி.எல்., எம்.எல்சி. பிராமணரல்லாதாரின் மனநிலையையும் வகுப்புவாரிப் பிரதிநிதித்துவத்திற்கு அவர்கள் தெரிவித்த எதிர்ப்பையும் படம் பிடித்துக் காட்டினார். அவருடைய கருத்தின் சுருக்கம் கீழே தரப்பட்டுள்ளது.

1908இல் நிலவிய கருத்து

'எனினும் இப்பொழுது எழுந்துள்ள கோரிக்கை 1907இல் அரசு அறிவித்திருந்த வகுப்புவாரிப் பிரதிநிதித்துவத்தை நடைமுறைப்

படுத்துவதற்குத் துணை செய்யும் முன்னேற்றப் பாதையில் எடுத்து வைக்கும் அடியென்றால் சென்னை மாநிலத்திலும் இந்தியா முழுவதிலும் சிந்தனையிலும் பண்பாட்டிலும் சிறந்து விளங்கும் பிராமணரல்லாத தலைவர்களால் ஒட்டுமொத்தமாகக் கண்டிக்கபட்டது. இத்தலைவர்களின் கருத்துகளும் அரசியல் ஞானமும் அனைவராலும் ஏற்றுக் கொள்ளப்பட்டவை. வகுப்புவாரிப் பிரதிநிதித்துவம் எவ்வகுப்பினருக்காகக் கோரப்படுகிறதோ அதே வகுப்பிலிருந்து குறிப்பிடத்தக்க சில மனிதரின் கருத்துகளை மட்டும் நான் இங்கே குறப்பிடுகிறேன்.

சென்னையைச் சேர்ந்த ஓய்வுபெற்ற பதிவுத்துறைத் தலைமை ஆய்வாளர் திவான் பகதூர் பி.இராஜரத்தின முதலியார் சாதி சமய வேறுபாட்டின் அடிப்படையில் பேரவைத் தொகுதியொன்றை அமைப்பதைக் கொள்கையளவில் தொழில் அடிப்படையில் நில உடைமையாளர்கள், வணிகர்கள், வர்த்தகர்கள் போன்றவர்களுக்கு முறையாகப் பிரதிநிதித்துவம் வழங்கப்பட வேண்டுமென்ற கருத்தில் தாம் உறுதியாக இருப்பதாகவும் குறிப்பிட்டார்.

சென்னை நில உடையாளர்களின் சங்கத்தின் தலைவர், சாதிகள், சமயங்கள் அடிப்படையில் பிரதிநிதித்துவம் வழங்கும் கொள்கை சமயச்சார்பற்ற நிர்வாக முறைகளில் தங்களது முக்கியத்துவத்தை இழந்து கொண்டு வரும் வேறுபாடுகளைத் தீவிரப்படுத்தும் நோக்கத்துடன் கொண்டு வரப்படுவதால் அவை கடும் எதிர்ப்புக்குள்ளாக நேரிடும். இத்தகைய திட்டங்கள் முன்னேற்றத்திற்குத் தேவையான நிபந்தனையாகிய ஒற்றுமையுணர்வு வளர்வதற்கு இடையூறாக அமையும். மேலும் இக்கொள்கைகள் நடைமுறைப்படுத்தப்படும்போது பல இன்னல்கள் விளையும், என்று தமது சங்கம் குறிப்பிட விரும்புவதாகக் கூறினார்.

பின்னாளில் சென்னை நிர்வாகக்குழுவில் உறுப்பினராயிருந்த பொப்பிலி மகாராஜா பிரதிநிதித்துவம் வழங்கப்படுவதில் அழுத்தமான உணர்வுகள் அவசியம் கருத்தில் கொள்ளப்பட வேண்டுமென்றாலும் கூட இன்றைய கால கட்டத்தில் நாட்டை ஒன்றுபடுத்திடும் நோக்கில் உருவாகி வரும் உணர்வுகள் வரவேற்கப்பட்டு வளர்க்கப்பட வேண்டுமேயல்லாது வெறும் உணர்வுபூர்வமான சிந்தனைகள் அவ்வொற்றுமை உணர்வுக்கெதிராகச் செல்ல அனுமதிக்கலாகாது. பிராமணர் பிராமணரல்லாதார் என்று ஏற்படுத்தப்படும் வேறுபாடு அருவருக்கத்தக்க வகையில் வளர்ந்து வருவது போல் தோன்றுகிறது என்று குறிப்பிட்டார்.

மாண்புமிகு இராஜா வாசுதேவராஜாவும் கொல்லங்கோட்டு இராஜா வலியநம்பிதியும் தங்களது இசைவின்மையைத் தெளிவாகத் தெரிவித்தார்கள்.[82]

வகுப்புவாரிப் பிரதிநிதித்துவம் நீதிக்கட்சியால் பெற்றுத் தரப்பட்டதென்று திரு.கி.வீரமணி வாதிடுகிறார். பின்னாளில் நீதிக்கட்சியாக உருவெடுத்த பிராமணரல்லாதாரின் இயக்கம் 1916இல் பிறப்பதற்கு 9 ஆண்டுகளுக்கு முன்னமே 1907இலேயே வகுப்புவாரிப் பிரதிநிதித்துவத் திட்டம் வேர்கொள்ளலாயிற்றென்பது எவ்வித ஐயத்திற்கும் அப்பாற்பட்டது என்பதைக் கண்டு கொள்ளலாம்.

1909ஆம் ஆண்டிலேயே தலித் தலைவர்கள் தங்களுடைய கருத்தை ஒருமுகப்படுத்தி பண்டித க.அயோத்திதாசர் மூலமாகத் தங்களுடைய கோரிக்கையைப் பின்வருமாறு முன் வைத்தார்கள்: ஆளுநரின் நிர்வாகக்குழு நகராட்சிகள் இராணுவம், மருத்துவத்துறை, காவல்துறை, இரயில்வே கல்வித்துறை ஆகியவற்றில் மக்கள்தொகை அடிப்படையில் வகுப்புவாரிப் பிரதிநிதித்துவம் கோரப்பட்டது.

சட்டப் பேரவைக்கு 100 உறுப்பினர்கள் தேர்ந்தெடுக்கப்பட வேண்டுமானால் அத்தேர்தல் கீழே தரப்பட்டுள்ள விகிதத்தின்படி நடத்தப்பட வேண்டும்.

1)	சாதியமற்ற திராவிடர்கள் (ஒடுக்கப்பட்ட வகுப்பினர்)	25%
2)	சாதி இந்துக்கள்	25%
3)	முகம்மதியர்கள்	25%
4)	ஐரோப்பியர்கள்	13%
5)	இந்தியக் கிறித்தவர்கள்	12%

நிர்வாகக்குழுவினரின் பதவிக்காலம் ஒரு ஆண்டாகவே நிர்ணயிக்கப்பட வேண்டும்.[83]

தலித்துகள் முன்வைத்த கோரிக்கைகளுக்கு இந்துக்களிடமிருந்து எதிர்ப்பு வந்தது. பின்னர் எழுதிய கட்டுரைகளில் பண்டித க.அயோத்திதாசர் மாற்றப்பட்ட கோரிக்கையை முன்வைத்தார்.

மாற்றப்பட்ட விகிதாச்சாரம்

1.	சாதியமற்ற திராவிடர்கள் (ஒடுக்கப்பட்ட வகுப்பினர்)	22%

2. சாதி இந்துக்கள்   20%

3. முகம்மதியர்கள்   20%

4. ஐரோப்பியர்கள்   20%

5. இந்தியக் கிறித்தவர்கள்   20% [84]

தலித்துகளின் கோரிக்கை பிரிட்டிஷாரால் ஏற்கப்படவில்லை; மார்லி பிரபுவால் பிரதிகூலமான உத்தரவே பிறப்பிக்கப்பட்டது. அவர் தமது உத்தரவில் தலித்துகளைப் பற்றி எதுவுமே குறிப்பிடப்படவில்லை. பண்டித க.அயோத்திதாசரால் தமது வாரப் பத்திரிகையில் ஒரு மறுப்புக் கட்டுரை எழுதப்பட்டது.[85]

வகுப்புவாரிப் பிரதிநிதித்துவம் கேட்டு தலித்துகள் முன்வைத்த கோரிக்கைக்கு இந்துக்களிடமிருந்து பலத்த எதிர்ப்பு கிளம்பிய பிறகு தலித் தலைவர்கள் கையெழுத்து வேட்டையை ஒழுங்கு செய்தார்கள். அரசுப் பணிகளிலும் ஐரோப்பியருடைய கம்பெனிகளிலும் இரயில்வே துறையிலும் பணியாற்றிய கல்விகற்ற தலித்துகளும், வியாபாரிகளும்,ஒப்பந்தக்காரர்கள், நில உடைமையாளர்கள் மற்றும் ஐரோப்பியருடைய வீடுகளில் பணிபுரிந்தவர்கள் போன்ற 2,713 பேரின் கையெழுத்துகளை ஏப்ரல், மே 1909இல் சேகரித்து வகுப்புவாரிப் பிரதிநிதித்துவத்தை நடைமுறைப்படுத்திடக் கோரும் விண்ணப்பத்தை பிரிட்டிஷ் அரசிடம் சமர்ப்பித்தார்கள்.[86]

அரசாங்கத்திலும் நிர்வாகத்திலும் வகுப்பவாரிப் பிரதிநிதித்துவத்தை நடைமுறைப்படுத்தக் கோரும் தங்களது கோரிக்கையைத் தலித்துகள் கைவிட்டுவிடவில்லை. 08 மார்ச் 1911இல் பண்டித அயோத்திதாசர் அவர்களால் எழுதப்பட்ட தலையங்கத்தில் இது தெளிவாகத் தெரிகிறது.[87] அதே இதழில் கல்வித்துறையில் உள்ள அரசாங்கத் தேர்வு பிராமண சமூகத்திற்கு மட்டுமே உதவுவதால் அதனை ஒழிக்கக் கோரும் கோரிக்கையும் இடம் பெற்றிருக்கிறது.

சட்டப்பேரவைக்கு ஆறு தலித்துகளை நியமனம் செய்ய பிரிட்டிஷர் சம்மதித்திருந்தார்கள். ஆனால், இந்துக்களிடமிருந்து வந்த எதிர்ப்பு அதைத் தாமதப்படுத்தியது. மேலும், முதலாம் உலகப்போரும் தொடங்கிவிட்டது.

முதலாம் உலகப்போரில் தலித்துகளின் பணிகள்

முதலாம் உலகப்போரில் தலித்துகளின் இராணுவமான 'சென்னை மகாராணி விக்டோரியாவின் அகழிக் காப்பாளர்களும்

சுரங்க வீரர்களும்' எனும் பிரிவும் 'மஹ'ர் மற்றும் 'சீக்கியர்களின்' பிரிவும் தீரத்துடன் போராடி பிரிட்டிஷாருக்கு ஒவ்வொரு பகுதியிலும் வெற்றியைத் தேடித்தந்தனர். தங்களது சொந்த நாட்டு மக்களாலேயே ஒதுக்கப்பட்டிருந்த ஒடுக்கப்பட்ட மக்கள் பக்கம் ஆட்சியாளர்களின் மனம் திரும்பியது.

தலித்துகளின் உயர்வுக்காகச் சென்னை அரசாங்கம் தீவிரமாக எடுத்த முதல் முயற்சியாதெனில், ஒடுக்கப்பட்ட வகுப்பினரின் பாதுகாவலரின் அலுவலகம் (Office of the protector of the Depressed Class) ஒன்றை உருவாக்கியது தான் இதற்குக் காரணமாய் அமைந்தது. இந்திய அரசு 13 செப்டம்பர் 1916இல் அவர்கள் வெளியிட்டிருந்த தீர்மானம் எண் 1835இல் (வருவாய்க் கழகம்) வெளியிட்டிருந்த கடிதத்தின் அடிப்படையில் சென்னை அரசாங்கம் ஒரு தனி அதிகாரியும் தனியான அலுவலக உதவியாளர்களும் கொண்ட 'ஒடுக்கப்பட்ட வகுப்பினரின் பாதுகாவலர்' எனும் தனித்துறையொன்றை உருவாக்கியது.[88]

இராவ்பகதூர் எம.சி.ராஜாவின் பணியை விளக்குகையில் மேலே தரப்பட்டுள்ள உண்மைகள் சென்னை சட்டசபையின் தலைவராக இருந்த திரு.ஜே.சிவசண்முகம் பிள்ளையால் வெளியிடப்பட்டன.

ஒடுக்கப்பட்ட இனத்தவரின் பாதுகாவலர் பின்னர் பலதரப்பட்ட பணிகளைப் பொறுப்பேற்று நடத்தியதால் அவருடைய பெயர் 'தொழிலாளர் ஆணையர்' (The Commissioner of Labour) என்றும் பின்னர் 'அரிஜன நலத்துறை' என்றும் இப்போது 'ஆதிதிராவிடர் மற்றும் பழங்குடியினர் நலத்துறை' என்றும் மாறலாயிற்று.

1919இல் மிண்டோ மார்லி சீர்திருத்தங்களின் அடிப்படையில் இந்துக்களின் எதிர்ப்பையும் மீறி அந்நாளில் சென்னை ஆளுநராயிருந்த வில்லிங்டன் பிரபு அவர்களால் இராவ் பகதூர் எம்.சி.இராஜா எனும் சென்னையைச் சேர்ந்த தலித் தலைவர் சென்னை சட்டப் பேரவைக்கு நியமிக்கப்பட்டார். பிரிட்டிஷ் இந்தியாவின் சட்டப்பேரவையில் ஓர் இடத்தைப் பிடித்த முதல் தலித் தலைவர் எம்.சி.இராஜா அவர்களே.

மாண்டேகு செம்ஸ்ஃபோர்டு அரசியல் சீர்திருத்தங்கள்

மாண்டேகு – செம்ஸ்போர்டு அரசியல் சீர்த்திருத்தச் சட்டம் 101இல் பரிந்துரைக்கப்பட்டிருந்தபடி 23 டிசம்பர் 1919இல் இந்திய அரசுச் சட்டம் பிரிட்டிஷ் பாராளுமன்றத்தில்

நிறைவேற்றப்பட்டது. தலித்துகளின் கோரிக்கைகள் ஏற்கப்பட்டு மத்திய சட்டப் பேரவையிலும் மாநிலச் சட்டமன்றங்களிலும் தலித்துகளுக்குப் பிரதிநிதித்துவம் கொடுப்பதற்குரிய வழிமுறைகள் செய்யப்பட்டிருந்தன.

மாநிலச் சட்டமன்றம் எவ்வாறு அமைக்கப்பட வேண்டும். என்பதைச் சட்டப்பிரிவு 18 விவரிக்கிறது. ஒடுக்கப்பட்ட இனத்தவருக்கான இட ஒதுக்கீடு நியமனம் மூலமாகச் செய்யப்பட்டது.

மத்திய சட்டப் பேரவை எவ்வாறு அமைக்கப்பட வேண்டும் என்பதை சட்டப்பிரிவு 19 விவரிக்கிறது. இச்சட்டத்தின் கீழ் வகுக்கப்பட்ட விதிகளின் அடிப்படையில் ஒதுக்கப்பட்ட இனத்தவருக்கான இடஒதுக்கீடு செய்யப்பட்டது. இச்சட்டத்தின் கீழ் பிராமணரல்லாதாருக்கும் இட ஒதுக்கீடு வழங்கப்பட்டது.

1919ஆம் ஆண்டின் சட்டம் 101இன்படி இட ஒதுக்கீடு

மாநிலம்	மொத்த இடங்கள்	பிராமணரல்லாதார்க்கு ஒதுக்கப்பட்ட இடங்கள்	ஒடுக்கப்பட்ட இனத்தவருக்கு ஒதுக்கப்பட்ட இடங்கள்
சென்னை	118	26	5
பம்பாய்	111	7	1
வங்காளம்	125	–	1
ஐக்கிய மாநிலம்	118	–	1
பஞ்சாப்	83	–	–
பீகார், ஒரிசா	98	–	2
மத்திய மாநிலம்	70	–	2
அசாம்	53	–	–

ஐந்து இடங்களும் ஒடுக்கப்பட்ட இனத்தவரிடையே சரிசமமாகப் பகிர்ந்தளிக்கப்பட வேண்டுமென்று சென்னையைச் சேர்ந்த தலித் தலைவர்கள் அரசாங்கத்தை வேண்டிக்கொண்டார்கள்.

அதனடிப்படையில் பிரிட்டிஷ் அரசு பிரிவு 74(4) இன் கீழ் பின்வரும் சட்டத்தை வகுத்தது. ஐந்து நபர்கள் பின்வரும் பிரிவினரின் பிரதிநிதிகளாக இருப்பார்கள் அவை: பறையன், பள்ளன், வள்ளுவன், மாலா, மாதிகா, சக்கிலியன், தோட்டியன், செருமான், ஹோலியன்.

சென்னையைச் சேர்ந்த தலித் தலைவர்கள் இங்கே குறிப்பிடப்பட்டுள்ள அனைத்துப் பிரிவினரையும் திருப்பதிப்படுத்தத்தக்க அளவில் இட ஒதுக்கீடு இல்லையென்று கோரினார்கள். பின்னர் ஐந்து இடங்கள் பத்து இடங்களாக உயர்த்தப்பட்டன. அதன்பின்னர் பன்னிரண்டாக உயர்த்தப்பட்டன.

சென்னை மாநிலத்தின் உள்ளாட்சிக் கழகங்களின் சட்டம் 1920

1920ஆம் ஆண்டு நிறைவேற்றப்பட்ட உள்ளாட்சிக் கழகங்களின் சட்டம் எண் XIV அதன் பிரிவு 9 உட்பிரிவு 1 மற்றும் 2 இன் கீழ் ஒடுக்கப்பட்ட வகுப்பினருக்கு இட ஒதுக்கீடு அளித்தது. இதனடிப்படையில் ஒடுக்கப்பட்ட இனங்களைச் சார்ந்த உறுப்பினர்களுக்கு ஊராட்சி மன்றங்கள், தாலுகா கழகங்கள் மற்றும் மாவட்டக் கழகங்களில் பிரதிநிதித்துவம் வழங்கப்பட்டது.

சென்னை மாநிலத்தின் மாவட்ட நகராட்சிகளின் சட்டம் 1920

1920ஆம் ஆண்டின் நிறைவேற்றப்பட்ட சென்னை மாநில மாவட்ட நகராட்சிகளின் சட்டம் பிரிவு 7(3) மற்றும் 11இன் படி ஒடுக்கப்பட்ட வகுப்பினருக்கு இட ஒதுக்கீடு செய்யப்பட்டது. 1920ஆம் ஆண்டில் நீதிக்கட்சி ஆட்சிக்கு வருமுன்னமே கீழ்க்குறிப்பிடப்பட்டுள்ள நபர்கள் அரசாங்கத்தின் நியமனம் மூலமாக நகராட்சி உறுப்பினர்கள் ஆனார்கள்.

28 செப்டம்பர் 1920 நாளிட்ட உள்ளாட்சித் துறையின் புனித ஜார்ஜ் கோட்டை அரசிதழின் அறிவிக்கையின்படி,

(1) சுவாமி சகஜானந்தா (தலித் தலைவர்) தென் ஆற்காடு மாவட்டத்திலுள்ள சிதம்பரம் நகராட்சி மன்ற உறுப்பினராக நியமிக்கப்பட்டார்.

(2) திரு.நாகலிங்க பண்டாரம் (தலித் தலைவர்) செங்கல்பட்டு மாவட்டத்திலுள்ள காஞ்சிபுரம் நகராட்சி மன்ற உறுப்பினராக நியமிக்கப்பட்டார்.

சுதேசமித்திரன் எனும் தமிழ் நாளிதழில் கூறப்பட்டிருந்தபடி[89] கோயம்புத்தூர் மாவட்டத்திலுள்ள திருப்பூரைச் சேர்ந்த தலித்துகள் திருப்பூர் நகராட்சிக்கு நியமிக்கபடுவதற்காக திரு.செல்லன் மற்றும் திரு.அரசன் ஆகிய இரு பெயர்களைப் பரிந்துரைத்தார்கள்.[90]

சென்னை மாநிலத்தில் நீதிக் கட்சியின் ஆட்சி

சென்னை மாநிலச் சட்டமன்றத்திற்கான பொதுத் தேர்தல் 20 நவம்பர் 1920இில் நடைபெற்றது. அத்தேர்தலில் நீதிக்கட்சி பெரும்பான்மை பெற்றது. அக்கட்சியின் அமைச்சரவை 17 நவம்பர் 1920இல் நியமிக்கப்பட்டது சட்டமன்றத்தின் முதல் கூட்டம் 12 ஜனவரி 1921இல் தான் நடைபெற்றது.

“இட ஒதுக்கீடு சாதி அடிப்படையில் அமைந்ததா?” எனும் தலைப்பின் 3ஆம் இயலின் தொடக்கத்தில் டாக்டர்.பி.ஆர் அம்பேத்கரின் தோற்றத்திற்குப் பிறகு தலித்துகள் அரசியல் ரீதியாகப் பெற்ற வெற்றி விவரிக்கப்பட்டது.

சென்னை மாநிலத்தில் தலித்துகளின் முன்னேற்றம் பற்றி மற்றவர்கள் கூறுவது?

திரு.ஜே.ஹெய்ச். ஹட்டன் கூறுவதாவது, 1920இல் சுமார் 100 கூட்டுறவுச் சங்கங்களில் ஓதுக்கப்பட்ட சாதியைச் சேர்ந்த 14,600 உறுப்பினர்கள் இருந்தார்கள்.[91]

1920இல் ஓதுக்கப்பட்ட சாதிகளைச் சேர்ந்த 1,50,000 மாணவர்கள் பள்ளிக்கூடங்களில் பயின்றார்கள். 1930இல் 2,30,000 மாணவர்கள் பயின்றார்கள். இவர்களில் 1,00,000 மாணவர்கள் கிறித்தவ மிஷன் பள்ளிகளிலும் ஏனையோரில் பெரும்பாலானோர் மேலே குறிப்பிடப்பட்ட சங்கங்களால் நடத்தப்பட்ட பள்ளிகளிலும் பயின்றார்கள். பெரும்பாலான இப்பள்ளிகள் ஆரம்பநிலைப் பள்ளிகளாகும். ஆரம்ப நிலைக்கு மேற்பட்ட பள்ளிகளில் 2700 மாணவர்களும் கல்லூரிகளில் 50 மாணவர்களும் மட்டுமே பயின்றார்கள்.[92]

1916ஆம் ஆண்டிலும் 1920ஆம் ஆண்டிலும் எல்லா மாநில அரசாங்கங்களிடம் இருந்தும் ஒடுக்கப்பட்ட வகுப்பினரின் சன்மார்க்க நிலை மற்றும் பொருளாதார நிலை பற்றியதொரு அறிக்கையையும் அவர்களை மேம்படுத்துவதற்கான பரிந்துரைகளையும் இந்திய அரசாங்கம் கோரியது.[93]

23 அக்டோபர் 1920இல் மைசூரில் நடைபெற்ற மைசூர் பஞ்சமர் மாநாட்டிற்குத் தலைமை வகித்த மைசூர் தலைமை நீதிமன்ற நீதிபதி திரு.சந்திரசேகர் ஐயர் கூறியதாவது: சென்னை மாநிலத்தில் ஒடுக்கப்பட்ட வகுப்பினரின் நலன்களைப் பாதுகாத்து அவர்களை மேம்படுத்தும் பொறுப்பு ஆலோசனைக்குழு ஒன்றின் உதவியுடன் செயல்படும் ஒரு முழு நேரத் தொழிலாளர் ஆணையர் வசம் ஒப்படைக்கப்பட்டிருந்தது.[94]

திரு.எல்.எஸ்.எஸ்.ஓ மாலி பின்வருமாறு குறிப்பிட்டார்: கல்வியின் தாக்கத்தால் உந்தப்பட்ட ஒடுக்கப்பட்ட வகுப்பினர் பாரம்பரியமாகத் தங்களுக்கு வழங்கப்படும் தாழ்ந்த நிலையிலும் மனிதர்கள் என்னும் உரிமைகள் மறுக்கப்படுவதிலும் உள்ள அநீதியைப் புரிந்து கொள்ளவும் அதுபற்றி ஆத்திரப்படவும் தொடங்கியுள்ளனர். அவர்களுள் முன்னேறியுள்ளவர் தங்களை ஒருங்கிணைக்கத் தொடங்கியுள்ளனர். தங்களுடைய கோரிக்கைகளின் நியாயத்தை நிலைநாட்டுவதற்காக (சென்னை ஒடுக்கப்பட்ட வகுப்பினரின் சங்கம் போன்ற) அமைப்புகள் தொடங்கப்பட்டுள்ளன. ஒடுக்கப்பட்ட வகுப்பினரின் அனைத்திந்திய மாநாடு சில ஆண்டுகளாக நடத்தப்பட்டு வருகின்றது.[95]

முந்திய பக்கங்களில் கூறப்பட்டிருப்பது போல் சென்னை மாநிலத்திலுள்ள தலித்துகள் தங்களைத் தாங்களே பாதுகாத்துக் கொள்ளுமளவிற்கு முன்னேறியுள்ளதும் பிரிட்டிஷ் ஆட்சிக் காலத்தில் அரசியல், கல்வி, சமூக உரிமைகளைப் பெற்றுள்ளதும் பொருளாதாரத்தில் முன்னேறியுள்ளதும் தெளிவாகத் தெரியவரும். திரு.கி.வீரமணி ஜனவரி 1984 தலித் வாய்ஸ் இதழில் எழுதியுள்ள கட்டுரையில் கூறியிருப்பது போல் நவம்பர் 1920இல் ஆட்சிக்கு வந்த நீதிக்கட்சியே தமிழ்நாட்டில் இன்று தலித்துகள் அடைந்துள்ள முன்னேற்றத்திற்கு அடித்தளம் அமைத்தது என்று கூறுவது சரியன்று.

ஆதிதிராவிடர்கள் யார்? இப்பெயர் எவ்வாறு அவர்களைச் சுட்டும் நிலை ஏற்பட்டது?

ஜனவரி 1, 1984 நாளிட்ட தலித் வாய்ஸ் இதழில் எழுதியுள்ள தமது கட்டுரையில் திரு.கி.வீரமணி ஆதிதிராவிடர் எனும் பெயர் பற்றிப் பின்வருமாறு குறிப்பிட்டுள்ளார்: 'நீதிக்கட்சியிலிருந்து 1944இல் பெரியாரால் திராவிடர் கழகம்' தோற்றுவிக்கப்பட்டபோது ஆதிதிராவிடர்கள் (தலித்துகள்) திராவிடர் கழகத்தில் சேர்ந்தால் அவர்களுக்குக் கிடைக்கக்கூடிய

நன்மை யாது? எனும் கேள்வி அவரிடம் கேட்கப்பட்டது. வெகு ஆணித்தரமாகவும் தெளிவாகவும் பெரியார் பதிலளித்து அவர்கள் திராவிடர் கழகத்தில் சேருவார்களானால் அது அவர்களுக்கு ஓர் இழப்புதான். அதாவது தங்கள் பெயரிலுள்ள ஆதி எனும் முன்னொட்டை இழந்து ஏனைய திராவிடர்களைப் போன்றே அவர்களும் கூட திராவிடர்கள் ஆவார்கள் என்று கூறினார்.

தர்க்க ரீதியாக அது சரியாக இருக்கலாம். ஆனால், வரலாற்றடிப்படையில் அது சரியா? முதலாவது கருத்தில் கொள்ள வேண்டியது 'திராவிடர்கள்' எனும் பெயருக்கு முன்னாள் ஆதி எனும் முன்னொட்டு எவ்வாறு எப்பொழுது அதிகாரப் பூர்வமாகச் சேர்க்கப்பட்டது? வரலாற்று அடிப்படையில் திராவிடர்களிடையே கலப்புள்ள திராவிடர்கள் மற்றும் கலப்பற்ற திராவிடர்கள் எனும் இருவகையான திராவிடர்கள் உள்ளனர். கலப்புள்ள திராவிடர்கள் யார் என்பதையும் தீர்மானிக்கத் தக்கதொரு பதில் தேவைப்படுகிறது.

ஓய்வுபெற்ற ஐ.சி.எஸ் அதிகாரியான திரு.எல்.எஸ்.எஸ்.ஓ.மாலி இதற்கான பதிலைக் கண்டுபிடித்தவராகப் பின்வருமாறு கூறுகிறார்: பிராமணர்களால் அறிமுகப்படுத்தப்பட்ட சமூக அமைப்பை முதலில் ஏற்றுக்கொண்டவர்கள் சூத்திரர்களானார்களென்றும் ஆரம்ப காலத்தில் அவ்வமைப்புக்கு வெளியே இருந்து பின்னர் முன்னுதாரணம் மற்றும் பிராமணர்களின் செல்வாக்கு காரணமாக அவ்வமைப்புக்குள் கொண்டுவரப்பட்டவர்கள் இந்து சமூகத்தின் கீழ்மட்டத்தைச் சேர்ந்தவர்களானார்கள். சிலர் திராவிட இனம் தோன்றுவதற்கு முந்திய காலத்தில் வாழ்ந்த இனங்களின் வழித்தோன்றல்கள் நடைமுறையில் கோதாவரி ஆற்றுக்குத் தெற்கே வாழ்ந்த ஆதிகால வகுப்பு மக்கள் எல்லோருமே ஒடுக்கப்பட்ட வகுப்பினராயினர்.[96]

திரு.கி.வீரமணி "தமிழ்நாட்டில் சமூக, வகுப்பு, நீதிக்கான போராட்டம்" எனும் தமது நூலில் பத்தாம் பக்கத்தில் 'தீண்டத்தகாதவர்கள் 1922இல் ஆதி திராவிடர்களானார்கள்' என்று குறிப்பிட்டுள்ளார். ஒருவேளை சில வகுப்பினர்களுக்கு வழக்கிலிருந்த பெயர்களுக்குப் பதிலாக வழங்கப்பட்டிருந்த பெயராக 25 மார்ச் 1922 நாளிட்ட சட்டத்துறையின் (பொது) அரசாணை எண் 817இல் 'ஆதி திராவிடர்' எனும் பெயர் பிரகடனப் படுத்தப்பட்டிருந்தன் அடிப்படையில் திரு.கி.வீரமணி தமது கருத்தை உருவாக்கியிருக்கக் கூடும். ஆனால், 'தீண்டத்தகாதவர்' என்ற பெயர் அவ்வரசாணையில் இடம்பெறவில்லை.

பழங்காலமாகிய வேதகாலம் தொட்டே ஆரியக் கலாச்சாரத்தை ஏற்றுக் கொள்ளாதிருக்கும் நொறுக்கப்பட்ட மனிதரை இழிவுபடுத்துவதற்காகவே பிராமணரால் (ஆரியர்) கண்டுபிடிக்கப்பட்ட பெயராகிய தீண்டத்தகாதவர் எனும் பெயரைத் தமது நூலில் திரு.கி.வீரமணி எவ்வாறு பயன்படுத்தினார் என்பது வியப்புக்குரியதாகும். திரு.கி.வீரமணி சாதிய வரம்புக்கு வெளியே உள்ளவர் அல்லது பஞ்சமர் போன்ற வேறொரு பெயரைப் பயன்படுத்தியிருக்கலாம்.

டாக்டர் பி.ஆர்.அம்பேத்கர் கூறுவதுபோல் பிராமணர்கள் புத்தமதத்தின் எதிரிகள் என்பதாலும் நொறுக்கப்பட்ட மனிதர்கள் புத்த மதத்தை விட்டு வெளியேறமாட்டார்கள் என்பதால் அவர்கள் மீது பிராமணர்கள் தீண்டாமையைத் திணித்ததாலும் நொறுக்கப்பட்ட மனிதர்கள் பிராமணர்களை வெறுத்தார்கள். இந்த அடிப்படையில் பார்க்கும்போது பௌத்தர்களாக இருந்தவர்களுக்கு எதிராக பிராமணர்கள் உருவாக்கிய வெறுப்பும் பகைஉணர்வும் தீண்டாமை நடைமுறையில் வருவதற்கான காரணங்களுள் ஒன்றாகும் என்று முடிவு செய்யலாம்.[97]

1922இல் வெளிவந்த அரசாணை தலித்துகளைப் பஞ்சமர்கள் என்று குறிப்பிட்டது. தமிழ்நாட்டில் இப்பெயர் (பஞ்சமர்) தலைதூக்கத் தொடங்கியிருந்த காலகட்டத்தில் தலித் அறிவுஜீவிகள் 'பஞ்சமர்' எனும் பெயருக்கெதிராக எதிர்ப்பைத் தெரிவித்தார்கள். தலித்துகளின் எதிர்ப்பு 1909இல் வெளியிடப்பட்ட ஒரு நூலில்கூட குறிப்பிடப்பட்டிருந்தது. 1842ஆம் ஆண்டில் 'டம்பாசாரி' என்னும் தமிழ் நாடகத்திற்கான விளம்பரத்தில் கூட பஞ்சமர் என்ற பெயர் பயன்படுத்தப்பட்டுள்ளது. பஞ்சமர்கள் நாடகம் நடைபெறவிருந்த இடத்தினருகே கூட நுழையத் தடை விதிக்கப்பட்டிருந்ததென்று விளம்பரத்தில் கூறப்பட்டிந்தது. பஞ்சமர் எனும் யெர் எவ்வாறு உருவாக்கப்பட்டது என்பது பற்றி தலித்துகள் பல கேள்விகளை எழுப்பியுள்ளார்கள். யார் இந்தப் பெயரைக் கண்டுபிடித்தது? எவ்வகையான நம்பத்தகுந்த ஆவணங்களிலிருந்து இப்பெயர் எடுக்கப்பட்டது? போன்ற கேள்விகள் எழுப்பப்பட்டன. ஆதி திராவிடர்கள் என்ற பெயர் தலித்துகளுக்குப் புதிய பெயர் அல்ல.

சென்னையைச் சேர்ந்த சமய உணர்வு கொண்ட தலித் தலைவர்கள் 1892ஆம் ஆம் ஆண்டிலேயே 'ஆதிதிராவிட மகாஜன சபா' எனும் அமைப்பை உருவாக்கினார்கள் என்று மேலே கூறப்பட்டுள்ளது.

ஆதிதிராவிடர் எனும் பெயருக்கெதிரான தலித்துகளின் வெறுப்பு

ஆதிதிராவிடர் எனும் பெயர் வழக்கத்திற்கு வந்த நாள் தொட்டே தலித்துகளில் பெரும்பாலானவர்கள் அப்பெயர் மீதான தங்களது வெறுப்பைக் காட்டி வந்துள்ளார்கள். திராவிடர்கள் என்று தங்களை அழைத்துக் கொள்வதையே விரும்பினார்கள். 1891இலேயே 'திராவிட மகாஜன சபா' எனும் பெயரில் ஓர் அமைப்பைத் தொடங்கினார்கள். பிரிட்டிஷ் ஆட்சியாளர்களுக்கு அவர்கள் அளித்த கோரிக்கைகளில் எல்லாமே 'திராவிடராகிய நாங்கள்' எனும் தொடரையே குறிப்பிட்டிருந்தார்கள்.[98]

சாதிய இந்துத் தலைவர்களில் பலரும் ஆதிதிராவிடர் என்ற பெயரைத் தலித்துகளுக்கு வைத்துவிட முயன்றனர். தலித் காலனிகளுக்கு இடப்பட்டிருந்த பெயர்களில் பஞ்சமர், பறையர் உள்ளிட்ட எல்லா பெயர்களையுமே மாற்றி ஆதிதிராவிடர்புரம் என்று அவற்றுக்குப் பெயரிடக் கோரும் தீர்மானத்தை டாக்டர் நடேச முதலியார் சென்னை மாநகராட்சியில் அறிமுகப்படுத்தினார். தலித் தலைவராகிய வேலூர் கே.வாசுதேவ பிள்ளை ஆதிதிராவிடர் உள்ளிட்ட அனைத்துப் பெயர்களுமே இழிவுப்படுத்தும் பெயர்கள் எனக்கூறி மாநகராட்சி மன்றக் கூட்டத்தில் எதிர்ப்பு தெரிவித்தார். அந்தத் தீர்மானம் கைவிடப்பட்டது.

முந்தின காலங்களில் நடைபெற்ற மாநாடுகளில் எல்லாம் தலித்துகள் தங்களைக் குறிப்பதற்கு 'திராவிடர்' எனும் சொல் பயன்படுத்தப்பட வேண்டுமென்று கோரும் தீர்மானங்களை நிறைவேற்றினார்கள். தலித் தலைவர்களுக்கு இடையே பல கூட்டங்கள் நடைபெற்றன. அக்கூட்டங்களில் திராவிடர் என்ற பெயரை ஏற்றுக்கொள்வது என்ற விவாதமும் கலந்துரையாடலும் இடம்பெற்றன. எடுத்துக்காட்டாக, இது போன்றதொரு கூட்டம் சென்னை புரசைவாக்கத்தில் 16 செப்டம்பர் 1920இல் நடைபெற்ற சுவாமி ருத்ரகோடி தலைமையில் அமைந்த அணி திராவிடர் எனும் பெயருக்காக வாதாடிற்று.[99] சுவாமி கைலாசபதி தலைமையிலான அணி 'ஆதிதிராவிடர்' எனும் பெயரைக் கோரியது.[100]

இறுதியாக, அரசாங்கமே ஆதிதிராவிடர் எனும் பெயருக்கு ஆதரவாக அரசாணையொன்றை வெளியிட்டபோது அவர்கள் 'ஆதிதிராவிடர்' என்ற பெயரை ஒப்புக்கொண்டார்கள். ஒப்புக் கொள்ளாமற்போனால் அதுவரை அவர்கள் பெற்று வந்த சலுகைகளை அவர்கள் இழக்க நேரிடும். மேலும், பொதுப்

பெயரான திராவிடர் எனும் பெயரை ஏற்றுக்கொண்டால் பிரிட்டிஷ் அரசாங்கத்தால் தலித்துகளுக்கு வழங்கப்பட்ட சலுகைகளை மற்றவர்களும் பெறக்கூடிய நிலை ஏற்படக்கூடும் என்று தலித்துகள் அஞ்சினார்கள்.

ஆதிராவிடர் எனும் பெயர் குறிப்பிட்டதொரு சமுதாயத்தைக் குறிக்குமா?

ஆதிராவிடர் எனும் பெயர் குறிப்பிட்டதொரு சமுதாயத்தையே குறிக்கும் என்னும் தவறான கருத்து தமிழ்நாட்டிலுள்ள சில தலித்துகளிடம் இருந்தது. தமிழ்நாடு அரசாங்கம் 13 டிசம்பர் 1980 நாளிட்ட சமூக நலத்துறையின் அரசாணை எண் 953இல் அரிஜன் எனும் பெயருக்குப் பதிலாக ஆதி திராவிடர் எனும் பெயரைப் பயன்படுத்த ஆணையிட்டபோது சில தலித்துகள், குறிப்பாகத் தென்தமிழ்நாட்டைச் சேர்ந்த தலித்துகள், அதைப் பலமாக எதிர்த்தார்கள். சில தலித்துகள் உயர் நீதிமன்றத்துக்குச் சென்று கடின உழைப்பால் சேர்த்த பெரும் பணத்தைச் செலவு செய்து அரசாணைக்கு எதிராக ரிட் மனு ஒன்றைத் தாக்கல் செய்தார்கள். ஆதிதிராவிடர் எனும் பெயர் பறையர் இனத்தை மட்டுமே குறிக்கிறதென்றுக் கூறி அரசாங்கத்தின் ஆணை முறியடிக்கப்பட வேண்டும் என்றும் அவர்கள் விரும்பினார்கள்.

இது பெரும்பாலும் ஒடுக்கப்பட்ட வகுப்பினர் ஒன்றுபடக்கூடாதென்று விரும்புகிற சுரண்டல்காரர்களால் செய்யப்பட்டுவந்த தந்திரமான பிரச்சாரத்தின் காரணமாக ஏற்பட்ட நிலை. 'பறையன்' என்னும் சொல் மட்டுமே ஆங்கிலேயருக்குத் தெரிந்திருந்த சொல்; இந்தியாவிலுள்ள ஒடுக்கப்பட்ட வகுப்பினர் அனைவரையும் குறிப்பிடப் பொதுவாக ஆங்கிலேயர் அச்சொல்லையே பயன்படுத்தினார்கள். இலண்டனிலிருந்து வெளியாகும் டைம்ஸ் பத்திரிகையில் வெளியான திரு.வாலன்டைன் கிரால் என்பவரின் அறிக்கையிலிருந்து இது தெளிவாகும்.

திரு.வாலன்டைன் கிராலின் கருத்தின்படி 'பறையன்' எனும் பெயர் குறிப்பிட்டதொரு வகுப்பிற்கு மட்டுமே உரிய பெயரென்றாலும் கூட ஒடுக்கப்பட்ட இனத்தைப் பொதுவாகக் குறிப்பிட 'பறையன்' என்ற பெயரைப் பயன்படுத்துகிறோம். தென்னிந்தியாவில் பறையன் எனுஞ்சொல் இந்து சமயத்தின் நான்கு உயர் சாதிகள் அல்லது தூய்மையான சாதிகளைச் சாராத அனைத்து இந்துக்களையும் குறிக்கும். எனவேதான்

அவர்கள் அதிகாரப்பூர்வமாக இடக்கரடக்கல் முறையில் 'பஞ்சமர்' அதாவது ஐந்தாவது சாதி என்று குறிப்பிடப்படுகின்றனர்.[101]

தென்னிந்தியாவிலிருந்த தலித் தலைவர்கள் ஒடுக்கப்பட்ட இனத்தவர் பஞ்சமர் என்றழைக்கப்படுவதை விரும்பவில்லை. தலித் தலைவர்கள் அதற்கான காரணமாகக் கூறியது யாதெனில் தங்களைப் பஞ்சமர்கள் என்றழைத்தால் தங்களை இந்து சமயத்துடன் எளிதில் தொடர்புபடுத்தி விடக்கூடும் என்பதுவே. அந்த வகையில் தென்னிந்தியாவில் உள்ள அனைத்து ஒடுக்கப்பட்ட வகுப்பினரும் ஆதி திராவிடர்கள் என்றழைக்கப்பட வேண்டியதாயிற்று. இதன்படியே சென்னை அரசாங்கமும் 25 மார்ச் 1922 நாளிட்ட சட்டத்துறையின் (பொது) அரசாணை எண் 817ஐ வெளியிட்டது.

பஞ்சமர் மற்றும் இழிவுபடுத்தும் பெயர்களுக்குப் பதிலாக 'ஆதிதிராவிடர்' எனும் பெயரைக் கொண்டுவரப் பாடுபட்ட பெரும் தலித் தலைவர்களுக்கு அவமானத்தை ஏற்படுத்திற்று. வெறுப்பைக் காட்டிய தலித்துகளின் நன்மைக்காகவும் 'ஆதி திராவிடர்' எனும் பெயர் 'பறையன்' எனும் ஒரு குறிப்பிட்ட வகுப்பினரை மட்டுமே குறிக்கும் என்ற தவறான எண்ணத்தைக் கொண்டிருப்பவர்களின் நன்மைக்காகவும் அவ்வரசாணையின் நகல் கீழே தரப்பட்டுள்ளது.

சென்னை அரசாங்கம்
சட்டத்துறை (பொது)
25 மார்ச் 1922 நாளிட்ட அரசாணை எண் 817

சட்டமன்றம் தீர்மானம் ஜனவரி 1922 பஞ்சமர்களுக்கு 'ஆதிதிராவிடர்', 'ஆதி ஆந்திரர்', 'திராவிடர்' எனும் பெயர்கள் வைத்தல்.

ஆணை : எண்.817, 25 மார்ச் 1922 நாளிட்ட சட்டத்துறை (பொது)

20 ஜனவரி 1922இல் நடைபெற்ற சட்டமன்றக் கூட்டத்தில் கீழ்க்காணும் தீர்மானம் நிறைவேற்றப்பட்டது.

1. தென்னிந்தியாவில் உள்ள பழம்பெருமை வாய்ந்த திராவிடச் சமுதாயத்தைக் குறித்திடப் பயன்படுத்தப்பட்டு வரும் 'பஞ்சமர்' அல்லது 'பறையர்' எனும் பெயர்கள் அரசு ஆவணங்களிலிருந்து நீக்கப்பட்டு அதற்குப் பதிலாகத் தமிழ் மாவட்டங்களில் ஆதி ஆந்திரர் என்ற பெயரும் வழங்கப்பட அரசுக்கு இம்மன்றம் பரிந்துரைக்கிறது.

2. அரசாங்கத்தின் சார்பில் தமிழ் மாவட்டங்களிலுள்ள அச்சமுதாயத்தின் உறுப்பினர்களை 'ஆதி திராவிடர்' என்றும் தெலுங்கு மாவட்டத்திலுள்ளவர்களை 'ஆதி ஆந்திரர்கள்' என்றும் இச்சமுதாயத்தின் குறிப்பிட்ட உறுப்பினர்களை அவர்கள் விரும்பினால் திராவிடர்கள் என்றும் அழைப்பதில் அரசாங்கத்திற்கு எந்த ஆட்சேபனையும் இல்லையென்றும் பழைய ஆவணங்களில் திருத்தம் எதையும் செய்யவியலாதென்றும் உத்தரவும் அளிக்கப்பட்டது. அதனடிப்படையில் 'பஞ்சமர்' அல்லது 'பறையர்' அல்லது அதுபோன்ற பெயர்களுக்குப் பதிலாக அனைத்து அதிகாரப்பூர்வமான ஆவணங்களிலும் கீழ்க்காணும் பெயர்கள் பயன்படுத்தப்பட அரசாங்கம் நெறிப்படுத்தி ஆணையிடுகிறது.

தமிழ் மாவட்டங்களில் உள்ளவர்கள் 'ஆதி திராவிடர்கள்' என்றும் தெலுங்கு மாவட்டங்களில் உள்ளவர்கள் 'ஆதி ஆந்திரர்கள்' என்றும் இச்சமுதாயத்தின் வேறெந்த உழைப்பினரும் விரும்பினால் 'திராவிடர்கள்' என்றும் அழைக்கப்படுவார்கள்.

(மன்றத்தின் ஆளுநரின் ஆணையின்படி)

ஆர்.இராமசந்திர ராவ்
(அரசாங்கச் செயலாளர்)

அரசாங்கத் தலைவர்களுக்கும்
மாவட்ட ஆட்சியாளர்களும்
மாவட்ட நீதிபதிகளும்.

அரசாணை ஒடுக்கப்பட்ட வகுப்புகளை 'ஆதிதிராவிடர்கள்' என்று பொதுவாகக் குறிப்பிடுவதாகவும் எல்லா பெயர்களையும் குறிப்பிட்டுக் கூறவில்லையென்றும் சிலர் கேள்வி எழுப்பக்கூடும். திருத்தப்பட்ட 1920ஆம் ஆண்டின் சென்னை மாநில உள்ளாட்சிக் கழகங்களின் சட்டம் XIV பிரிவு 3இன் கீழ் தெளிவான விளக்கம் தரப்பட்டுள்ளது.

விளக்கம்: இச்சட்டத்தில் முரண்பாடான எதுவும் இல்லாத பட்சத்தில்

(1) 'ஆதி திராவிடர்' எனும் பெயர் இந்து சமயத்தை ஏற்று வாழ்பவரும் பறையன், பள்ளன், வள்ளுவன், மாலா, மாதிகா, சக்கிலியன், தோட்டியன், செருமான், ஹோலியன் அல்லது குறிப்பிடப்படும் வேறெந்தவொரு வகுப்பையும் சேர்ந்தவருமான எந்த நபரையும் குறிக்கும்.

‘ஆதி திராவிடர்’ என்ற பெயரின் கீழ் 1932இல் வேறு 13 வகுப்புகளும் சேர்க்கப்பட்டன.

திராவிடர் கழக மாநாடுகளுக்குத் தமிழ்நாட்டுக்கு வெளியேயிருந்து தலித் தலைவர்களுக்கு அழைப்பு

தலித் வாய்சின் 1, ஜனவரி 1984 நாளிட்ட இதழில் எழுதியுள்ள தமது கட்டுரையில் திரு.கி.வீரமணி திராவிடர் கழக மாநாடுகளுக்குத் தமிழ்நாட்டிலிருந்து ஒரு தலித் தலைவரையும் அழைக்காதிருப்பதற்குக் காரணமாகக் கூறுகையில் அவர்களெல்லாருமே வெவ்வேறு குழுக்களாகப் பிரிந்து கிடப்பதும் அவர்களுக்குள் எந்த ஒற்றுமையும் இல்லை என்பதும் அடிக்கடி ஒருவருக்கொருவர் மோதிக் கொள்வதால் அரசியல் கட்சிகளின் இழுப்புக்கு எளிதில் பலியாகிவிடுகிறார்களென்பதும் ஊரறிந்த இரகசியமாயிற்றே என்று கூறுகிறார்.

ஏனைய பிற்படுத்தப்பட்ட வகுப்பினரிடையே எந்த மோதலும் இல்லையா? தங்களுடைய சட்டைகளை மாற்றிக்கொள்வதுபோல அவர்கள் அரசியல் கட்சிகளை மாற்றிக்கொள்வதில்லையா?. திரு.கி.வீரமணி அழைக்கும் தலித் தலைவர்கள் உள்ள இடங்களில் குழுக்கள் இல்லை என்பதுதான் அதற்குப் பொருளா? இந்தியாவின் மற்ற பகுதிகளிலிருந்து பிரபலமான தலித் தலைவர்களை அழைப்பதற்கான காரணம் எதிலும் இரகசியம் எதுவும் இல்லை. அந்தக் காரணம் யாதெனில் தமிழ்நாட்டில் தலித்துகளின் விடுதலைக்கும் முன்னேற்றத்திற்கும் திராவிடர் கழகமே காரணம் என்று ஒரு பிரகாசமான படத்தை வெளி மாநிலத் தலைவர்களின் மனதில் பதிய வைக்க திரு.கி.வீரமணி விரும்புகிறார்.

இம்மாநாடுகளில் கலந்துகொள்ளும் தலித் தலைவர்களுக்குத் தமிழ்நாட்டிலுள்ள தலித் அறிவுஜீவிகளுடன் உரையாடி தமிழ்நாட்டில் தலித் விடுதலையைப் பற்றி ஆழமாக ஆய்வு செய்திடத்தக்க பொறுமை கிடையாது. இந்தியாவின் மற்ற பகுதிகளிலிருந்து வரும் தலித் தலைவர்கள் தமிழ்நாட்டிலுள்ள தலித்துகளைப் பற்றித் தங்களுக்குத் தரப்படும். எழில்மிகு விளக்கத்தை ஐயுறுவதே இல்லை. மேலும் அவர்கள் செல்வாக்குமிக்க திராவிடர் கழகத்துடன் உரசிக் கொள்ளவும் விரும்புவதில்லை.

திராவிடர் கழக மாநாடுகளில் தமிழ்நாட்டுக்கு வெளியே இருந்து தலித் தலைவர்கள் வந்து பங்கேற்பது

பற்றி தமிழ்நாட்டிலுள்ள தலித்துகளுக்கோ அல்லது தலித் தலைவர்களுக்கோ எவ்விதப் பொறாமையும் இல்லை. ஆனால், திரு.கி.வீரமணியின் செயல்பாடு தமிழ்நாட்டில் தகுதிவாய்ந்த தலித் தலைவர்கள் எவருமே இல்லையென்னும் எண்ணத்தைப் பிரதிபலிக்கிறது. திருவள்ளுவர், ஔவையார் போன்ற பெரும் புலவர்களையும் கபிலர் போன்ற புரட்சிப் புலவரையும் உருவாக்கிய தமிழ்நாட்டு தலித் இனம் அனைத்தின் புகழை அது கெடுக்கிறது. முன்னாட்களில் சென்னையைச் சேர்ந்த அயோத்திதாசர், திருப்பத்தூர் ஏ.பி.பெரியசுவாமிப் புலவர், கோயம்புத்தூர் ஊமனூர் பகுதியைச் சேர்ந்த ஆர்.டி.ஐயக்கண்ணுப்புலவர் மற்றும் வி.வே.முருகேச பாகவதர், மாரிக்குப்பம் ஐ.ஐயாக்கண்ணு புலவர் எல்லோரும் இருபதாம் நூற்றாண்டின் தொடக்கக் காலத்திலேயே இந்து வேதங்களையும் இந்து சமயத்தையும் எதிர்த்துக் கேள்விகளைக் கேட்டார்கள்.

தற்காலத்தில் இராவ் பகதூர் ஆர்.சீனிவாசன், இராவ். பகதூர். எம்.சி.இராஜா, இராவ் பகதூர் என்.சிவராஜ், பூஞ்சோலை முத்துவீரப்ப பாவலர் புத்துயிர் குருசுவாமி, கல்தூர் முனுசுவாமி பிள்ளை, சிதம்பரம் சுவாமி சகஜானந்தம், மதுரை ஹெய்ச்.ஜகன்னாதன் ஆகியவர்கள் தலித்துகளுக்காகப் போராடிய சென்னை மாநிலத்தவர்களே.

இந்தியாவெங்கிலும் உள்ள தலித்துகளிடையே பிராமணியத்தையும் இந்து சமயத்தையும் எதிர்த்து முதன்முதலில் கொடி பிடித்தவர்கள் தமிழ்நாட்டுத் தலித்துகளே. அதற்குப் பிறகு தான் மாபெரும் தலைவர் டாக்டர்.பி.ஆர்.அம்பேத்கர் தோன்றிய கர்நாடகமும் வரும். இத்தகு புகழ்பெற்ற தமிழர்களைச் சொந்தம் கொண்டாடாமல் அவமதிக்கிறார்கள்.

தலித்துக்களின் நியமனம் தகுதி அடிப்படையிலா? அல்லது சாதி அடிப்படையிலா?

தமிழ்நாட்டு உயர்நீதிமன்ற நீதிபதியாக திரு.ஏ.வரதராஜன் நியமிக்கப்பட்டதை விவரித்து திரு.கி.வீரமணி 1 ஜனவரி 1984 நாளிட்ட தலித் வாய்ஸில், "பெரியாரின் விருப்பங்களுக்கு மதிப்பளித்து முதல் முறையாக தலித் ஒருவர் உள்ளே வருவதற்கு வசதியாக உயர்நீதிமன்றத்தின் வாசல்களையும் இந்திய உச்சநீதிமன்றத்தின் வாசல்களையும் திராவிட முன்னேற்றக் கழகமே முதல் முறையாகத் திறந்தது" என்றெழுதியுள்ளார்.

இக்கருத்தை விமர்சிப்பதற்கு முன்னால் நான் பெரியாரின் இலட்சியத்திற்கு உரிய மதிப்பளிக்கிறேன். அவருக்கிருந்தது

உண்மையானதோர் இலட்சியம் . ஆனால், திமுக அமைச்சரவை பெரியாரின் விருப்பங்களை முழு மனதுடன் நிறைவேற்றியதா என்பது ஆய்வு செய்யப்பட வேண்டிய கேள்வியாகும்.

அவர் (நீதிபதி ஏ.வரதராஜன்) நியமிக்கப்பட்டது சாதி அடிப்படையிலா? அல்லது தகுதி அடிப்படையிலா அல்லது பணி மூப்பின் அடிப்படையிலா? அந்த நியமனம் சாதி அடிப்படையில் நடைபெற்றதென்று சொன்னால் அது நீதித்துறையில் தமது சொந்தத் திறமையைக் கொண்டே உச்சநீதிமன்ற நீதிபதியாகும் அளவுக்குத் தன்னை உயர்த்திக் கொண்டுள்ள ஒருவரின் தகுதியையும் திறமையையும் இழிவுப்படுத்துவதாகும். சாதி அடிப்படையில் அந்நியமனம் நடைபெற்றிருக்குமானால் இட ஒதுக்கீட்டின் அடிப்படையில் இன்னும் அதிகமான தலித்துகள் இப்பதவிக்குத் தேர்ந்தெடுக்கப்பட்டிருக்க வேண்டும்.

இப்பதவிக்குத் தேர்ந்தெடுக்கப்பட்ட வேளையில் நீதிபதி வரதராஜன் செசன்ஸ் நீதிபதிக்குரிய அந்தஸ்தில் நீதிமன்றங்களின் பணிவரம்பு நிர்ணயக் குழுவில் ஓர் உறுப்பினராக இருந்தார். அடுத்த பதவி உயர்வு இயல்பாகவே உயர்நீதிமன்ற நீதிபதி பதவியே. நீதிபதி வரதராஜன் மிகக் கீழ்மட்டத்திலுள்ள மாவட்ட நீதிபதி என்ற நிலையிலிருந்து செசன்ஸ் நீதிபதியெனும் அந்தஸ்துக்குத் தம்மைத் தாமே உயர்த்திக் கொண்டவர். எந்தவொரு கறையுமில்லாதிருந்த அவரது பணி அனைத்துத் தரப்பினராலும் பாராட்டப்படுகிறது.

உயர்நீதிமன்ற நீதிபதிகள் நியமன வட்டத்தில் பணி மூப்புள்ள நீதிபதியின் வாய்ப்பு வந்தது. அவ்வேளையில் நீதிபதி வரதராஜனின் பெயர் பணி மூப்புள்ள நீதிபதிகளின் பட்டியலிலிருந்து உயர்நீதிமன்ற நீதிபதி பதவிக்குச் சென்னை உயர்நீதிமன்றத் தலைமை நீதிபதியால் பரிந்துரைக்கப்பட்டது.

அக்கால கட்டத்தில் தமிழ்நாட்டில் திமுக கட்சி அதிகாரத்திலிருந்ததென்பது வெறும் தற்செயல் நிகழ்வேயாகும். முதல் அமைச்சரும் சட்ட அமைச்சரும் குடியரசுத் தலைவரால் உயர்நீதிமன்ற நீதிபதியாக நியமிக்கப்படுவதற்காகத் தலைமை நீதிபதி அளிக்கும் பரிந்துரைக்கு ஒப்புதல் தந்து அப்பரிந்துரையை மத்திய அரசுக்கு அனுப்பி வைக்க வேண்டும்.

திமுக பெரியாரின் விருப்பங்களை முழு மனதுடன் நிறைவேற்றியிருக்குமானால் முதல் அமைச்சரும் சட்ட அமைச்சரும் தங்களிடம் அந்தக் கோப்பு வந்தவுடனேயே தங்களது முத்திரையை அதில் இட்டிருக்க வேண்டும். அவர்கள்

அதைச் செய்தார்களா? நீதிபதி வரதராஜனைத் தமிழ்நாடு பொதுப்பணித் தேர்வாணையத்தின் ஓர் உறுப்பினராக்கிட திமுக முயற்சி செய்தது. நீதிபதி வரதராஜன் தமது இசைவினைத் தந்திட மறுத்துவிட்டார். பின்னர் அவர்கள் சென்னை உயர்நீதிமன்ற தலைமை நீதிபதி மூலமாகவும் முயற்சி செய்தார்கள்; அவர்களுடைய கோரிக்கையை அவரும் நிராகரித்தார். நீதிபதி வரதராஜன் உயர்நீதிமன்ற நீதிபதியாக நியமனம் பெறுவது ஆறு மாதங்களாகத் தாமதப்படுத்தப்பட்டது.

திராவிட ஆட்சிக்காலத்தில் தமிழ்நாடு அரசுப் பணியில் தலித்துகள்

காங்கிரஸ் ஆட்சிக்காலத்திலும் திராவிடக் கட்சிகளின் ஆட்சிக் காலத்திலும் அரசுப் பணியில் தலித்துகளின் நிலை பற்றிக் கருத்து கூறுவது எனது கடமையாகும். தலித்துகள் இடஒதுக்கீட்டின் அடிப்படையில் நியமனம் பெறுவதில் ஓரளவுக்கு முன்னேறியுள்ளனர் என்பதை கல்வியறிவு பெற்று அரசுப்பணியில் அமர்ந்துள்ள ஒவ்வொருவரும் அறிந்துள்ளனர்.

தமிழ்நாட்டில் அரசுப்பணியில் நுழைந்த தலித்துகளில் பெரும்பாலானோர் சாதிய இந்து சமயஞ்சார்ந்த மேலதிகாரிகள் மாற்றாந்தாய் மனப்பான்மை காரணமாகத் தங்களுக்குரிய பதவி உயர்வு மற்றும் பிற நன்மைகளால் பெற முடியாமல் தவித்துக் கொண்டும் போராடிக் கொண்டும் இருக்கிறார்கள்.

தங்களுக்கே உரித்தான சமூகக் குறைபாடுகளின் காரணமாக வியாபாரம், தொழில், பிரதிநிதித்துவ நிறுவனம், ஏற்றுமதி, இறக்குமதி, போக்குவரத்து போன்ற தொழில்களிலும் வேறு சில அரசு சாரா தொழில்களிலும் தலித்துகள் எந்த வகையிலும் சாதனை புரிய முடியவில்லை என்பது தெள்ளத்தெளிவாகத் தெரியவரும் உண்மையாகும்.

1958இல் பாபு ஜெகஜீவன்ராமின் ஆலோசனையின் பேரில் தலித்துகளுக்கு இடஒதுக்கீட்டு முறையைப் பின்பற்றி பதவி உயர்வு அளிக்கும் திட்டத்தை மத்திய அரசு அறிமுகப்படுத்தியது. இத்திட்டத்தை அமல்படுத்துவதற்குரிய நெறிமுறையை மத்திய அரசு மாநில அரசுகளுக்கு வழங்கியிருந்தது. அப்பொழுது சென்னை மாநிலத்திலிருந்த காங்கிரஸ் அரசு இவ்வாணையைக் குப்பைக் கூடைக்குள் போட்டது. தங்களின் அறிவீனத்தை மறைப்பதற்காகப் பதவி உயர்வு பெறுவதில் தலித்துகளுக்கும் கஷ்டங்களை ஆராய்ந்தறிய திரு.பி.பி.ஐ. வைத்தியநாதன் ஐ.சி.எஸ் என்னும் தனி அதிகாரியைத் தனிநபர் ஆணையமாக

அவர்கள் நியமித்தார்கள். தனி அதிகாரியின் அறிக்கையையும் பரிந்துரைகளையும் பெற்றுக்கொண்ட பின் அத்திட்டம் நடைமுறைப்படுத்தப்படுமென்று காங்கிரஸ் அரசு வாக்களித்தது. பின் அத்திட்டம் அப்படியே கிடப்பில் போடப்பட்டது.

ஏழு வருடத் தாமதத்திற்குப் பிறகு 7 ஜனவரி 1965இல் பொது நியமனத்துறை (அ) அரசாணை எண் 39ஐக் காங்கிரஸ் அரசு வெளியிட்டது. தலித் அரசுப் பணியாளர்களில் எத்தனை பேருக்கு இவ்வரசாணையைத் தெரியும். அது எவ்விதப் பயனும் விளைவிக்காத கண்துடைப்பு அரசாணைதான்.

1967இல் தமிழ்நாட்டில் காங்கிரஸ் ஆட்சியின் முடிவு

1967ஆம் ஆண்டில் தமிழ்நாட்டில் திராவிடர் கட்சி ஆட்சி ஏற்பட்டது. ஒவ்வொரு தலித்தும் அது தங்களுக்குரிய வரப்பிரசாதமென்று குதூகலிக்கத்தான்; ஆனால், அது ஒரு ஏமாற்றமாகவே இருந்தது. 1958இல் மத்திய அரசு வழங்கிய ஆணை இன்னமும் குப்பைக் கூடையில்தான் கிடக்கிறது. பதவி உயர்வளிப்பதில் இட ஒதுக்கீடு வழங்கும் திட்டம் குழிதோண்டிப் புதைக்கப்பட்டு விட்டது. 1979இல் சென்னை தர்மபிரகாஷில் நடைபெற்ற அட்டவணைச் சாதியினர் மற்றும் பழங்குடியினர் வகுப்புகளைச் சார்ந்த அரசு பணியாளர்கள் மாநாட்டில் அந்நாளைய தமிழ்நாடு அரசின் தலைமைச் செயலாளராக இருந்த திரு.வி.கார்த்திகேயன் ஐ.ஏ.எஸ் அத்திட்டத்தை நடைமுறைப்படுத்துவது பற்றி தமிழ்நாடு அரசு தீவிரமாகப் பரிசீலித்துக் கொண்டிருப்பதாகக் கூறினார். இந்நாள் வரையிலும் அவ்விளக்கு எரியாமலேயே இருக்கிறது.

திராவிடர்களின் ஆட்சியில்தான் இரு தலித் அமைச்சர்கள் ஒருவர் திமுக ஆட்சிக் காலத்திலும் மற்றவர் அதிமுக ஆட்சிக் காலத்திலும் அமைச்சரவையிலிருந்து நீக்கப்பட்டனர். உயர் பதவிகளிலிருந்த 3 காவல்துறை அதிகாரிகளில் இருவர் கட்டாய ஓய்வு என்ற பெயரில் திமுக ஆட்சிக்காலத்தில் வீட்டிற்கு அனுப்பப்பட்டனர். இச்செயல் களையெடுக்கும் பணியில் 66.2/3 விழுக்காடும் பணியமர்த்துவதில் 1/8 விழுக்காடு மட்டுமே நடைமுறையில் இருந்தது என்பதைக் காட்டுகிற களையெடுக்கும் பணியை இதே விகிதாச்சாரத்தில் கடைப்பிடித்திருந்தால் அரசுப் பணியிலிருந்து அனைத்துத் தலித்துகளையும் ஒழித்துக் கட்டுவதில் அவர்கள் வெற்றி பெற்றிருப்பார்கள். வீட்டுக்கு அனுப்பப்பட்ட இரு தலித் உயர் அதகாரிகளில் ஒருவர் புகழ்பெற்ற அனைந்திந்திய அட்டவணைச் சாதியினரின் தலைவர் திரு.என்.சிவராஜ்

அவர்களது மகன். புகழ்பெற்ற தலித் தலைவரின் மகனின் கதி இதுதான்.! திமுக ஆட்சிக்காலத்தில் சாதாரண தலித் அரசு ஊழியனின் கதி என்னவாக இருக்கும்.? பின்னர் மிகுந்த கஷ்டங்களுக்குப் பிறகு மத்தியில் ஜனதா ஆட்சி நடைபெற்றபோது மீண்டும் பணியில் அமர்த்தப்பட்டு, காவல்துறையின் துணை ஐ.ஜி. ஆகப் பதவி உயர்வு பெற்ற பின்னர் பணியிலிருந்து ஓய்வு பெற்றார்கள்.

இவையெல்லாமே *தலித் வாய்ஸ்* இதழின் வாசகர்களின் தகவலுக்காக வைக்கப்படும் சிறு எடுத்துக்காட்டுகளே.

அதிமுக ஆட்சியிலும் தலித் அரசுப் பணியாளர்கள் இதுபோன்ற கொடுமைகளைச் சந்திக்கிறார்கள். திராவிட ஆட்சிக்காலத்தில் தலித் அரசுப் பணியாளர்கள் படும் துன்பங்களைப் பற்றிய முழுமையான புள்ளி விவரத்தையும் என்னால் தர முடியாது. சாதிய இந்து அதிகாரிகளின் கொடுஞ்செயல்களைக் கட்டுப்படுத்தவே முடியவில்லை. தலித்துகளுக்கு எதிராகக் கொடுமைகளை இழைப்பதில் இவர்கள் பிராமணர்களையும் மிஞ்சிவிட்டார்கள்.

மத்திய, மாநில அரசுப் பணித் தேர்வு ஆணையம்

அட்டவணைச் சாதியினரின் நலனைப் பாதுகாக்கவும் நியமனத்திலும் பதவி உயர்விலும் அவர்களுக்கு ஏற்படும் மனக்குறைகளை நீக்கவும் அரசுப் பணித் தேர்வாணையத்தில் ஓர் அட்டவணைச் சாதி உறுப்பினரை நியமிக்குமாறு அனைத்து மாநிலங்களுக்கும் 1958இல் மத்திய அரசு ஓர் ஆணை பிறப்பித்தது. அட்டவணைச் சாதியினருக்கு எவ்வித அநீதியும் இழைக்கப்படலாகாது என்பதே மத்திய அரசின் நோக்கமாக இருந்தது. அந்நாள் தொடங்கி அரசுப் பணித் தேர்வாணையத்திற்கு ஒரு தலித் உறுப்பினர் ஒழுங்காக நியமிக்கப்பட்டு வருகிறார்கள். தமிழ்நாடு சட்டப் பேரவையின் முதல் தலித் பேரவைத் தலைவராக விளங்கிய திரு.ஜே. சிவசண்முகம் பிள்ளை எம்.ஏ., அவர்கள்தான் மத்திய அரசுப் பணித் தேர்வாணையக் குழுவில் உறுப்பினராக இடம்பெற்றவர்.

மேலும், நியமனத்திற்கும் பதவி உயர்வுக்கும் உரிய நபர்களைத் தேர்ந்தெடுப்பதற்காகக் கூடும் ஒவ்வொரு குழுவிலும் அட்டவணைச் சாதியினரின் நலனைப் பாதுகாக்கும் வகையில் ஒன்றுக்கு அல்லது ஒன்றுக்கு மேற்பட்ட அட்டவணைச் சாதியைச் சார்ந்த உறுப்பினர்கள் இடம்பெற்றிருக்க வேண்டும் என்னும் உத்தரவையும் மத்திய அரசு இட்டிருந்தது.

இவ்வாறு நியமிக்கப்பட்ட உறுப்பினர் தாம் எந்த நோக்கத்திற்காக இப்பணியில் அமர்த்தப்பட்டுள்ளார் என்பதை அறிவாரா? தேர்வாணைக் குழுவுக்கு நியமிக்கப்படுவதற்கும் அரசுப் பணிகளில் நியமனமும் பதவி உயர்வும் பெறுவதைத் தீர்மானிக்கும் குழுக்களில் நியமிக்கப்படுவதற்கும் தலித்துகளிடையே இருந்து ஒரு உறுப்பினரை எவ்வாறு தெரிந்தெடுக்க வேண்டுமென்ற கலையை ஆளும் பெரும்பான்மை இனத்தவர்கள் நன்றாகவே அறிந்து வைத்திருக்கிறார்கள். இவ்விதமாகத் தேர்ந்தெடுக்கப்பட்ட உறுப்பினர்கள் தலைவணங்கித் தங்களுடைய எஜமான்கள் மனநிறைவு பெறச் செய்தார்கள்.

இந்து சிந்தனை

தலித்துகள் கீழடங்கித் தங்களது பரம்பரை நிலையிலேயே மனநிறைவு கொண்டு வாழும் வரை எல்லாமே அமைதியாகச் செல்லும். ஆனால், ஒரு கிராமத்திலோ அல்லது ஒரு நகரத்திலோ அல்லது அரசுப் பணியிலோ அல்லது அரசியல் களத்திலோ சுதந்திரமாகச் செயல்படுவதற்குரிய ஒரு சிறு அடையாளம் தென்பட்டால் கூடப் பயன்படுத்தித் தலித்துகளைத் தங்கள் வழிக்குக் கொண்டுவந்துவிடுவார்கள்.

இந்துக்களிடையே காணப்படும் இத்தகைய அச்சுறுத்தும் மனப்பான்மைக்குப் பெரிய பெரிய தலைவர்கள் கூட விதி விலக்கல்ல. 1946இல் இராஜாஜி கூறினார்: அட்டவணைச் சாதியினர் இந்தியாவெங்கிலும் சீராகப் பரவியுள்ளனர். மக்கள்தொகையில் அவர்கள் சுமார் 10 விழுக்காட்டினர் ஆவர். இதே நிலையில்தான் ஒவ்வொரு கிராமத்திலும் ஒவ்வொரு மாவட்டத்திலும் ஒவ்வொரு மாநிலத்திலும் உள்ளது. இவ்விதமாக மக்கள்தொகையுடன் பரவியிருப்பதால் அவர்கள் தங்களைத் தாங்களே பிரித்துக் கொண்டு ஒரு தனி மக்களாட்சி முறையை வகுத்துக்கொள்ள முடியாது.[102]

சாதியப் பிரிவு மற்றும் மேல்சாதி உணர்வு எனும் நோய்க்கிருமி திராவிடர் கழக உறுப்பினர்கள் உள்ளிட்ட ஏனைய பிற்படுத்தப்பட்ட சாதியினரின் மனங்களில் உள்ளது. சாதி அடிப்படையிலான சங்கங்களுடன் தங்களுக்கு எவ்விதத் தொடர்பும் திராவிடர் கழக உறுப்பினர்களுக்கு இல்லை என்றோ சாதி அடிப்படையில் நடத்தப்படும் விழாக்களில் அவர்கள் பங்கு பெறுவதில்லையென்றோ திரு.கி.வீரமணி அவர்கள் உறுதியாகக் கூற முடியுமா? முன்னணியில்

நிற்கும் ஏனைய பிற்படுத்தப்பட்ட வகுப்பினர் இந்நாள் வரையிலும் தலித்துகளுக்கெதிரான படுகொலைகளையும் கொள்ளைகளையும் தீங்குகளையும் நிந்தனைகளையும் நிறுத்தி விடவில்லை. அவர்களை நாயைத் தாக்கும் உயிரற்ற கல்லுக்கு ஒப்பிட முடியாது.

திராவிடர் ஆட்சியில் மதுவிலக்குச் சட்டம்

துஞ்சினார் செத்தாரின் வேறல்லர் எஞ்ஞான்றும்
நஞ்சுண்பார் கள்ளுண் பவர்

– குறள் 926

'மதுவிலக்குச் சட்டத்தை நீக்குவதற்கு நான் சம்மதிக்க மாட்டேன். ஒருபோதும் அதற்குநான் ஆதரவு தரவும் மாட்டேன்.'

– அறிஞர் அண்ணா

'மது ஒரு விஷம் அதனைத் தயாரிக்காதே;
அதனைப் பிறர்க்கு வழங்காதே; அதனைக் குடிக்காதே'

– ஸ்ரீ நாராயண குரு

மனுக்குலத்தைச் சேர்ந்தவர்களுக்கொப்பான உடலும் சிந்திக்கக்கூடிய மூளையும் உணரக்கூடிய இதயமும் கொண்டதொரு பிரிவு மனிதர்கள் காலங்காலமாக அழிவுக்கு உட்படுத்தப்பட்டு மதுப்பழக்கத்திற்கு அடிமையாக்கப்படுவதன் மூலமாகத் தங்களது இழிநிலை அடிமைத்தனம் பெருகிடவும் மற்றும் சிந்தனையிலும் வாழ்க்கை முறையிலும் தாழ்ந்த நிலைக்குச் சென்று தங்களது வாழ்க்கையில் நிரந்தரமான தடைகளை ஏற்படுத்திக் கொண்டு ஒருக்காலும் அத்தடைகளை மேற்கொள்ள முடியாமலும் இருக்கச் செய்தல் மிகப்பெரிய அக்கிரமம் என்பதனைத் தெளிந்த மனங்கொண்ட ஒவ்வொருவரும் ஒப்புக் கொள்வார்.

தாழ்த்தப்பட்ட நிலைக்குப் பஞ்சமர்கள் வீழ்ந்ததற்கான காரணம் மதுப்பழக்கத்திற்கு அடிமையானதே என்பது உலகிலுள்ளோர் அனைவராலும் ஒப்புக் கொள்ளப்பட்ட உண்மையாகும். ஆரியப் பண்பாட்டையும் சமயத்தையும் ஏற்றுக்கொள்ளாத வகுப்பின் நிலையைத் தாழ்த்துவதற்கு ஆரியர்களால் பயன்படுத்தப்பட்ட ஆயுதம் மதுப்பழக்கம்தான்.

ஒடுக்கப்பட்ட வகுப்பினருக்குக் கல்வியறிவு புகட்டிய கிறித்தவ அருள்தொண்டர்கள் மூலமாக மீட்பு வரும் வரையிலும் பெரும் வீழ்ச்சிக்குள்ளாகியிருந்த அவ்வகுப்பு தாழ்த்தப்பட்ட நிலையிலேயே இருந்தது.

பேரறிவாளர்களின் கருத்து

மதுப்பழக்கத்தின் மூலமாகத் தலித்துகள் அழிந்து போனது குறித்து பெரிய மனிதர்கள் பலரும் தங்களுடைய கருத்துகளைக் கூறியுள்ளார்கள். சமூகச் சூழ்நிலையிலிருந்தும் தங்கள் வாழ்க்கை நிலையிலும் முன்னேறுவதைத் தடுத்ததே பெரும்பான்மையான தலித்துகள் மதுப்பழக்கத்திற்கு அடிமைகளாக இருந்தார்கள் என்பதே காரணமென்று அவர்கள் கருத்துத் தெரிவித்தார்கள்.

1909இல் திருமதி அன்னிபெசன்ட் வெளிப்படையாகப் பேசியதாவது: நிலவுகிற சூழ்நிலை அவர்கள் இப்பொழுது இருக்கிறதைப் போன்றே அறிவீனர்களும் முரடர்களுமாய் இருக்கச் செய்கின்றன. எனவே நான் அவர்களை மாற்ற விரும்புகிறேன். சூழ்நிலைகள் மனிதரை உருவாக்குவதில்லை. மதுபான வெறிகொண்ட தீய மனிதரே சூழ்நிலைகளை உருவாக்குகிறார்கள். நல்ல சூழ்நிலைகளில் பிறக்கும் திக்கற்ற குழந்தைகளும் இத்தகைய சூழ்நிலையிலேயே வளர்க்கப்படுகிறார்கள். ஏனென்றால் இயற்கையான அவர்களது இருப்பிடம் அது தானே. சூழ்நிலை ஓர் உயிரினத்தை உருவாக்குவது இல்லையென்ற போதிலும் அவ்வுயிரினத்தின் மீது செயல்படுகிறது. தீய குணங்கள் குடிகொள்ளும் காலத்தை நீட்டி நல்ல குணம் வளருவதைத் தடை செய்கிறது.[103]

தலித் சமூகத்திலிருந்து கிறித்தவர்களாக மாறியவர்கள் மதுப் பழக்கத்தைக் கைவிட்டபிறகு அவர்கள் இருந்த நிலை அவர்களில் காணப்பட்ட முன்னேற்றம், அவர்களிடையே செய்யப்படவிருந்த அடுத்தகட்ட பணி பற்றி 1911இல் சென்னை பேராயர் கூறுகையில், இம்மாவட்டத்திலுள்ள எல்லா கிறித்தவர்களையும் போதை தரும் மதுவைக் கைவிடுமாறு தமிழ் அருள்தொண்டர்கள் செய்திருப்பதை நான் கண்டேன். விளைவு குறிப்பிடத்தக்க வகையில் இருந்தது. முதலாவது விளைவு யாதெனில் கிறித்தவர்கள் தங்களுடைய கடன்களைத் திருப்பிச் செலுத்திக் கொண்டிருந்தார்கள். ஒரு ஆண்டிற்கு முன் தாம் கிறித்தவரானபோது ரூ.70/—கடன்பட்டிருந்ததாகவும் ஒரு வருடக் காலத்தில் ரூ.30/—ரூபாயைத் திருப்பிக் கொடுத்துவிட்டதாகவும் அடுத்த 18 மாதங்களில் மீதிக்கடனைத் திருப்பிக் கொடுத்து

விட முடியுமென்று தாம் நம்புவதாகவும் ஒருவர் என்னிடம் சொன்னார். இது மதுப்பழக்கத்தைக் கைவிட்டதனால் ஏற்பட்ட பலன். வேறொரு கிராமத்தில் கிறித்தவர்களாக ஆனதால் தங்களுக்குக் கிடைத்த நன்மை யாது என்று பெரும் கிறித்தவக் கூட்டத்தாரைக் கேட்கையில் உடனடியாக அவர்கள் தந்த பதில் "நாங்கள் இப்பொழுது நோய்வாய்ப்படுவதில்லை. இப்பொழுது எவ்வளவோ நலமாக இருக்கிறோம்" என்பதே[104] அதற்கு முக்கியக் காரணம் மதுப்பழக்கத்தைக் கைவிட்டதே. இந்தச் சீர்திருத்தம் அவர்களைத் தங்களது இழிநிலையிலிருந்து உயர்த்துவதற்குப் பெருமளவில் துணைபுரியும்.

இங்கு கல்லூரி மாணவர்களுக்காக ஒரு சமூகப் பணி காத்துக் கொண்டிருக்கிறது. இப்பணி கிராமத்திலும் நகரத்திலும் பெருநகரங்களிலும் கிராமங்களிலும் செய்யப்படக்கூடும். இதிலும் கூடத் தனித்தனியாக மனிதர்களைச் சந்தித்துப் பணிபுரிவதை நான் வலியுறுத்த விரும்புகிறேன். மதுவிலக்குப் பிரச்சாரக் கூட்டங்களை நடத்துவதும் அவற்றில் சொற்பொழிவுகள் நிகழ்த்துவதும் பயன்தரா; ஒதுக்கப்பட்ட சாதியினரைத் தனித்தனியே சந்தித்து மதுவின் தீமையை உணரச் செய்து மதுவிலக்குச் சங்கங்களில் தாங்களாகவே அவர்களைக் கூடுமாறு செய்வதும் பெருந்தீமையான மதுவை எதிர்த்து ஒவ்வொரு வழியிலும் போராட அவர்களுக்கு உதவுவதுமே தேவையான பணியாகும்.

1912இல் அருள்திரு.ஜி.இ.பிலிப்ஸ் கூறியதாவது, "மதுப்பழக்கமும் வீட்டில் நிலவும் மோசமான சமூக நிலையுமே பறையன் ஒருவரை அவரது முன்னேற்றப் பாதையில் மேலெழுந்து வராதபடி தடுக்கிறது."[105]

1911இல் மாண்புமிகு வி.கிருஷ்ண ஐயர் தலித்துகளை அவர்களது இழிநிலையிலிருந்து விடுவிப்பதற்கான வழிமுறைகளை வெளியிட்டார். தலித்துகளிடம் உள்ள குடிப்பழக்கத்தை ஒழிப்பதற்கு அதிக முக்கியத்துவம் கொடுக்கப்பட்டது. துரதிருஷ்டவசமாக அவர்களிடையே அதிக அளவில் ஊறிப் போயிருக்கிற குடிப்பழக்கத்தைக் கைவிடுமாறு அவர்களுக்குக் கல்வி புகட்டுங்கள் என்று அவர் அறிவுரை கூறினார்.[106]

குடிப்பழக்கத்தை ஒழிப்பதில் தலித் அறிவு ஜீவிகளின் பங்கு

தங்களிடையே நிலவிய இக்கெட்ட பழக்கத்தைப் பற்றித் தலித் அறிவுஜீவிகள் அமைதியாய் இருக்கவில்லை. குடிப்பழக்கத்தை

ஒழிப்பதற்காகச் சங்கங்களை உருவாக்கி உன்னதமான வாழ்க்கையை நடத்துவதற்குரிய வழிமுறைகளைப் போதிக்கும் கூட்டங்களை நடத்தினார்கள். 1906இலேயே தமிழ்நாட்டிலிருந்து பெரும்பாலான தலித்துகள் குடிபெயர்ந்து வாழ்ந்து கொண்டிருந்த கோலார் தங்கவயலில் இராணிப்பேட்டையைச் சேர்ந்த திரு.எம்.தம்புசுவாமியின் தலைமையின் கீழ் மதுவிலக்குச் சங்கம் நிறுவப்பட்டது.

12 பிப்ரவரி 1908இல் பண்டிதர் க.அயோத்திதாசர் பின்வருமாறு ஒரு கட்டுரையில் எழுதினார். "துன்பம் எனும் நாட்டில் மதுவிலக்குச் சட்டம் திருத்தியமைக்கப்பட்டது. புதிய வழிகளின்படி சாராயக் கடைகளும் கள்ளுக் கடைகளும் வெள்ளிக்கிழமைகளிலும் ஞாயிற்றுக்கிழமைகளிலும் திறக்கப்படலாகாது. கிறித்தவக் குடிகாரர்களுக்குக் கசையடிகள் கொடுக்கப்பட்டன. முஸ்லிம் குடிகாரர்களுக்கு அவர்களுடைய சமயச் சட்டங்களுக்கேற்ப கசையடிகள் கொடுக்கப்பட்டன. திடீர் சோதனைகள் நடத்தப்பட்டு மதுக்கடைகளில் கண்டுபிடிக்கப்பட்ட முஸ்லிம்கள் தண்டிக்கப்பட்டார்கள். குறுகிய காலத்திலேயே குடிப்பழக்கம் முற்றிலுமாக நிறுத்தப்பட்டது."[107]

பண்டிதர் க.அயோத்திதாசர் இந்தியாவில் குறிப்பாக சென்னை மாகாணத்தில் அத்தகைய சட்டத்தைக் கொண்டு வருமாறு பிரிட்டிஷ் அரசை வேண்டிக்கொண்டார்.

ஒழுங்கான கூட்டங்கள் நடத்தப்பட்டு மது அருந்தாதிருக்குமாறு தலித்துகள் அறிவுறுத்தப்பட்டார்கள். அத்தகையதொரு கூட்டம் சென்னை ஜார்ஜ் டவுனில் உள்ள டேனிஷ் மிஷன் பள்ளியில் (Danish Mission School) 31 ஜூலை 1909இல் நடைபெற்றது. பண்டிதர்.க.அயோத்திதாசர் அதில் சொற்பொழிவாற்றினார்.[108]

மீண்டும் செப்டம்பர் 1909இல் தலித்துகள் அழிந்து கொண்டிருக்கும் நிலை பற்றிய தமது கவலையை வெளிப்படுத்திக் குடிப்பதைத் தடை செய்யும் சட்டம் ஒன்றை நிறைவேற்றக் கோரி பண்டிதர் க.அயோத்திதாசரால் ஒரு கட்டுரை எழுதப்பட்டது.[109]

தலித்துகளிடையே குடிப்பழக்கத்தை ஒழிக்க காங்கிரஸ் எடுத்த முயற்சிகள்

ஓய்வுபெற்ற ஐ.சி.எஸ் அதிகாரியான திரு.ஆர்.ஏ.கோபால் சுவாமி குடிப்பழக்கத்தை ஒழிக்கத் தேசியக் காங்கிரஸ்

செய்த பணியை விவரித்திருந்தார். ஏழை தலித்துக்களைக் காப்பாற்றுவதற்காகச் சாராய விற்பனைக்கெதிரான நாடு தழுவிய பிரச்சாரத்தைக் காங்கிரஸ் கட்சி செய்தது. சாராயத்துக்கெதிரான பிரச்சாரத்தைத் தனது திட்டங்களில் கலந்த ஒரு பகுதியாகத் தேசியக் காங்கிரஸ் ஏற்றுக் கொண்டிருந்ததென்று அவர் குறிப்பிட்டார்.[110] இந்தப் பிரச்சாரம் பல நோக்கங்களை நிறைவேற்றியது. சாராய விற்பனை மூலம் வருவாயைப் பெருக்குவதற்காக ஏழைகளைச் சுரண்டும் அந்நிய ஆட்சியாளரை அம்பலப்படுத்திட அப்பிரச்சாரம் உதவியது. எளிய இனத்தவர் மீது அரசியலாரின் கவனத்தைத் திருப்பியதோடு அரிஜன முன்னேற்றம் மற்றும் தீண்டாமை ஒழிப்பு ஆகியவற்றுக்கான திட்டமும் அதன் காரணமாக உருவாயிற்று. சாராயக் கடைகளும் சாராயக்கடை ஏலங்களும் மறியல் போராட்டங்களை நடத்துவதற்குரிய தளங்களாக மாறின.

ஆகஸ்டு 1920இல் பிரபலமான இரு முஸ்லிம் தலைவர்களான மௌலானா ஷவுகத் அலி மற்றும் முகம்மது அலி ஆகியோருடன் மகாத்மா காந்தி பிரச்சாரப் பயணமாகத் தென்னாட்டிற்கு வந்தார். கள்ளுக்கடைகள் முன்பு மறியல் போராட்டங்கள் நடைபெற்றன. பல தொழிற்சங்கங்கள் அமைக்கப்பட்டு வேலை நிறுத்தப் போராட்டங்கள் தொடர்ந்து நடைபெற்றன.[111]

கள்ளுக்கடை மறியல்கள் நீண்டகாலமாகத் தொடர்ந்து நடைபெற்றன. காங்கிரஸ் கட்சி போராடிக் கொண்டேயிருந்தது. அரிஜனங்களின் நல்வாழ்வுப் பணியின் மது அருந்துதல் தடை செய்யப்படுமென்று தேசியக் காங்கிரஸ் அட்டவணைச் சாதியினரின் தலைவர்களுக்கு உறுதி அளித்தார்கள்.

1937இல் மாநில சுயாட்சி கிடைத்தது. மது பற்றிய சட்டம் இயற்றும் முழு அதிகாரம் கொண்ட காங்கிரஸ் அமைச்சரவைகள் நியமிக்கப்பட்டன. பழைய சென்னை இராஜதானியின் பிரதம மந்திரி என்ற முறையில் இராஜாஜி எடுத்த முதல் அதிகாரப்பூர்வ நடவடிக்கை மதுவிலக்குச் சட்டம் இயற்றப்பட்டதேயாகும். அச்சட்டத்தைத் தமது பிறப்பிடமான சேலம் மாவட்டத்தில் அமுல்படுத்தினார். மதுவிலக்கினால் ஏற்பட்ட வருவாய் இழப்பைச் சரிக்கட்ட பொருட்கள் விற்பனையாவதில் கிடைக்கும் ஒரு ரூபாய்க்கு ஒரு பைசா என்ற விகிதத்தில் விற்பனை வரி வசூலிப்பத்தைச் சென்னை மாநிலத்தில் முதன்முறையாக அறிமுகப்படுத்தினார். சென்னையைத் தொடர்ந்து பம்பாய் மாநிலமும் மதுவிலக்கை அமல்படுத்தியது. நாடு சுதந்திரம் பெற்ற பின்பு மதுவிலக்கு

என்பது அரசியல் சாசன அடிப்படையில் இந்தியாவின் அனைத்து மாநில அரசுகளுக்கும் வழிகாட்டும் கொள்கையானது. காங்கிரஸ் அரசு மதுவிலக்குச் சட்டத்தை அமல்படுத்தியது. திமுக ஆட்சிக் காலத்தில்தான் அச்சட்டம் ரத்து செய்யப்பட்டது.

தி.மு.க. ஆட்சியில் மதுவிலக்குச் சட்டம் ரத்தானதும் அதன் விளைவும்

மது விற்பனைக்கு ஆதரவாக இருந்தவர்கள் தி.மு.க ஆட்சியில் பலமிக்கவர்களானபோது அவர்கள் 1971 முதல் 1974 வரையிலான மூன்று ஆண்டுகட்கு மதுவிலக்குச் சட்டத்தை ரத்து செய்யுமாறு வற்புறுத்தினார்கள். புதியதொரு மன எழுச்சியுடன் சாராயக்கடைகள் பொதுமக்கள் கூடுமிடங்களுக்கு அருகாமையிலும் அரிஜனங்களைத் துண்டுவதற்காகக் கள்ளுக்கடைகள் அரிஜனக் காலனிகளுக்கு அருகாமையிலும் திறக்கப்பட்டன. பதின்மூன்று வயது முதல் பத்தொன்பது வயதுக்குட்பட்ட பணக்காரப் பையன்களும் ஏழைப் பையன்களும் கல்லூரி மாணவர்களும் உழைக்கும் வர்க்கத்தைச் சேர்ந்த இளம் வயதினரும் கூட மதுவருந்தத் தூண்டப்பட்டது கவலை தரும் காட்சியாகும். அரிஜனக் காலனிகளில் வாழ்ந்தவர்களில் பெரும்பாலானோர் போலீஸ் பயமில்லாத நிலையில் வெகு எளிதில் குடிப்பழக்கத்திற்கு அடிமைப்பட்டு விட்டனர். மதுவிலக்கு ரத்து செய்யப்படுவதற்கு முன்பு நிலவிய அறநெறி சார்ந்த அச்சம் மறைந்துவிட்டது. மதுப்பழக்கத்திற்கு அடிமையான ஒரு புதிய இனம் உருவாகி மதுவிலக்குச் சட்டம் நடைமுறையிலிருந்த காலத்தில் அவர்கள் சேமித்து வைத்திருந்ததையெல்லாம் இழந்து தரித்திரர்களானார்கள்.

அரிஜனக் காலனிகளில் நிலை

அரிஜனக் காலனிகளில் குடிகாரர்கள் சத்தத்தின் எதிரொலி, இரவு வேளைகளில் உச்ச ஸ்தாயியை எட்டியது. எளிய ஆதரவற்ற மாணவர்களால் அவ்விரைச்சலைத் தாங்கிக் கொள்ள முடியாமல் போனதால் அவர்களுடைய படிப்பு இடைஞ்சலுக்குள்ளானது. கணவர்களின் குடிப்பழக்கத்தால் பெண்ணினத்தவள் எழுப்பிய அழுகுரல் நாளுக்கு நாள் அதிகரித்தது. அரிஜனக் காலனிகளுக்கு அருகில் நடைபெற்று வந்த ஒவ்வொரு வட்டிக் கடையிலும் வியாபாரம்

செழித்தோங்கத் தொடங்கியது. புனிதமான திருமாங்கல்யம் (தாலி) உள்ளிட்ட ஒவ்வொரு பொருளும் அடகுக் கடைகளுக்குச் சென்றுவிட்டன. போதுமான உணவு இல்லாமல் தங்களுடைய மார்பகங்கள் வறண்டு போனதால் போதிய அளவில் பால் கிடைக்காமல் கதறியழும் இளம் குழந்தைகளின் அழுகுரலைக் கேட்க முடியாமல் பாசமுள்ள தாய்மார்கள் தவித்தார்கள்.

ஒரு இடைத்தேர்தலில் தோல்வியைச் சந்தித்தபோது திமுக இதனை உணர்ந்து மதுவிலக்கு சட்டத்தை மீண்டும் அறிமுகப்படுத்தியது. ஆனால், தங்களுடைய பலத்தைப் பெருமளவுக்குப் பெருக்கிக் கொண்ட மது விற்பனை ஆதரவாளர்கள் தங்களுடைய நிலையைப் பலப்படுத்திக் கொண்டு வேறு இடங்களிலிருந்து செயல்படத் தொடங்கினார்கள். அ.தி.மு.க.வுக்குள் ஊடுருவிய சாராய ஆதரவாளர்கள் ஒவ்வோர் இடத்திலும் தங்களுடைய கோட்டைகளை அமைத்துக் கொண்டுள்ளார்கள்.

பலமிக்க சாராய ஆதரவாளர்களின் பிடிக்குள் அ.தி.மு.க.வும் விழுந்து மதுவிலக்குச் சட்டத்தை தளர்த்தியது. அதன்மூலம் சாராய ஆதரவாளர்கள் தங்கள் பணப்பெட்டிகளை நிரப்பிக் கொள்ளத் துணை செய்தது. சிலருடைய பணப்பெட்டிகள் நிரம்பி வழியவும் துணை செய்தது.

அட்டவணைச் சாதியில் பெரும் பகுதியினரின் குடிப்பழக்கத்தால் அரசு இலாபமடைகிறது. அதன் கஜானாவுக்குக் கோடிக்கணக்கான ரூபாய்கள் போய்ச் சேருகின்றன. அட்டவணைச் சாதியினரிலும் ஏழைகளிலும் 90 விழுக்காட்டினரின் துயரங்களால் அரசாங்க கஜானாக்கள் நிரப்பப்படுகின்றன. திராவிட ஆட்சியாளர்கள் என்று தங்களை அழைத்துக் கொள்ளுகின்ற ஏனைய பிற்படுத்தப்பட்ட இனத்தவர் மதுவிலக்குத் தளர்த்தப்பட்டதன் காரணமாக ஒப்பந்தக்காரர்களாகவும் ஒயின் கடைகள், பிராந்திக் கடைகள் மற்றும் சாராயக் கடைகளின் உரிமையாளர்களாகவும் மாறி இலாபமடைகிறார்கள் என்பதைப் புள்ளி விவரங்கள் நிரூபிக்கும். மது விலக்குச் சட்டத்தைக் கொண்டு வந்த இராஜாஜியின் தூய்மையான பணி இராஜாஜியின் தொண்டர்களாலே தூள் தூளாகச் சிதறடிக்கப்பட்டது.

ஓய்வுபெற்ற உச்சநீதிமன்ற நீதிபதியாகிய நீதியரசர் வி.ஆர். கிருஷ்ண ஐயர், மதுப்பழக்கத்தால் அரிஜனங்களுக்கேற்பட்டுள்ள அவல நிலையை விளக்கிச் சொல்லுகையில் எல்லா இடங்களிலும் இருப்பது போல ஏழைகள் தாம் மிக அதிகமாகக் கஷ்டப்படுகிறார்கள் என்று கூறுகிறார்.[112] காந்தி சொன்னார்:

தாங்கள் சம்பாதிக்கும் சிறிதளவு தொகையை நல்ல உணவும் பிற தேவையான பொருட்களையும் வாங்குவதற்குப் பதில் மதுவை வாங்குவதில் செலவழிப்பவர்கள் அவர்களே தன் குடும்பத்தைப் பட்டினி போட்டு தன்னுடைய குழந்தைகளைப் பராமரிக்கும் புனிதமான கடமையை மறந்து குடிப்பதன் மூலம் துயரத்தையும் ஆயுட்காலம் நிறைவு பெறுவதன் மூலம் துயரத்தையும் ஆயுட்காலம் நிறைவு பெறுவதன் மூலம் நிகழும் மரணத்தையும் தனக்கு ஏற்படுத்திக் கொள்ளுபவன் அந்தப் பரிதாபத்துக்குரிய ஏழை மனிதனே... என்னைப் பொறுத்தமட்டிலும் வாய்ப்பு கிடைக்கும்போது கடுமையாக நடவடிக்கையை அரசு எடுக்க வேண்டியது வளர்ந்துவரும் சமுதாயத் தீமையாகிய குடிப்பழக்கத்திற்கு எதிராகத்தான். நமது நோக்கம் தெளிவானது. உழைக்கும் மக்களினத்தையும் அரிஜனங்களையும் இச்சாபத்திலிருந்து விடுவிக்க நாம் விரும்புகிறோம். இது மிகப்பெரியதொரு பிரச்சினை. குறிப்பாக மதுப்பழக்கம் ஒழியும் வரை பெண்கள் தாம் அதிகமாகப் பாதிக்கப்படுவார்கள். நாம் கோடிட்டுக் காட்டியுள்ள மதுவிலக்குச் சீர்திருத்தத்தின் தொடக்கம் மட்டுமே. இச்சீர்திருத்தம் தவிர்க்கப்பட இயலாதது என்பது குறித்து ஐயமேதுமில்லை. தன்னை தூண்டக்கூடிய சாராயக்கடை தனது வீட்டினருகில் இருக்கும் வரை நம்மால் குடிகாரனை அணுகவே முடியாது.

அட்டவணைச் சாதியினர் ஐயுறுகிறபடி மதுவிலக்குச் சட்டம் தமிழ்நாட்டில் தளர்த்தப்பட்டதற்கான காரணம்

மதுவிலக்குக் கொள்கையைத் தளர்த்தியதின் உள்நோக்கமாக அட்டவணைச் சாதியினர் சந்தேகிப்பது, காங்கிரஸ் அரசால் 1937முதல் மதுவிலக்குச் சட்டம் அறிமுகப்படுத்தப்பட்டு கல்விக் கொள்கை பின்பற்றப்பட்ட பின்னர் தமிழ்நாட்டிலுள்ள அட்டவணைச் சாதியினரில் பெரும்பான்மையோர் குடிப் பழக்கத்தைக் கைவிட்டுவிட்டனர். அட்டவணைச் சாதியினரின் பொருளாதாரம் முன்னேற்றமடைந்தது. ஒவ்வொரு கிராமத்திலும் ஒவ்வொரு நகரத்திலும் அட்டவணைச் சாதியினரில் கல்வியறிவு பெற்றோர் அதிக எண்ணிக்கையில் இருக்கும் அளவுக்கு அவ்வினத்தவரின் சமூகநிலை உயருவதற்கு இது உதவியது. பரவி வந்த அரசியல் நடவடிக்கைகளும் தங்களுடைய அடிப்படை மனித உரிமைகளை அட்டவணைச் சாதியினர் உணர்ந்திடச் செய்தன. அவர்கள் குறைந்த கூலிக்கு வேலை செய்ய மறுத்தார்கள். அட்டவணைச்

சாதியினரில் பெரும்பாலானோர் தங்களுடைய குழந்தைகளை ஏனைய பிற்படுத்தப்பட்ட வகுப்பினர் மற்றும் பிராமண நிலச்சுவான்தார்களின் கால்நடைகளைப் பராமரிக்க அனுமதிக்கவில்லை.

நூற்றாண்டுக் காலமாகவே இந்தியா ஒரு விவசாய நாடாகவே இருந்து வந்திருக்கிறது என்பது யாவரும் அறிந்த உண்மை. இன்றளவும் கூட மக்கள் தொகையின் ஒரு அதிகமான விழுக்காட்டினர், நில உடைமையாளர்களாகவுள்ள உயர்சாதியினரால் ஒடுக்கப்பட்ட இனத்தவரின் உழைப்பு சக்தியின்றி நிலங்களைத் தாங்களாகவே பண்படுத்திட இயலாது. அட்டவணைச் சாதியினர் பாரம்பரிய தொழிலைக் கைவிட்டு மாற்று வேலைகளைத் தேடிச் செல்ல வைத்தது கல்வியே.

குறைந்த கூலிக்கு வேளாண்மைத் தொழிலைச் செய்யவும் அது தொடர்பான வேலைகளைச் செய்யவும் மனிதசக்தி கிடைக்காமற் போன நிலைமை உயர்சாதியினர் என்று அழைக்கப்படுபவர்களுக்கு அன்றாடப் பிரச்சினையானது.

இந்தப் பிரச்சினையைத் தீர்ப்பதற்காக ஏனைய பிற்பட்ட இனத்தவரும், பிராமண நிலச்சுவான்தார்களும் வழிமுறைகளை வகுத்திட எண்ணினர். அதன்படியே பழைய காலங்களில் இருந்த அறியாமை, எழுத்தறிவின்மை, ஏழ்மை எனும் நிலைக்குள் அட்டவணைச் சாதியினரை நீக்கிட அவர்கள் முடிவெடுத்தார்கள். குடிகாரனுக்கு இழிநிலை பற்றிய உணர்வே கிடையாது. குடிகாரனால் தனது கோரிக்கையைக் கேட்க வைக்கவும் முடியாது. மேலும், உயர்சாதியினரின் விருப்பங்களுக்கு எதிராக குடிகாரனால் பேசவும் முடியாது. இந்து சமயத்தின் சாதி ஆதிக்க வரையறையைத் தாண்டிச் செல்ல எந்தவொரு முயற்சியையும் குடிகாரனால் எடுக்க முடியாது என்பதோடு மட்டுமல்லாது தன்னுடைய உடனடித் தேவைகளை நிறைவு செய்வதற்காக உயர்சாதி மனிதரின் கட்டளைகளுக்குக் குடிகாரன் எப்பொழுதுமே அடிபணிவான் என்பதையும் உயர்சாதியினர் நன்றாகவே அறிவர். மது விற்பனை ஏனைய பிற்பட்ட வகுப்பினரின் கைகளில்தான் இருக்கிறது. தங்களது சமூகப் பலவீனத்தின் காரணமாக மது விற்பனைத் தொழிலில் ஈடுபடவியலாத வகையில் அட்டவணைச் சாதியினர் முடமாகிப் போயுள்ளனர்.

இத்தகைய சூழ்நிலையில் பிரிட்டிஷ் ஆட்சிக்காலத்தில் செய்ததைப் போல கள்ளுக்கடைகள் முன்பும் சாராயக் கடைகள் முன்பும் மறியல் போராட்டம் நடத்த எந்தக்

காங்கிரஸ்காரனுமே முன்வர மாட்டான். காங்கிரஸ்காரர்கள் இப்பொழுது அதிகார பீடத்தில் பலமாக உள்ளனர். சுதந்திரத்திற்கு முன்பு அவர்களுக்குத் தேவைப்பட்ட மக்கள்தொகையில் 1/6 பகுதியினரான ஒடுக்கப்பட்ட வகுப்பினருக்கு உதவிட வேண்டுமென்ற கட்டாய நிலையில் காங்கிரஸ்காரர்கள் இல்லை. பிரிட்டிஷ் ஆட்சிக்காலத்தில் ஆட்சி அதிகாரத்தைத் தங்களுடைய கைகளுக்குள் கொண்டு வர வேண்டுமென்னும் சுயநலமான உள்நோக்கத்துடன் கள்ளுக்கடைகள் முன் மறியல் செய்த காங்கிரஸ்காரர்களும் கூட ஒடுக்கப்பட்ட வகுப்பினரைக் காப்பாற்றும் எண்ணமுடையவர்களாக இல்லை என்று அட்டவணைச் சாதியினரும் சந்தேகப்படுகின்றனர்.

முடிவாக, தமிழ்நாட்டில் அட்டவணைச் சாதியினரை தாழ்த்தப்பட்ட நிலையெனும் மரணப்படுகுழிக்குள் விழவைக்கக் கூடிய பாதையைத் திராவிட அரசு வகுத்துவிட்டது. அண்டை மாநிலங்களில் மதுவிலக்குச் சட்டம் அமல்படுத்தப்படவில்லையென்று சிலர் வாதிடக் கூடும். தமிழர்களின் பண்பாடு மற்றவர்களின் பண்பாட்டைக் காட்டிலும் முற்றிலும் மாறுபட்டது. சில மாநிலங்களில் விபச்சாரம் அனுமதிக்கப்பட்டுள்ளது. தமிழ்நாடும் அதற்கு உரிமை வழங்குமா? இதுதான் தமிழ்நாட்டிற்கும் பிற மாநிலங்களுக்குமிடையே உள்ள வேறுபாடு. மதுவிலக்கு நடைமுறையில் இருந்த காலத்தில் சட்டவிரோதமாகத் தயாரிக்கப்பட்ட போலி மதுபானங்களைப் பருகி பலர் தங்களுடைய உயிரை இழந்துள்ளனர். அது இப்போது நிகழவில்லையா? தர்மபுரி மாவட்டத்தில் நிகழ்ந்த மரணங்களைப் பற்றி என்ன சொல்ல முடியும்? காவல்துறை ஊழல் மிகுந்ததாகிவிட்டது என்று சிலர் வாதிடக்கூடும் மதுவிலக்குச் சட்டம் தளர்த்தப்பட்ட பின்னர் ஊழல் முற்றிலுமாக ஒழிக்கப்பட்டுவிட்டது என்று எவரேனும் உறுதியாகக் கூற முடியுமா?

தலித் வாய்ஸ் ஆசிரியர் மீது
திரு.கி.வீரமணிக்கு ஏற்பட்டுள்ள கோபம்

இறுதியாக, திரு.கி.வீரமணி தமது கட்டுரையில் திராவிடர் கழகத்தின் கொள்கைகளையும் செயல்பாட்டையும் தெளிவாக அறிந்து ஆய்ந்துள்ள நீவிர் ஒரு சில தவறாக வழிநடத்தப்பட்டுள்ள நபர்களால் செய்யப்படும் திசை திருப்பும் பிரச்சாரத்தில் மயங்கிவிட்டீர் என்று கூறமளவிற்குத் *தலித் வாய்ஸ்* இதழின் ஆசிரியர் தமது சாடித் தமது கோபத்தைக் கொட்டியுள்ளார்.

தலித் வாய்ஸ் இதழின் ஆசிரியருக்குரிய பாராட்டுகள் தொடக்கத்திலேயே தரப்பட்டுள்ளன. மேலும் தமிழ்நாட்டிலுள்ள தலித்துகளின் முன்னேற்றத்திற்கும் மேம்பாட்டிற்கும் குறுக்கே தடைக்கல்லாக பிராமணரல்லாதார் இருந்ததெல்லாம் வரலாற்று நிகழ்ச்சிகளின் துணையுடன் விவரிக்கப்பட்டுள்ளது. திரு.கி.வீரமணியின் கட்டுரையில் கடைசிப் பத்தியில் உள்ள சொல்லாட்சி ஜூலியஸ் சீசரால் கேட்கப்பட்ட நீயுமா புரூட்டஸ் போன்று அமைந்துள்ளது. தமிழ்நாட்டில் உள்ள தலித்துகளின் நிலையை ஆய்ந்திடும் நேரிய சிந்தனையுள்ள ஒவ்வொரு நபரும் *தலித் வாய்ஸ்* இதழின் ஆசிரியரால் வெளிப்படுத்தப்பட்டுள்ள அதே முடிவுக்குத்தான் வருவர்.

தமிழ்நாட்டில் தலித் அறிவு ஜீவிகள் பிறந்து வாழ்ந்ததில்லையா?

அங்கீகரிக்கப்படத்தக்க அளவிலோ நினைவு கூறப்படத்தக்க வகையிலோ எந்த ஒரு அறிவுஜீவியுமே தமிழ்நாட்டு தலித் மக்களிடையே தோன்றவோ, வாழவோ இல்லையென்னும் திரு.கி.வீரமணியின் முடிவு சரியானதன்று. சுருக்கமாகச் சொல்ல வேண்டுமானால் மாபெரும் தலைவராகிய டாக்டர் பி.ஆர்.அம்பேத்கர் எட்டு மாதக் குழந்தையாக இருந்தபோதே அதாவது பெரியார் ஈ.வெ.ரா.இந்து சந்தியாசியாகக் காசிக்குப் புண்ணியப் பயணம் செய்தபோதே தமிழ்நாட்டு தலித் அறிவுஜீவிகள் தங்களது முதல் மாநாட்டை 1 டிசம்பர் 1891இல் நடத்தி பத்துத் தீர்மானங்களை நிறைவேற்றினார்கள். தற்காலத்தில் தமிழ்நாட்டு தலித்துகளிடையே எந்த ஒரு அறிவாளியும் பிறக்கவோ வாழவோ இல்லையென்று கூற முடியுமா?

சென்னை மாகாணத்தில் பிராமணரல்லாதார் இயக்கம் தோன்றியபோது திரு.கி.வீரமணி பிறந்திருக்க மாட்டார் என்பதால் சில குறிப்புகளை நான் மேற்கோளாகக் காட்ட விரும்புகிறேன். யாவரும் அறிந்த காரணங்களுக்காக அவ்வியக்கத்தில் பங்கு பெற்ற அல்லது அவ்வியக்கத்துடன் தொடர்பு கொண்டிருந்த தலித் அறிவுஜீவிகளைப் பற்றிய ஆவணங்கள் இருக்க வாய்ப்பில்லை. நீதிக்கட்சியின் ஆரம்பகால வரலாறும் வளர்ச்சியும் உண்மைகளைச் சொல்லும். ஒட்டு மொத்தமாகத் திராவிடர் கழக இயக்கத்தையோ அல்லது நீதிக்கட்சியையோ பின்பற்றிய தலித் அறிவுஜீவிகள் புதிதாகச் சேர்ந்தவர்களால் பின்னுக்குத் தள்ளப்பட்டார்கள். பழமைவாத இந்துக்களும் பிராமணர்களும் பெரியார்

இயக்கத்தைப் பறையர் இயக்கம் என்று அழைத்ததெல்லாம் திரு.கி.வீரமணிக்குத் தெரியுமா? இது ஒரு காலகட்டம். மேலே குறிப்பிடப்பட்டுள்ளவை உண்மையென்று நிரூபிக்கத்தக்க வகையில் அமைந்துள்ள பிராமணர்கள் மற்றும் பழமைவாத இந்துக்களும் எழுதிய கடிதங்களில் குறிப்பிடப்பட்டுள்ள பழைய அரசாணைகளைத் திரு.கி.வீரமணி பார்த்திருக்க வாய்ப்பு ஏற்பட்டிருக்காது.

1907ஆம் ஆண்டிலேயே வேதங்கள், இந்து ஆகமங்கள், இதிகாசங்கள் போன்றவற்றின் மோசடி, சமய வெறி, உண்மையற்ற தன்மை ஆகியவற்றை முதன்முதலில் வெளியுலகுக்கு வெளிச்சம் போட்டுக் காட்டியவர்கள் தமிழ்நாட்டு தலித் அறிவுஜீவிகளேயாவர். பெரியார் ஈ.வெ.ரா. 1926இல் தான் சுயமரியாதை இயக்கத்தைத் தொடங்கி இந்து சமயத்திற்கெதிரான தமது புரட்சிகரமான தாக்குதலைத் தொடங்கினார்.

தலித் அறிவுஜீவிகள் இந்தியாவில் எவ்வாறு தோன்றி வாழ்ந்திருக்கிறார்கள் என்பதை வெளியுலகுக்குக் கொண்டு வருவது சுவாரஸ்யமானதாய் இருக்கும். எம்.ஒ.மத்தாய் (M.O.Mathai) என்பவருடன் நடைபெற்ற நேர்காணலில் டாக்டர்.பி.ஆர். அம்பேத்கர் பெருமிதம் பொங்கிடக் கூறினார்: இந்துக்களுக்கு வேதம் தேவைப்பட்டது; அதனை எழுதிடச் சாதிய இந்துவல்லாத வியாசரைத் தேடிப்பிடித்தார்கள். இந்துக்களுக்கு ஒரு இதிகாசம் தேவைப்பட்டது; தீண்டத்தகாதவராகிய வால்மிகியைத் தேடிப்பிடித்தார்கள். இந்துக்களுக்கு ஒரு அரசியல் சாசனம் தேவைப்பட்டது; அவர்கள் என்னைத் தேடி வந்தார்கள்.[113]

இறுதியாக தமிழ்நாட்டில் அட்டவணைச் சாதியினரின் மேம்பாட்டிற்கு நீதிக்கட்சியே காரணம் என்பது போன்று உண்மைகளைத் திரித்துக் கூறி தலித்துகளைத் தவறான பாதைக்கு வழி நடத்திடும் செயலைக் கைவிடுவிடுமாறு திரு.கி.வீரமணிக்கு ஒரு வேண்டுகோளை விடுக்கிறோம்.

ஒவ்வொரு அரசியல் கட்சியும் ஒவ்வொரு சமூக அமைப்பும் ஒவ்வொரு சமய அமைப்பும் தலித்துகளை நோக்கித் தம் கரங்களை நீட்டுகின்றன. *தலித் வாய்ஸ்* இதழின் ஆசிரியர் இராஜசேகர் கூறியது போல் பண்பாட்டை இழந்து நிற்கும் தலித்துகளால் எது உண்மையென்று கண்டுணர முடியவில்லை. எவ்வித தயக்கமும் இன்றி தலித்துகளும் கைகொடுத்து ஓர் அமைப்பைக் கண்மூடித்தனமாகப் பின்பற்றுகிறார்கள்.

இவ்வற்புதக் காட்சி ஏன்? டாக்டர்; பி.ஆர்.அம்பேத்கருக்குப்

பிறகு பெரும்பாலான அட்டவணைச் சாதித் தலைவர்கள் தங்களுடைய சமுதாயத்தின் பழங்காலப் பெருமையையும் அவர்களுடைய தலைவர்களையும் அத்தலைவர்களாற்றிய அரும்பணிகளையும் பற்றி இளைஞர்களுக்கு உணர்வூட்டாமலேயே தங்களுடைய பெயரையும் புகழையும் பரப்பிடத் தங்களுக்குள்ளே பெரும் போட்டியை நடத்திக் கொண்டிருக்கிறார்கள். கடந்த தலைமுறையினரின் பணியை ஆராய்ந்தறிந்திடுவதில் எவ்வித ஆர்வமும் இக்காலத் தலைவர்களுக்கில்லை. பேராவலுடன் காத்துக்கிடக்கும் இளைஞர்கள் மற்ற கட்சிகளின் கதைகளால் கவரப்பட்டு விடுகிறார்கள். இந்துக்களுக்குச் சொந்தமான பிரச்சார ஊடகங்கள் இளைஞர்களை வெகு எளிதில் கவர்ந்து தலித் தலைவர்களை மிஞ்சி விடுகின்றன.

●

முடிவுரை

ஒடுக்கப்பட்ட இனத்தலைவர்களிடம் உள்ள சிறிதளவு பணமும் தேர்தல்களிலும் பிற அரசியல்வாதிகளுடன் போட்டி போட்டுக்கொண்டு ஆடம்பர விழாக்களைக் கொண்டாடுவதிலும் வீணடிக்கப்படுகிறது. பொருளாதார ஏணியில் உச்சத்திலிருக்கும் பிற கட்சிகளைப் பின்பற்ற இயலுமா? இந்தியா ரஷ்யாவையோ அல்லது அமெரிக்காவையோ பின்பற்ற இயலுமா? இந்த எளிய உண்மைகளைக் கூட தலைவர்கள் உணர்ந்து கொள்வதில்லை. மேலும் தங்களுடைய முன்னேற்றத்தில் ஏற்படும் தோல்விக்கான காரணத்தையும் தலைவர்கள் ஆராய்ந்து பார்ப்பதில்லை.

சாதிய இந்துக்களுக்குச் சரிசமமாக நிற்கும் அளவிற்கு உள்ள அட்டவணைச் சாதியினர் சமுதாயத்தில் ஏன் முன்னேற முடியாமலிருக்கிறார்கள் என்பதை திரு.எல்.எஸ்.எஸ்.ஓ மாலி தெளிவாக விளக்குகிறார்: அவர்கள் சிறுபான்மையினராக இருப்பது மட்டுமல்லாமல் தங்களது நிலையை உறுதிப்படுத்திக் கொள்வதில் உதவக்கூடிய செல்வமும் செல்வாக்கும் அவர்களுக்கு இல்லை.[1]

ஒரு சமுதாயம் என்ற வகையில் அவர்களுக்குத் தாழ்வு மனப்பான்மை இருக்கிறது. தாழ்மை உணர்வும் தங்களைக் குறுக்கிக்கொண்டு கீழடங்கிப் போகும் தன்மையும் ஏழ்மை, அறியாமை ஆகியவற்றுடன் இணைந்து பொது முன்னேற்றத்திற்குத் தடையாக நிற்கின்றன.[2]

ஒடுக்கப்பட்ட இனத்தவர் தங்களுடைய இளந்தலைமுறையினர் மீது எந்த அக்கறையும் காட்டுவதில்லை. அவர்களுடைய கல்வியின் முக்கியத்துவத்தைப் பற்றி முழுமையான ஆர்வம் காட்டுவதில்லை. பணம் சம்பாதிக்கவோ அல்லது தங்களுடைய பெற்றோர்களுக்கு உதவியாக இருக்கும் அளவு வயதுடையவர்களாய் இருக்கையில் தங்களுடைய குமாரர்களைப் பள்ளிகளில் விட்டு வைப்பதில் எந்த லாபமும் இருப்பதாக அவர்கள் உணருவதில்லை.

எல்.எஸ்.எஸ்.ஓ'மாலி மேலும் குறிப்பிட்டார்: நீண்ட காலமாக அடக்கி வைக்கப்பட்டிருந்ததின் விளைவாக ஒடுக்கப்பட்ட வகுப்பினரில் பலர் தெய்வீக நியமம் என்று பிரகடனப்படுத்தப்பட்டுள்ள ஒழுங்கு முறைக்கெதிராகப் போராடும் உணர்வு இல்லாமல் உள்ளனர்.[3]

திருமதி.அன்னிபெசன்ட் அம்மையார் ஒடுக்கப்பட்ட வகுப்பினரிடையே காணப்படும் சில குறைபாடுகளைச் சுட்டிக்காட்டி அவை ஒழிக்கப்பட வேண்டுமென்கிறார். பின்பற்றப்பட வேண்டிய கொள்கைகளாக அவர் குறிப்பிடுவது, ஒடுக்கப்பட்ட வகுப்பினருடைய குழந்தைகள் சுத்தம், நடத்தையில் வெளியரங்கமான ஒழுக்கம், கல்வி, சமயம், அறநெறி ஆகியவற்றின் அடிப்படைத் தத்துவங்கள் போன்றவற்றைக் கற்க வேண்டும்.[4]

கல்வியறிவு பெற்று பணியிலமர்ந்துள்ள இளைஞர்களில் பெரும்பான்மையோர் தற்கால நிலைமையைப் பற்றி மட்டுமே கனவு கண்டு கொண்டிருக்கிறார்களேயொழிய பிரிட்டிஷ் ஆட்சிக்கு முன்பிருந்த காலத்தில் தங்களுடைய நிலை என்னவாய் இருந்ததென்பதைச் சிந்தித்துப் பார்ப்பதே இல்லை.

இன்றைய இளைஞர்களுக்குத் தெளிவூட்டக் கூடியதொரு சுவாரஸ்யமான உண்மையை தனஞ்செய்கீர் வெளியிட்டுள்ளார்.[5] தாழ்ந்த வகுப்பைச் சார்ந்த பெண்களுக்கான ஜோதிபா பள்ளியில் படித்த 14 வயது நிரம்பிய மாங்க் (தீண்டத்தகாத) இனப்பெண் மஹர் மற்றும் மாங்க் இனங்களின் நிலை பற்றி எழுதிய கட்டுரையில் பின்வருமாறு குறிப்பிட்டுள்ளார்: வேதங்கள் தங்களுக்கு மட்டுமே சொந்தமென்று பிராமணர்கள் கூறுகிறார்கள். அவர்கள் மட்டுமே அவற்றைப் படிக்க முடியும். நமக்கென்று ஒரு சமய நூல் எதுவுமில்லையென்பது இதிலிருந்து தெளிவாகிறது. வேதங்கள் பிராமணர்களுக்கு உரியவையென்றால் தங்களுடைய அன்றாட வாழ்க்கையை அவற்றுக்கேற்ப அமைத்துக் கொள்வது அவர்களுடைய கடமை. சமய நூல்களைப் படிக்கும் உரிமை நமக்கில்லையென்றால் நாம் சமயமற்றவர்களாகிவிடுகிறோம். இது போதிய அளவுக்குத் தெளிவாக இருக்கிறது. கடவுளே பிராமணர்கள் தங்களுடைய சமயத்தைப் பின்பற்றுவது போலவே நாங்களும் பின்பற்றத்தக்க வகையில் உம்மிடமிருந்து இறங்கிவந்த சமயம் எதுவென்பதை எங்களுக்குச் சொல்லும்.

முற்காலங்களில் நாங்கள் கட்டடங்களின் அஸ்திவாரங்களில் உயிருடன் புதைக்கப்பட்டோம். தலீம்கானா (Talimkhana) வழியாக நடந்து செல்ல நாங்கள் அனுமதிக்கப்படவில்லை.

அவ்வாறு எந்த மனிதனாவது செய்யக் கண்டால் உடனே அவனுடைய தலை வெட்டப்பட்டது. படிக்கவோ, எழுதவோ நாங்கள் அனுமதிக்கப்படவில்லை. அப்படி எவரேனும் எழுதப்படிக்க அறிந்ததாக இரண்டாம் பாஜிராவ் (Bajirao II) அறிய நேரிட்டால் அவர் கடுங்கோபத்துடன் 'என்ன! மஹர்களும் மாங்குகளும் படிக்கவும் எழுதவும் தொடங்கினால் பிராமணர்கள் எழுதும் வேலையை அவர்களிடம் ஒப்படைத்துவிட்டு தங்களுடைய தோள்களில் பைகளைத் தொங்கவிட்டுக் கொண்டு ஊரைச் சுற்றித் திரிந்து தங்களுடைய விதவைகளுக்கு மொட்டையடித்துக் கொண்டு திரிய வேண்டுமா? என்று கத்துவார். கடவுள் எங்களுக்காவே பிரிட்டிஷ் ஆட்சியை ஏற்படுத்தியுள்ளார். எங்களுடைய மனக்குறைகளெல்லாம் தீர்க்கப்பட்டு வருகின்றன. எவருமே எங்களைத் துன்புறுத்துவதில்லை. எவரும் எங்களைத் தூக்கிலிடுவதில்லை. ஒருவரும் எங்களை உயிருடன் புதைப்பதில்லை. எங்களுடைய வம்சத்தர் இப்போது வாழ முடிகிறது. நாங்கள் இப்பொழுது ஆடையணிய முடிகிறது. தனது வருவாய்க்கேற்ற வாழ்க்கையை வாழ்வதற்கு ஒவ்வொருவருக்கும் உரிமை உண்டு. எந்தத் தடையுமில்லை; புனிதம் கருதி விலக்குதல் எதுவுமில்லை; கட்டுப்பாடுகள் எதுவுமில்லை. குல்தக்காடியில் (Gultekadi) உள்ள பஜார் கூட எங்களுக்குத் திறந்திருக்கிறது.

மேலே, தரப்பட்டுள்ள கட்டுரை 1852க்கு முன் எழுதப்பட்டது. இந்து சமயத்தின் இறையாட்சி வீழ்ச்சியுற்று பிரிட்டிஷ் ஆட்சி மலர்ந்ததால் காலங்காலமாக இடர்பாடுகளின் கீழ் தவித்துக் கொண்டிருந்த ஒடுக்கப்பட்ட வகுப்பினர் விடுதலை பெற்று மூச்சுவிட்டதை இக்கட்டுரை தெளிவாகக் குறிப்பிடுகிறது.

அட்டவணைச் சாதிகளின் தலைவர்களில் பெரும்பான்மையினர் பிரிட்டிஷ் ஆட்சி தொடருவதையே விரும்பினர். ஏன்? 1917இல் சென்னை சமூகச் சீர்த்திருத்த அட்வகேட் (Madras Social Reform Advocate) எனும் பத்திரிகையில் (கோழிக்கோட்டிலிருந்து வெளியானது) வெளியானதொரு கட்டுரையில் அதற்கான காரணம் தெளிவாகத் தரப்பட்டுள்ளது.

டாக்டர் டி.கே.இரவீந்திரன் அக்கட்டுரையைத் தமது கட்டுரையில் மேற்கோள் காட்டியுள்ளார்.[6] சமூகச் சுதந்திரமும் சமத்துவமும் இல்லாத பட்சத்தில் தேசிய விடுதலை வழங்கப்பட்டால் அது அனைத்து உரிமைகளையும் அனுபவித்துக்கொண்டிருக்கும் உயர்சாதியினருக்கு மட்டுமே நன்மையாக அமையும் என்று கீழ்சாதியினர்

இயல்பாகவே எண்ணினர். தங்களது சமூக நிலை மேலும் சீர்கெடாதிருப்பதற்கான ஒரே உத்தரவாதம் உண்டென்றால் அது பிரிட்டிஷ் ஆட்சி தொடருவதேயென்று அவர்கள் நம்பினார்கள். அந்த நம்பிக்கையின் விளைவாக அவர்கள் சவர்ண தேசியவாதிகள் மீது தங்களுக்கிருந்த உண்மையான சந்தேகத்தையும் அச்சத்தையும் வலியுறுத்தி வந்தார்கள். கல்வியறிவு பெற்ற வகுப்பினரும் உயர் சாதியினரும் ஆங்கிலப் பள்ளிகளில் தாங்கள் கற்றிருக்க வேண்டிய மக்களாட்சிக் கருத்துகளை உணராதவர்களாகவே தங்களைக் காட்டிக் கொள்கிறார்கள்.

ஆங்கிலேயரின் நேரடி ஆட்சி இன்று நம் நாட்டில் முடிவுக்கு வருமானால் ஒரு சில ஆண்டுகளிலேயே எங்களுடைய கடந்த காலத்து தீங்கனவு மீண்டும் எங்களைப் பிடித்துக்கொள்ளும். அப்படியொரு நிலை ஏற்பட்டால் எங்களுடைய மீட்புக்கென்று புதியதொரு கருவியை, வெற்றி கொள்ளும் புதியதோர் இனத்தைக் கடவுள் தேர்ந்தெடுக்க வேண்டியதிருக்கும். இந்தவொரு சிந்தனைதான் மக்களாட்சி உயர்வின் அடிப்படையில் அமையாத தன்னாட்சியைக் கண்டு எங்களைப் பயந்து ஓடச் செய்கிறது. ஒருவேளை தன்னாட்சியை அடைந்தே தீர வேண்டுமென்று உயர்சாதி தன்னாட்சியினர் உறுதியுடன் போராடுவதற்கும் இதே சிந்தனைதான் காரணமாய் இருக்கக் கூடும்.

பிரிட்டிஷ் ஆட்சியும் மேலைநாட்டுக் கல்வியும் அந்நிய ஆட்சியிலிருந்து விடுதலை பெறுவது பற்றிச் சிந்திக்குமாறு இந்தியர்களை விழித்தெழச் செய்தன. அதன் விளைவாக 1885இல் பம்பாயில் தேசியக் காங்கிரஸ் தொடங்கப்பட்டது. காலப்போக்கில் அவர்கள் பிரிட்டிஷார் முன்பாக சுயராஜ்யக் கோரிக்கைகளை வைத்தார்கள்.

தென்னிந்தியாவில் தங்களது அடிமைத்தனத்தை எதிர்த்துப் போராடி 1, டிசம்பர் 1891இல் நடைபெற்ற தேசியக் காங்கிரஸின் முதலாம் மாநாட்டில் தங்களுடைய கோரிக்கைகளை வைத்தவர்கள் ஒடுக்கப்பட்ட வகுப்பினரேயாவர்.

தற்காலத் தலைவர்களும் பல்வேறு கட்சிகளைப் பின்பற்றுகிற இளைஞர்களும் நீண்டதொரு போராட்டத்திற்குப் பிறகு பிரிட்டிஷ் ஆட்சிக்காலத்தில் பெறப்பட்ட அரசியல், சமூக, பொருளாதார உரிமைகளை அட்டவணைச் சாதியினரிடமிருந்து பறித்துக் கொள்ள இந்து சமுதாயத்திலுள்ள பெரும்பாலானோர் முயற்சி செய்து கொண்டிருக்கிற ஒரு காலகட்டம் இப்பொழுது வந்துள்ளதென்பதை உணருவதில்லை. இவ்வுரிமைகள் யாவும்

மெள்ள மெள்ள ஆனால், உறுதியாகப் போராடியதன் மூலம் 1909ஆம்ஆண்டின் மிண்டோ–மார்லி சீர்த்திருத்தம், 1919ஆம் ஆண்டில் மாண்டேகு–செம்ஸ்போர்டு சீர்திருத்தம், 1932ஆம் ஆண்டில் வகுப்புவாரிப் பிரதிநிதித்துவம், 1932ஆம் ஆண்டில் பூனா ஒப்பந்தம் போன்றவைகள் மூலமாகப் பெறப்பட்டன. இவ்வுரிமைகளும் சலுகைகளும் 1935ஆம் ஆண்டின் சட்டத்தில் இடம்பெற்றுள்ளன. பின்னர் சுதந்திரம் பெற்ற பிறகு அவை 1950ஆம் அண்டின் இந்திய அரசியல் சாசனத்தில் இடம்பெற்றன.

இந்து சமுதாயமும் 1932இல் ஏற்பட்ட ஒப்பந்தத்தை அவர்கள் மாற்றியமைத்தலும்

அட்டவணைச் சாதியினர் இந்துக்களுடன் சேர்ந்து ஒப்பந்தத்தில் கையொப்பமிட்டால் பிரிட்டிஷ் ஆட்சியில் அனுபவித்துக் கொண்டிருந்த உரிமைகள் சுயாட்சியிலும் வழங்கப்படும் எனும் உறுதிமொழியை இந்துக்கள் கொடுத்திருந்தது பூனா ஒப்பந்தத்தில் தான். காந்திஜியின் உயிரைக் காப்பாற்றவும் அரசியல் களத்தில் முஸ்லிம் ஆதிக்கத்திலிருந்து இந்து சமூகத்தைக் காப்பாற்றவுமே புகழ்பெற்ற பூனா ஒப்பந்தத்தில் அட்டவணைச் சாதிகளின் தலைவர்கள் கையொப்பமிட்டார்கள்.

தலித் இளைஞர்கள் எவ்வாறு மற்றவர்களால் சுரண்டப்படுகிறார்கள்

சுதந்திரத்திற்குப் பிறகு பிறந்த தலித் இளைஞர்கள் தங்களுக்குரிய எளிதில் உணர்ச்சி வசப்பட்டு வெடிக்கக் கூடிய குணநல்களைத் தங்களுக்குச் சாதகமாகப் பயன்படுத்திக் கொள்ளும் மற்றவர்களின் கைப்பாவைகளாகி அவர்களுக்கு இரையாகிவிடுகிறார்கள். பெரும்பாலான சூழ்நிலைகளில் தலித்துகள் தங்களது மனங்களைத் தூண்டாமல், சுரண்டுபவர்களின் உணர்ச்சிகரமான உரைகளால் தூண்டப்பட்டுக் கத்தியைத் தீட்டுகிறார்கள். மிகத் தீவிரமாக அவர்கள் செயல்பட்டுச் சூழ்நிலைகளுக்குப் பலியாகி விடுவதால் தங்களது சமுதாயத்திற்கு எதிராகப் பொதுஜன அபிப்ராயம் ஏற்படக் காரணமாய் அமைந்து விடுகிறார்கள். இதற்குக் காரணம் யாதெனில், வேறு எவரேனும் ஒரு செயலைச் செய்தால் அது அந்தத் தனி நபருக்கெதிராக மட்டுமே திரும்பும். ஆனால், அதே செயலை ஒரு தலித் செய்தால் அச்செயல் ஒட்டுமொத்தச் சமுதாயத்திற்கு எதிராகத் திரும்புகிறது ஏன்?

இந்துக்கள் ஆதிக்கம் செலுத்தும் பத்திரிகை உலகம் ஒரு நிகழ்ச்சியைப் பயன்படுத்தி அதுபோன்றதொரு வண்ணம் தீட்டி அதற்குப் பரவலான விளம்பரத்தையும் கொடுக்கிறது. துரதிருஷ்டவசமாக நம்முடைய அன்புக்குரிய முன்னாள் பிரதம மந்திரி மாண்புமிகு இந்திராகாந்தி கொடூரமான முறையில் படுகொலை செய்யப்பட்டதில் சம்பந்தப்பட்ட தீவிரவாதிகளின் கைப்பாவையாக ஒரு தலித் இருந்தார். உடனடியாகப் பத்திரிகை உலகம் இட ஒதுக்கீட்டுப் பிரச்சினை மீது தாவிக்குதித்து (பிரதம அமைச்சரைக் கொன்றவர்களில் ஒருவரான) பியாந்த் சிங்கைத் தொடர்புபடுத்தி ஒரு செய்தியை வெளியிட்டது.

இட ஒதுக்கீடு எவ்வாறு பியாந்த்சிங்குக்கு உதவியது என்பதைப் பத்திரிகைகள் வெளிச்சம் போட்டுக் காட்டின. இட ஒதுக்கீடு இப்படுகொலையில் எவ்வாறு உதவியது என்பதைப் பத்திரிகைகள் வெளிப்படையாகப் பேசவில்லை. இட ஒதுக்கீட்டுக்கு எதிராகப் பெரும்பான்மைச் சமுதாயத்தின் மனங்களில் வெறுப்பு விதைகளைப் பத்திரிகைகள் தூவுகின்றன.

நாதுராம் கோட்சே காந்தியைக் கொன்றபோது பத்திரிகைகள் அமைதியாயிருந்தன. நாதுராம் கோட்சே இந்து என்பதால் அச்சமுதாயத்திற்கெதிராக எதனையும் வெளியிடவோ அச்சமுதாயத்தை வெளிச்சம் போட்டுக் காட்டவோ இல்லை. இந்தச் சூழ்நிலையில் தங்களுடைய சமுதாயத்திற்கு இழிவைச் சேர்க்கும் வன்முறைச் செயல்களில் ஈடுபட வேண்டாம் என்று இளம் தலித்துகள் கோரப்படுகிறார்கள்.

தலித்துகளிடையே எளிதில் உணர்ச்சிவசப்படும் தன்மை எவ்வாறு உருவானது? அவர்கள் சந்தித்துவந்த சாதிய வெறுப்பினால் விளைந்த நீண்டகால ஒடுக்குதலும் சமூக அநீதியுமே அதற்கான காரணம். தலித்துகளால் தொடங்கப்படும் புரட்சிகரமான செயல் எதுவாயிருந்தாலும் பெரும்பாலான இந்து சமூகத்தால் உடனடியாக அது நக்சல்பாரி நடவடிக்கைகள் என்னும் முத்திரை குத்தப்பட்டுவிடும். காவல்துறையினருக்கும் புரட்சிக்கரமான நடவடிக்கைகளை அடக்குவதற்குரிய நடவடிக்கை எடுப்பதைத் தவிர வேறு வழியே இராது. காவல்துறை தடுப்பு நடவடிக்கை எடுத்து புரட்சிகர நடவடிக்கையை அடக்குகிறது. உத்தரப்பிரதேசம், பீஹார், மேற்கு வங்காளம், ஆந்திரப் பிரதேசம், அண்மையில் தமிழ்நாட்டில் நடந்த இது போன்ற ஒவ்வொரு நடவடிக்கையுமே நக்சல்பாரி நடவடிக்கைகள் எனும் முத்திரை குத்தப்பட்டன என்பதை அனுபவம் காட்டுகிறது. பயங்கரவாதிகளின்

கைப்பாவைகளாகி தீ வைப்பு, கொலை, கொள்ளை ஏதேனும் நடத்துகிற தலித்துகள் மீது குறைகூற இடமுண்டு. காவல்துறை துப்பாக்கிச் சூட்டிலிறங்கிப் பலரைக் கொல்லும். இதுபோன்ற ஒவ்வொரு துப்பாக்கிச் சூட்டிலும் 50 விழுக்காட்டினர் தலித்துகளே பலியாகிறார்கள். தமிழ்நாட்டில் அண்மையில் நடந்த ஒரு துப்பாக்கிச் சூட்டில் 22 பேர் கொல்லப்பட்டதில் 12 பேர் தலித்துகள்.

நிலைமை இவ்வாறிருப்பதால் எந்தவோர் அரசியல் போராட்டத்திலோ அல்லது தீவிரவாத நடவடிக்கையிலோ பங்கேற்பதற்கு முன் ஒவ்வொரு தலித் இளைஞனும் இருமுறை சிந்திக்க வேண்டும். இந்து அமைப்பில் தாங்கள் சிறுபான்மையினரே என்பதை அவர்கள் உணர வேண்டும். மேலும் திரும்பப் பெற முடியாத விலைமதிப்பற்ற உயிர்களை அவர்கள் இழக்கிறார்கள். அவர்களைச் சார்ந்துள்ளவர்கள் சொல்லொண்ணாத் துயரங்களுக்கும் இன்னல்களுக்கும் உள்ளாகின்றார்கள். தலித்துகள் சாம்பாரில் போடப்படும் கறிவேப்பிலை போன்று பயன்படுத்தப்படுகிறார்கள்.

புரட்சிகரமான நடவடிக்கைகளில் ஈடுபடுவதன் விளைவைப் பற்றி டாக்டர் பி.ஆர்.அம்பேத்கர் மிகத் தெளிவாகக் கூறியுள்ளார்கள். தலைமைத்துவம் அழிந்துபோகுமானால் அந்த வெற்றிடத்தை நிரப்புவதற்கு ஒருவருமே இரார். இச்சமுதாயத்தினரிடையே இருந்து ஊக்கமுள்ள வெகுசில தலைவர்களே உருவாகிறார்கள். இதுபோன்ற தலைவர்களை இழக்க நேரிட்டால் எல்லாவற்றையுமே இழக்க நேரிடும். அத்தகையதொரு நிலையிருப்பதால் தங்களுடைய உரிமையைக் கோரும் ஒவ்வொரு செயலுமே போராட்டம் மூலம் நடக்க வேண்டுமேயொழிய புரட்சி மூலம் நடக்கலாகாது.

டாக்டர் பி.ஆர்.அம்பேத்கர் நிலைமையைத் தெளிவாகக் கணக்கிட்டுத்தான் கற்பி, ஒன்றுசேர், போராடு எனும் தமது மூன்று தாரக மந்திரங்களைத் தந்துள்ளார். இவற்றில் புரட்சி எனும் மந்திரத்தை அவர் தேர்ந்தெடுக்கவில்லை. வன்முறைச் செயலை அவர் ஒருபோதும் விரும்பியதில்லை என்பது இதிலிருந்தே தெளிவாகிறது.

அரசியல் கட்சிகள் அட்டவணைச் சாதியினருக்கு உதவுவதற்காக அல்லாமல் மக்களிடையே செல்வாக்கைப் பெறுவதற்காகவே அட்டவணைச் சாதியினரின் உதவியை நாடுகிறார்கள் என்பது இக்கால அரசியல் வாழ்க்கையில் வெளியாகியுள்ள அவலமான உண்மையாகும்.

பின்னிணைப்பு

பின்னிணைப்பு 1

பிற்படுத்தப்பட்டோர் இயக்கம் ஏன் வீழ்ந்துகொண்டிருக்கிறது?

வி.டி.ராஜசேகர்
ஆசிரியர், தலித் வாய்ஸ்

நாம் அச்சப்பட்டுக்கொண்டிருந்தபடியே நடந்து வருகிறது. பிற்படுத்தப்பட்ட வகுப்பினர் பற்றிய மண்டல் ஆணைக்குழுவின் அறிக்கை குப்பைத் தொட்டியில் வீசியெறியப்பட்டுள்ளது. அதனைக் கையிலெடுக்கும் எண்ணத்தில் ஆளும் வர்க்கம் இல்லை. (தலித் வாய்ஸ் - மே16) மண்டல் அறிக்கையின் கதி முடிந்து போய்விட்டதென்றால் அதன் மூலம் பயன்பெறக்கூடிய ஏனைய பிற்படுத்தப்பட்ட வகுப்பினரையல்லாமல் (OBC) வேறு எவரையுமே குறை சொல்ல இயலாது. அவ்வறிக்கை ஒரு குப்பைத் தொட்டியிலிருந்து மற்றொரு குப்பைத் தொட்டிக்குத் துரத்தியடிக்கப்படுகிறது. இந்நிலை பற்றி ஆராய்ந்திட செயலாளர் மட்டக்குழு ஒன்றினை மத்திய அமைச்சரவை நியமித்தது. அக்குழு சமர்ப்பித்த அறிக்கை தற்போது ஒரு அமைச்சரவை துணைக்குழுவிற்கு அனுப்பி வைக்கப்பட்டுள்ளது. தாம் ஒரு காரியத்தை விரும்பவில்லையென்றால் அதைப் பற்றி ஆய்வதற்கென்று ஒரு குழுவை நியமிப்பதே இந்து மேதாவித்தனம். தாமதப்படுத்திக் கொலை செய்தலே அதன் பாணி. தாமதப்படுத்தப்பட்ட நீதி மறுக்கப்பட்ட நீதியன்றோ! கடந்த ஆகஸ்டு 19ஆம் நாளில் நாடாளுமன்றத்தில் விவாதிக்கப்பட்டபோது நாடாளுமன்ற உறுப்பினர்களின் ஒருமித்த ஆதரவைப் பெற்ற அழகியதும் அறிவுப்பூர்வமானதுமான மண்டல் அறிக்கைக்கு நேர்ந்த கதி இதுவே. ஆனால் தலைமை அமைச்சரே மண்டல்

141

அறிக்கைக்கு எதிராக இருக்கிறார். மண்டல் அறிக்கையைத் தூக்கி எறியாதிருந்தால் அவரையே தூக்கியெறிந்திடத் துணியும் இந்தியாவின் ஆளும் வர்க்கத்தின் 10 விழுக்காட்டினரின் சார்பில் அம்மையார் பேசுகிறார்.

மண்டல் அறிக்கையின் கதி முடிந்துவிட்டதென்றும் முடிவுக்கு நாம் வரக் காரணமாய் இருப்பது யாதெனில் நாட்டைப் பீடித்திருக்கும் தேர்தல் ஜுரமே. இந்தத் தேர்தல் ஜுரம் அடிக்கத் தொடங்கியவுடனே இந்தியாவிலுள்ள ஒவ்வொருவரும் சிந்திப்பதை நிறுத்தி விடுகின்றனர். வேலை செய்வதை நிறுத்துவது ஒருபுறம் இருக்கட்டும். அனைத்துச் சக்தியுமே இந்த ஒரே பொருள் மீதுதான் குவிந்திருக்கிறது. அரசு எந்திரம் தனது இயக்கத்தை நிறுத்திக் கொள்கிறது. ஊகம் செய்யும் விளையாட்டுத் தொடங்கிவிடுகிறது. வாசகர்களும் பத்திரிகை செய்திகளை ஓசையின்றி விழுங்கிக் கொண்டிருக்கிறார்கள். பத்திரிகைகளும் குப்பைகளைக் கட்டுரைகளாக வெளியிட்டுக் கொண்டிருக்கின்றன.

இந்தியாவில் அரசியல் என்பது ஒரு சுவாரசியமான விளையாட்டாக மாறியிருக்கிறது. பொதுமக்கள் விரும்பிப் படிக்கும் குப்பையைப் பத்திரிகைகளும் வெளியிடுகின்றன. இந்தியாவில் இவையனைத்துமே பொருளற்றதாக அமைந்துள்ளன. ஆளும் வர்க்கம் நமது மூளையையே அழித்துக் கொண்டு வருகிறது. ஒவ்வொரு வன்முறைச் செயலுக்குப் பின்னாலும் ஒரு ‘அந்நிய சக்தி’ இருப்பதைக் கண்டுபிடிக்கும் தமக்கு விருப்பமான விளையாட்டில் தலைமை அமைச்சர் மீண்டும் மும்முரமாக ஈடுபட்டுள்ளார். ஏதாவதோர் அந்நிய சக்தி தங்களை ஆட்டிப்படைக்கும் அளவுக்கு இந்தியர்கள் பலவீனப் பிராணிகளாகியிருக்கிறார்கள்! எனவே, காலிஸ்தான், ஆதிவாசிகளின் போராட்டம் அனைத்துமே ‘அந்நிய சக்தியால்’ தூண்டிவிடப்படுகின்றன. பாகிஸ்தானும் முஸ்லிம்களின் கைக்கூலிகளும் காஷ்மீரிலும் பாகிஸ்தானிலுமுள்ள சீக்கிய தீவிரவாதிகளுக்குப் பயிற்சி அளித்துக் கொண்டிருக்கிறார்கள். இத்தகைய பிரச்சாரத்தைக் கேட்பதில் இந்துக்கள் வெகு மகிழ்ச்சி அடைகிறார்கள். ஏனென்றால், மாட்டுக் கொழுப்பு எனும் பிரச்சினை இந்துக்களிடையே சலசலப்பை ஏற்படுத்தியுள்ளது. சிறுபான்மையினருக்கு எதிரான வன்முறையைத் தூண்டிவிடும் நோக்கத்தில் ஆர்.எஸ்.எஸ்-இன் ஆதரவுடன் நடத்தப்பெற்ற நாடு தழுவிய ரதயாத்திரை இந்துக்களின் கவலையை அதிகரித்துள்ளதால் ஆர்.எஸ்.எஸ் எனும் கப்பலின் வேகத்தைத் தணிப்பதற்காகவே அதற்குத் தகுந்தாற்போல்

ஒரு சேவல் காளை - கதையை இந்துக்கள் உருவாக்க வேண்டிய நிலை ஏற்பட்டுள்ளது. எனவே அம்மையாரைக் (தலைமை அமைச்சரை) காப்பாற்றக்கூடிய ஒரு விஷயம் உண்டென்றால் அது பாகிஸ்தானைக் குற்றச்சாட்டி அந்நிய ஆக்கிரமிப்பு நடைபெறுகிறதென்று சொல்லி மக்களை பயமுறுத்துவதுதான். இதனையே இப்போது அம்மையார் செய்து வருகிறார்கள். முதுகெலும்பில்லாத எதிர்க்கட்சிகளும் கைதேர்ந்த அரசியல் சாதுரியமிக்க இவர் முன்னர் விஷமக்காரச் சிறுவர்கள் போலிருந்து அவரது பாடலுக்கேற்ப நடனமாட வேண்டியுள்ளது. ஆளும் வர்க்கமும் அவற்றின் வேட்டை நாய்களும் மாட்டுக் கொழுப்பு, அந்நியப் படையெடுப்பு, கங்காஜலம் போன்றவற்றிலேயே ஆர்வங் காட்டும்போது எந்த மடையன்தான் மண்டல் அறிக்கையை நினைத்துப் பார்ப்பான்.

ஒரு சமுதாயத்தின் அறிவுஜீவிகள் ஊழல் பேர்வழிகளாக இருக்கும்போது அச்சமுதாயத்தை அயோக்கியர்களே ஆளுவார்கள். இதுதான் இன்றைய நமது நிலை. மக்கள் தங்களது தகுதிக்கேற்ற அரசாங்கத்தையே பெறுவார்கள்.

ஏனைய பிற்படுத்தப்பட்ட வகுப்பினரின் உண்மையான பலவீனத்தை ஆளும் வர்க்கத்தினர் அறிந்து வைத்துள்ளனர். ஏனைய பிற்படுத்தப்பட்ட வகுப்பினர் தாங்கள் பின்தங்கியிருப்பதையும் அவ்வாறிருப்பதன் காரணமாகவே ஏழைகளாகித் துன்புறுவதையும் பற்றிய உணர்வில்லாதிருக்கிறார்கள் என்பதை ஆளும் வர்க்கம் நன்றாகவே அறிந்து வைத்திருக்கிறது. ஏனைய பிற்பட்ட வகுப்பினர் சிற்சில வேளைகளில் மட்டுமே பிராமணர்கள் மீது கோபமாக இருக்கிறார்கள் என்பதும் அவர்கள் பிராமணியத்தை அதிகமாக நேசிக்கிறார்கள் என்பது பற்றியும் ஐயமில்லை. உண்மையைச் சொல்ல வேண்டுமானால் அவர்களே பிராமணியத்தின் காவலர்கள். ஏனைய பிற்படுத்தப்பட்ட வகுப்பினர் பிராமணியத்திற்குக் காவல் அரணாக விளங்கும் வரை ஆளும் வர்க்கம் எப்பொழுதுமே வெற்றி பெறும். இந்தியாவின் பிரச்சினையே ஒடுக்கப்பட்ட வகுப்பினர் தங்களை ஒடுக்குகின்றவர்களின் கொள்கைகளையே வளர்த்துக் கொண்டிருப்பதுதான். 'இந்தியாவில் உள்ள அடிமைகள் தங்களது அடிமைத்தனத்தை ரசிக்கிறார்கள்' என்று நாம் அடிக்கடி சொல்வது இதனைத்தான்.

இவ்வுண்மையை ஏனைய பிற்படுத்தப்பட்ட வகுப்புகளின் தலைவர்களும் பிரம்மபிரகாஷ் அவர்களைத் தலைவராகக் கொண்ட அதன் அனைத்திந்திய அமைப்பும் உணரச் செய்ய

எங்களால் இயன்ற அளவு முயற்சிகளையும் எடுத்தோம். இந்த அமைப்பின் பலவீனம் யாதெனில் அது எதிர்க்கட்சி அரசியல்வாதிகளால் நிரம்பப் பெற்று இருப்பதுவே. இந்தியாவில் உள்ள ஒரு அரசியல்வாதியின் குறிக்கோள் என்ன? ஆட்சி அதிகாரத்துக்கு வருவதே ஒரே குறிக்கோள். இவ்வெதிர்க்கட்சிகள் ஆட்சி அதிகாரத்தினரானபடியால் திருமதி.இந்திரா காந்தியின் கட்சியைத் தாக்குவதற்காக மண்டல் அறிக்கையைப் பயன்படுத்துகிறார்கள். அவர்களில் சிலர் ஆளும் கட்சிக்குள் நுழைவதற்கு இவ்வறிக்கையைப் பயன்படுத்தினார்கள். இன்னும் சிலர் காத்துக் கொண்டிருக்கிறார்கள். நாம் இக்கருத்தை முன்னரே (தலித் வாய்ஸ், மே 16) வெளியிட்டிருந்தோம். நாம் அஞ்சியவாறே நடந்துவிட்டது. இதன் பொருள் யாதெனில் (8–F வந்தனா கட்டடம், டால்ஸ்டாய் மார்க், புது டில்லி – 110 001 எனும் முகவரியில் இயங்கும்) பிற்படுத்தப்பட்ட வகுப்பினரின் தேசிய ஐக்கியம் என்றுமே வலியுள்ளதாக மாறவியலாது என்பதே. ஏனைய பிற்படுத்தப்பட்ட இனத்தவரின் பிரச்சினை அரசியல் சார்ந்ததல்லாமல் பண்பாடு மற்றும் சமூகம் சார்ந்தது. மண்டல் ஆணையம் இதனைத் தமது அறிக்கையில் மிகத் தெளிவாகக் கூறியுள்ளது. இந்தியாவின் வறுமை சமூக மற்றும் பண்பாட்டுக் காரணங்களால் ஏற்பட்டதல்ல. தீண்டத்தகாதவர்கள், ஆதிவாசிகள், சிறுபான்மையினரைப் போலவே ஏனைய பிற்படுத்தப்பட்ட வகுப்பினரும் இன்று துன்புறுகின்றனரெனில் அது அவர்களின் வறுமையின் காரணமாக அல்லாமல் இந்து சமயத்தால் திணிக்கப்பட்டுள்ள சாதிய மற்றும் சமய அடிப்படையிலான பாகுபாடுகளாலேயே.

இந்தியாவின் 80 கோடி மக்களில் 85 விழுக்காட்டினர் பிராமணியத்திற்குப் பலியாகியுள்ளனர். ஆனால், ஏனைய பிற்படுத்தப்பட்ட வகுப்பினருக்கு இந்த உண்மை தெரிகிறதா? யாதவர் போன்ற ஏதேனுமொரு ஏனைய பிற்படுத்தப்பட்ட வகுப்பினரின் அலுவலகத்திற்குப் போய்ப் பார்த்தால் எண்ணற்ற தெய்வங்களின் படங்களை அங்கு காணலாம். பிராமணர்களைக் காட்டிலும் ஏனைய பிற்படுத்தப்பட்ட வகுப்பினரே வெறிபிடித்த இந்துக்களாக உள்ளனர். பிராமணர்களைக் காட்டிலும் அவர்களே பிராமணியத்தின் பெரிய பாதுகாவலர்களாக உள்ளார்கள். எந்த ஒரு இந்து ஆலயத்திற்கும் செல்லுங்கள். வெகுசில பிராமணர்களே அதை நிர்வகிப்பர். ஆனால், ஆலயத்தின் அனைத்துப் பணிகளையும் ஏனைய பிற்படுத்தப்பட்ட வகுப்பினரான எண்ணிறந்த சூத்திரர்களே ஈடுபாட்டுடன் செய்து கொண்டிருப்பார்கள்.

சூத்திரர்கள் ஒரு அடிமை இனம். அவர்கள் பிராமணர்களுக்கு மனப்பூர்வமாகச் சேவகம் செய்கிறார்கள்.

உண்மையில் முஸ்லிம்களையும் கிறித்தவர்களையும் தலித்துகளையும் கொல்வதற்குரிய ஆள்பலத்தை ஆர்.எஸ்.எஸ். பெரும்பாலும் ஏனைய பிற்படுத்தப்பட்ட வகுப்பினரிடமிருந்தே பெறுகிறது. அனைத்து வகுப்புக் கலவரங்களிலும் சாதிச் சண்டைகளிலும் ஏனைய பிற்படுத்தப்பட்ட வகுப்பினர் பயன்படுத்தப்படுகின்றனர். இக்கலவரங்களில் இவர்கள் தாம் 'வில்லன்கள்'. முஸ்லிம்களும் கிறித்தவர்களும் தீண்டத்தகாதவர்களும் அனுபவிக்கிற துன்பங்களுக்குக் காரணமாய் அமைந்துள்ள தத்துவம் பிராமணியம் என்றால் அத்தத்துவத்தை செயல்படுத்துபவர்களாக இருப்பவர்கள் ஏனைய பிற்படுத்தப்பட்ட வகுப்பினர் தாம். இந்திய மக்கள் தொகையில் 85 விழுக்காட்டிற்கு மேற்பட்ட மக்களின் துன்பங்களுக்குப் பொறுப்பானவர்கள் இவர்களே. இந்தியாவெங்கிலும் இதே நிலைதான் காணக்கிடக்கிறது.

தமிழ்நாட்டின் இராமநாதபுரம் மாவட்டத்தில் அண்மையில் திரளான தீண்டத்தகாதவர்கள் இஸ்லாம் சமயத்திற்கு மாறியதற்கான காரணம் அம்மக்களுக்கு ஏனைய பிற்படுத்தப்பட்ட வகுப்பினர் இழைத்த கொடுமைகளே. தலித்துகளையும் சிறுபான்மையினரையும் கொல்வதற்கு ஏனைய பிற்படுத்தப்பட்ட வகுப்பினர் பயன்படுத்தப்படுகையில் அவர்களின் நிலையும் எவ்வகையில் மேலானதல்ல. பல இடங்களில் அவர்கள் தலித்துகளை விடவும் வறியவர்களாக இருக்கிறார்கள். மற்றவர்களைப் போலவே அவர்களும் பிராமணியத்துக்குப் பலியாகிறார்கள். ஆனால், அவர்கள் இவ்வுண்மையை அறியாமலிருக்கிறார்கள். இதற்கான காரணம் யாதெனில் ஏனைய பிற்படுத்தப்பட்ட வகுப்பினர்; தங்களின் எதிரியை அடையாளம் கண்டுகொள்ளவில்லை. தலித்துகளும் முஸ்லிம்களும் கிறித்தவர்களுமே தங்களது எதிரியென்று அவர்கள் எண்ணுகிறார்கள். ஏனைய பிற்படுத்தப்பட்ட வகுப்பினரைக் காட்டிலும் பெரிய முட்டாள்களை நாம் காண முடியுமா? ஏனைய பிற்படுத்தப்பட்ட வகுப்பினரெல்லாம் அடிமுட்டாள்கள் என்பதை அதிகார வர்க்கத்தினர் தெரிந்து வைத்துள்ளனர். நமக்குள்ள பெரிய கவலையே இதுதான் என்பதை ஏனைய பிற்படுத்தப்பட்ட வகுப்பினரின் தலைவர்களைப் புரிந்து கொள்ளச் செய்வது எப்படி?

ஏனைய பிற்படுத்தப்பட்ட வகுப்பினரின் இப்பெரும் பலவீனம் கடுமையான விளைவுகளை ஏற்படுத்தியுள்ளது.

தாங்கள் தீண்டத்தக்கவர்களென்றும் (இந்துக்கள்) தலித்துகள் தீண்டத்தகாதவர்களென்றும் எண்ணுவதால் அவர்களுக்கேற்பட்டிருக்கும் போலியான சாதிப்பெருமை தலித்துகளைக் காட்டிலும் தங்களை உயர்ந்தவர்களாக எண்ணிடச் செய்வதால் கிராமப்புறங்களில் முடிவில்லாத சச்சரவுகள் ஏற்படுகின்றன. ஒவ்வொரு இந்தியக் கிராமத்திலும் அன்றாடம் இந்தச் சண்டை நடக்கிறது. உண்மையிலேயே தங்களைச் சுரண்டுகிறவர்களைக் காட்டிலும் அவர்களுக்கு தீண்டத்தகாதவர்களே பெரிய எதிரியாகக் காட்சியளிக்கிறார்கள்.

தங்களை உண்மையில் சுரண்டுகிறவர்களைவிட அதிகமாக அவர்கள் தலித்துகளை எதிர்க்கிறார்கள். தலித்துகளை உதைத்து, கொலை செய்து, தீயிலிட்டுக் கொளுத்தி வருபவர்களும் கற்பழிப்பவர்களும் ஏனைய பிற்படுத்தப்பட்ட சாதியினராயிருப்பதால் தலித்துகளும் இவ்வன்முறைகளுக்கு மூளையாகச் செயல்படுகிறவர்கள் மீது கோபம் கொள்வதை விடுத்து இக்கொடுஞ் செயல்களைச் செய்யும் ஏனைய பிற்படுத்தப்பட்ட சாதியினர் மீது கோபம் கொள்ளுகிறார்கள். உதைக்குமாறு மூளை, காலுக்கு ஆணையிட்டிருப்பதால்தான் கால் உதைக்கிறது. காலால் சிந்திக்க இயலாது. ஆகையால் அதைக் குறைகூற முடியாது. காலைவிட ஆபத்தானது மூளையே. ஆனால், கல்வியறிவற்றவர்களும் பண்பாட்டளவில் குறைபாடு உள்ளவர்களுமாய் இருக்கிற ஏழை தலித்துகளால் காலுக்கும் மூளைக்கும் உள்ள இந்த நுணுக்கமான வேறுபாட்டை உணர முடியாது. உதைத்த காலின் மீது தலித்துகள் கோபம் கொண்டு அந்தக் காலை வெட்ட விரும்புகிறார்கள். ஒரு கல்லினால் தாக்கப்பட்ட நாய் அந்தக் கல்லைத் துரத்திப் பிடித்துக் கடிப்பதில்லை. கல்லை எறிந்த மனிதனையே துரத்திப் பிடித்துக் கடிக்கும். நாய்க்கு நல்ல மூளை இருக்கிறது. ஆனால், இந்து சமயமோ அதன் பின்னடியார்களை மூளையற்றவர்களாக்கி இருக்கிறது. இதன் விளைவாகவே தலித்துகளுக்கும் ஏனைய பிற்பட்ட சாதியினருக்குமிடையே இத்தகைய முடிவில்லாத பகைமை ஏற்பட்டுள்ளது. பிராமணர்களால் வழிநடத்தப்படுகிற மேல்சாதி இந்துக்களுக்கு இது மிகவும் சவுகரியமாய் அமைந்துவிடுகிறது. அவர்கள் தலித்துகளைப் பார்த்து அவர்களைத் தாக்கியது ஏனைய பிற்படுத்தப்பட்ட சாதியினரே என்றும்; ஏனைய பிற்படுத்தப்பட்ட சாதியினரைப் பார்த்து தலித்துகளுக்கு அரசுப்பணிகளில் இடஒதுக்கீடு வழங்கப்படுவதால்தான் அவர்கள் கஷ்டப்படுகிறார்களென்றும் சொல்லி விடுகிறார்கள். இந்தியாவெங்கிலும் முளைத்துள்ள ஒடுக்கப்பட்ட ஊழியர்களின்

சங்கங்கள் ஏனைய பிற்படுத்தப்பட்ட சாதியினர் தலித்துகளை எதிர்க்கும் நிலையை ஏற்படுத்திடவே திட்டமிடுகின்றன. இவ்வாறாகப் பிராமணர்களும் ஏனைய உயர்சாதியினரும் துன்புறும் இவ்விரு பிரிவினரையும் பிரித்து வைத்து நாட்டை ஆண்டு வருகின்றார்கள்.

இன்று ஒவ்வொரு அலுவலகமும் ஒவ்வொரு கிராமமும் ஒரு போர்க்களமே. இது எவ்வளவு துரதிருஷ்டவசமானது. இத்தனைக்கும் இன்று இந்தியாவில் நடைபெற்றுக்கொண்டிருப்பது ஏழைகளுக்கும் வாய்ப்புகள் மறுக்கப்பட்டோருக்கும் இடையேயான ஒரு போர். ஏழைகள் பணக்காரர்களை எதிர்த்துப் போராடுவதை நாம் எங்கே பார்க்கிறோம்? காரல் மார்க்ஸின் வர்க்கப் போராட்டத்திற்கான அடையாளத்தை எங்குமே காண முடிவதில்லை. இந்து அல்லாதவர்களிடையேயுள்ள குறிப்பிடத்தக்க சமூகவியல் அறிஞரான ஆந்த்ரே பெத்தே போன்றவரால் கூட ஏழைகளைப் பிரித்து வைக்கும் இந்து விளையாட்டை இனங்கான முடியவில்லை. அவ்வாறு செய்ய முடிந்திருந்தால் ஏனைய பிற்படுத்தப்பட்ட இனத்தவருக்கான இட ஒதுக்கீடு பற்றி அவர் எதிராக வாதாடியிருக்கமாட்டார். ஏனைய பிற்படுத்தப்பட்டோரின் இயக்கத்தில் உள்ள அடிப்படையிலான இந்தப் பலவீனத்தோடு இவ்வியக்கம் மற்றொரு பலவீனத்தினாலும் துன்புறுகிறது. அது யாதெனில் இவ்வியக்கம் தலைவனில்லாமல் திகைத்து நிற்கிறது. தலித்துகளுக்குத் தலைவராக டாக்டர் பி.ஆர்.அம்பேத்கரும் அவருடைய கொள்கையான அம்பேத்கரிசமும் தலைவராக உள்ளன. ஆனால், ஏனைய பிற்படுத்தப்பட்ட சாதியினருக்குத் தலைவர் எவருமே இல்லை. தலித்துகள், ஓரளவு அவ்வினத்தைச் சார்ந்த உணர்வுடையவர்களாவது தங்கள் பிராமணியத்தின் பலியாடுகளாகி விட்டிருப்பதை உணர்ந்திருப்பார்கள். ஆனால், ஏனைய பிற்படுத்தப்பட்ட சாதியினர் அவ்வாறு இல்லை. தலைமையும் தங்களை வழிநடத்தத்தக்க தத்துவமும் இல்லாத காரணத்தால் அவர்கள் பேய்க்கும் ஆழ்கடலுக்குமிடையே தத்தளித்துத் தவிக்கிறார்கள். இதன் காரணமாகவே “நாம் இந்தியாவின் பிரச்சினை அதன் பெருவாரியான பிற்படுத்தப்பட்ட இனங்களின் பிரச்சினை. ஏனைய பிற்படுத்தப்பட்ட வகுப்பினர் நமக்குள்ள பிரச்சினைகளை உருவாக்குவதோடு நில்லாமல் அவர்கள் தங்களுக்கே ஒரு பிரச்சினையாக இருக்கிறார்கள்” என்று, மே 16 தலித் வாய்ஸ் இதழில் குறிப்பிட்டிருந்தோம்.

மண்டல் கமிஷனின் அறிக்கைக்கு நாம் ஆதரவளித்ததைத் தமிழ்நாட்டு தலித்துகள் விமர்சித்துள்ளார்கள். பெரியார் ஈ.வெ.இராமசாமியின் திராவிடர் கழகத்திற்கு நாம் காட்டும் ஆதரவுக்காகச் சிலர் கோபப்படுகிறார்கள். திராவிடர் கழகம் பிற்படுத்தப்பட்ட வகுப்பினரின் அமைப்பு என்று அவர்கள் சொல்கிறார்கள். இந்த ஏனைய பிற்படுத்தப்பட்ட சாதியினரே தமிழ்நாட்டில் தலித்துகளை ஒடுக்குவதில் முக்கியப் பங்கு வகிப்பவர்கள். தலித் சிறுத்தைகளின் மதுரை மாநாட்டில் ஏனைய பிற்படுத்தப்பட்ட வகுப்பினரே குறிவைத்து தாக்கப்பட்டனர். தேவர்களும் நாடார்களும் தலித்துகளுக்கிழைத்த வன்கொடுமைகளே அண்மையில் அவர்கள் பெருந்திரளாக இஸ்லாம் மார்க்கத்தைத் தழுவிட வழி நடத்தின. திராவிடர் கழகத்தின் முதுகெலும்பாக உள்ள ஏனைய பிற்படுத்தப்பட்ட இனத்தவர் மீது தலித்துகள் கோபமாக உள்ளனர்.

திராவிடர் கழகத்தின் பொதுச் செயலாளர் திரு.கி.வீரமணி திராவிடர் கழக மாநாடுகளுக்குத் தமிழக தலித் தலைவர்கள் எவரையும் அழைக்காமல் வெளி மாநிலத்தவர்களான ராம்விலாஸ் பாஸ்வான் எம்.பி அல்லது கர்நாடகாவிலிருந்து பசவலிங்கப்பா போன்றவர்களையே அழைக்கிறார் என்றும் அவர்கள் கூறுகிறார்கள். வீரமணி தலித் மாநாடுகளைக் கூட்டுவதோ தலித் மக்களின் நலன்களை ஆதரிப்பதோ இல்லையென்றும் அவர்கள் கூறுகிறார்கள்.

ஏனைய பிற்படுத்தப்பட்ட வகுப்பினருக்கான இயக்கங்களும் தலித் இயக்கங்களும் பலம்பெற்று விளங்கும். ஒரே மாநிலமாகத் தமிழ்நாடு விளங்குவதால் இதுபோன்ற சாதிச் சச்சரவு தமிழ்நாட்டின் தனித்தன்மை வாய்ந்த அம்சமாக விளங்குகிறது. பீகாரைச் சேர்ந்த உயர்நிலை தலித் தலைவராகிய ராம்விலாஸ் பாஸ்வான் மண்டல் கமிஷன் அறிக்கைக்கான போராட்டத்தில் முன்னணியில் நின்றார். பேராசிரியர் அருண் காம்பிளி தலைமையில் இயக்கும் 'தலித் சிறுத்தைகள்' (Dalit Panthers) மண்டல் கமிஷனின் அறிக்கையை அமுல்படுத்தக் கோரி தீர்மானங்களை நிறைவேற்றி இருக்கிறார்கள். அதுபோலவே கன்ஸிராமின் தலைமையிலான பாம்செஃப் (BAMCEF) தீர்மானம் நிறைவேற்றியுள்ளது. கர்நாடக தலித் செயல்பாட்டுக் குழு (Dalit Action Committee) ஏற்கெனவே ஏனைய பிற்படுத்தப்பட்ட சாதியினருக்கு ஆதரவு அளித்துள்ளது. ஏனைய பிற்படுத்தப்பட்ட சாதியினருக்கும் தலித்துகளுக்கும் எதிரியாக இருப்பவர் ஒருவரே என்பதை

அவர்கள் அறிந்து வைத்திருப்பதால் இந்தியாவெங்கிலும் உள்ள தலித்துகள் ஏனைய பிற்படுத்தப்பட்ட சாதியினரையும் மண்டல் கமிஷன் அறிக்கையையும் ஆதரித்துள்ளனர். ஆனால், ஏனைய பிற்படுத்தப்பட்ட சாதியினர் தாம் தலித்துகளையும் சிறுபான்மையினரையும் ஆதரிப்பதில்லை. இட ஒதுக்கீடு நீக்கப்படும் நிலை ஏற்படும்போது ஏனைய பிற்பட்ட சாதியினருக்கு எதிராக மேல் சாதியினர் காட்டும் எதிர்ப்பு கூடுமென்பதால் அத்தகைய சூழலில் அவர்கள் தலித்துகளுடனும் சிறுபான்மையினருடனும் கைகோத்து நிற்கும் கட்டாயம் ஏற்படும். தலித்துகளுக்கும் ஏனைய பிற்படுத்தப்பட்ட சாதியினருக்குமிடையே ஏற்படும். இத்தகையதொரு ஐக்கியமே 'சாதிப் போராட்டமாக' இப்போதுள்ள நிலை 'வர்க்கப் போராட்டமாக' உருவெடுத்திட உதவும்.

இந்த அளவிற்காவது விஷயங்களைப் புரிந்து கொள்ளும் ஞானமுள்ளவர்களாக தலித்துகள் விளங்குகையில் இச்சிறிய உண்மையைக் கூடப் புரிந்துகொள்ள முடியாத முட்டாள்களாக ஏனைய பிற்படுத்தப்பட்ட சாதியினர் உள்ளனர். ஏனைய பிற்படுத்தப்பட்ட சாதியினர் தலித்துகளையும் சிறுபான்மையினரையும் ஆதரிக்காத பட்சத்தில் அவர்கள் மண்டல் கமிஷனின் அறிக்கையைப் பெறப் போவதேயில்லை. ஆளும் வர்க்கத்தினர் ஏனைய பிற்படுத்தப்பட்ட சாதியினருக்கெதிராகத் தலித்துகளையும் தலித்துகளுக்குகெதிராக ஏனைய பிற்படுத்தப்பட்ட சாதியினரையும் தூண்டிவிட்டுத் தொடர்ந்து ஆட்சி செலுத்திக் கொண்டேயிருப்பர். இதுதான் பிரித்தாளுதல் என்று அழைக்கப்படும். இந்து விளையாட்டு இப்படித்தான் மண்டல் கமிஷனின் அறிக்கையையே குப்பைக் கூடைக்குள் போடும் தைரியம் ஆளும் வர்க்கத்திற்கு வந்தது. மண்டல் கமிஷன் அறிக்கையை ஒரு தேர்தல் பிரச்சினையாக ஆக்கினால் மட்டுமே ஏனைய பிற்படுத்தப்பட்ட சாதியினரின் தலைவர்களால் இந்த இக்கட்டிலிருந்து தப்ப முடியும். இப்பொழுது உயர்சாதி இந்துக்களின் கட்டுப்பாட்டிலுள்ள மார்க்சிஸ்டு கம்யூனிஸ்டு கட்சியைத் தவிர பிற எதிர்க்கட்சிகள் அனைத்தும் மண்டல் கமிஷன் அறிக்கையை உதாசீனப்படுத்தியதற்காகக் காங்கிரஸ் கட்சியைப் புறக்கணித்து அதனைத் தண்டிக்குமாறு வாக்காளர்களைக் கேட்டுக்கொள்ளலாம். தாங்கள் ஆட்சிக்கு வரும்போது செய்யப்போகும் முதல் காரியமே மண்டல் கமிஷன் அறிக்கையை அமல்படுத்துவதேயாகும் என்ற வகையில் அனைத்து எதிர்க்கட்சிகளும் ஒருங்கிணைந்து ஒரு வேண்டுகோளை மக்கள் மன்றத்தில் வைக்கலாம்.

மண்டல் கமிஷன் அறிக்கையை அவர்கள் அரசியலாக்கி ஒரு போராட்டத்தையும் தொடங்கலாம்.

ஆனால், இவ்வெதிர்க்கட்சிகள் இதைச் செய்யுமா? இதில் நாம் சந்தேகப்படுவதற்குக் காரணம் என்னவென்றால் கம்யூனிஸ்டு உள்ளடக்கிய இந்து இந்தியாவிலுள்ள ஒவ்வொரு கட்சியுமே இந்துக்களால் வழிநடத்தப்படுபவையே. இந்தியாவைக் கம்யூனிஸ்ட் கொள்கை வென்றெடுப்பதைத் தடுப்பதற்காகவேதாம். இதன் பொருள் யாதெனில் மண்டல் கமிஷன் அறிக்கைக்கு எதிர்காலமே இல்லையென்பதுதாம். ஒரு பலமான போராட்டத்தைத் தொடங்கும் தைரியம் ஏனைய பிற்படுத்தப்பட்ட சாதியினரிடம் இல்லை. அவர்களுக்கென்று நல்லதொரு தலைமையும் இல்லை; கொள்கையும் இல்லை. இது மட்டுமல்ல அவர்கள் தங்களை ஒடுக்குபவர்களின் தகவுகள் மீதே பற்றுதல் கொண்டுள்ளார்கள். துரதிருஷ்டவசமாக இந்த ஏனைய பிற்படுத்தப்பட்ட சாதியினரே மிகப் பெரும்பான்மையினராக இந்து சமுதாயத்தின் 50% க்கும் மேலான பகுதியாக உள்ளனர். இதனால்தான் இந்தியாவின் பிரச்சினையென்று நாம் சொல்கிறோம். இந்த முரண்பாட்டைத் தீர்ப்பது எங்ஙனம் என்பதுவே நமது உடனடிக் கவனத்தை ஈர்ப்பதாக இருக்க வேண்டும்.

('*Why OBC Movement is Falling*'
தலித் வாய்ஸ், டிசம்பர் 1-15, 1983)

பின்னிணைப்பு 2

தலித்துகளையும் ஏனைய பிற்படுத்தப்பட்ட சாதியினரையும் பிரித்திட முயலும் பிராமண சதி பற்றி உஷார்!

- கி.வீரமணி

பொதுச் செயலாளர், திராவிடர் கழகம்

1983 *டிசம்பர் 1-15 நாளிட்ட தலித் வாய்ஸ் இதழில் ஏனைய பிற்படுத்தப்பட்டோர் இயக்கம் ஏன் வீழ்ந்து கொண்டிருக்கிறது எனும் தலைப்பில் தாங்கள் எழுதி இருந்த தலையங்கத்தைப் படித்தேன். இந்தியாவின் பிரச்சினை அதன் பெருவாரியான பிற்படுத்தப்பட்ட இனங்களின் பிரச்சினை. ஏனைய பிற்படுத்தப்பட்ட இனத்தவர் தமக்குள் பிரச்சினைகளை உருவாக்குவதோடு நில்லாமல் அவர்கள் தங்களுக்கே ஒரு பிரச்சினையாக இருக்கிறார்கள். (தலித் வாய்ஸ், மே 16)*

மண்டல் கமிஷன் அறிக்கைக்கு நாம் ஆதரவளித்ததைத் தமிழ்நாட்டு தலித்துகள் விமர்சித்துள்ளார்கள். பெரியார். ஈ.வெ. ராமசாமியின் திராவிடர் கழகத்திற்கு நாம் ஆதரவு அளிப்பதால் சிலர் நம்மீது கோபமாயிருக்கிறார்கள். திராவிடர் கழகம் என்பது ஒரு பிற்படுத்தப்பட்டோருக்கான அமைப்பு என்றும் ஏனைய பிற்படுத்தப்பட்ட சாதியினர் தாம் தமிழ்நாட்டிலுள்ள தலித்துகளை ஒடுக்குவதில் முதன்மையானவர்கள் என்றும் அவர்கள் கூறுகிறார்கள். மதுரையில் நடைபெற்ற தலித் சிறுத்தைகளின் மாநாட்டில் அண்மையில் வெகுதிரளான தலித்துகள் இஸ்லாம் மதத்தைத் தழுவியதற்குக் காரணமாக அமைந்தவர்கள் என்ற ரீதியில் தேவர்கள், நாடார்கள் எனும் இரு பிற்படுத்தப்பட்ட இனத்தவரே குறிவைத்துத் தாக்கப்பட்டனர்.

திராவிடர் கழகத்தின் முதுகெலும்பாகத் திகழும் ஏனைய பிற்படுத்தப்பட்ட சாதியினர் மீது தலித்துகள் மூர்க்கத்தனமான கோபம் கொண்டுள்ளனர். திராவிடர் கழகச் செயலாளராகிய வீரமணி வெளியூர்க்காரர்களான ராம்விலாஸ் பாஸ்வான் எம்.பி அல்லது கர்நாடகாவிலுள்ள பசவலிங்கப்பா போன்றவர்களைத் திராவிடர் கழக மாநாடுகளுக்கு அழைப்பாரே யொழிய தமிழ்நாட்டு தலித் தலைவர்களை அழைப்பதில்லை என்றும் அவர்கள் சொல்லுகிறார்கள்.

மேலே தரப்பட்டுள்ள கருத்து திராவிடர் கழகத்தின் அடிப்படைக் கொள்கையைப் பற்றிய அறிவே இல்லாதவர்களால் சொல்லப்பட்டதென்பது அப்பட்டமாகத் தெரிகிறது என்றுரைத்திட நான் வருந்துகிறேன். திராவிடர் கழகமென்பது ஒரு குறிப்பிட்ட சாதி அல்லது இனத்திற்குரியதல்ல. எந்தவோர் அரசியல் சாயமும் அதற்குப் பூசிட இயலாது. திராவிடர் கழகம் ஆய்ந்தறிந்து தெளிந்துள்ள உண்மை யாதெனில் பிராமணரல்லாத மக்களின் சமூக, கலாச்சார மற்றும் இலக்கியத் துறைகளில் பிராமணர்களின் செல்வாக்கு ஓங்கியிருந்ததன் காரணமாக அவர்கள் சமூக ரீதியான இழிவுக்கும் அவமானத்துக்கும் ஆளாகியிருக்கிறார்கள். பெரும்பான்மையான மக்கள்படும் துன்பத்திற்கான அடிப்படைக் காரணம் சாதி முறையிலமைந்த சமூக அமைப்பை முழுமையாகத் தகர்ப்பதற்காகவே பெரியார் திராவிடர் கழகத்தை நிறுவினார். நாங்கள் பெரியாரின் அடிச்சுவடுகளைச் சரியாகப் பின்பற்றிக் கொண்டு வருகிறோம்.

புராணகாலம் தொடங்கி தற்காலம் வரையிலும் தங்களது பிரித்தாளும் கொள்கையைப் பின்பற்றி பிராமணர்கள் ஒரு சாதிக்கெதிராக வேறொரு சாதி அல்லது இனத்தைத் தூண்டிவிட்டுக்கொண்டே வருகிறார்கள். பிராமணரல்லாதாரிடையே அவர்கள் உருவாக்கியுள்ள பிரிவினை அம்மக்களைச் சுரண்டும் தங்களது முயற்சியில் பெரும் இலாபத்தைத் தந்திருப்பதால் அவர்களுடைய முயற்சி வெற்றி பெற்றே வந்திருக்கிறது. நாங்கள் திராவிட மக்களை ஒரு முழு அமைப்பாகவே பார்க்கிறோமேயல்லாமல் அவர்களைக் குறிப்பிட்ட ஒரு சாதி அல்லது இனமாகப் பார்ப்பதில்லை. பிராமணரல்லாதாரின் இரத்தக் குழாய்க்குள் பிராமணர்கள் காலங்காலமாக ஏற்றி வைத்துள்ள சாதிய வெறுப்புணர்ச்சிகள் இன்னமும் அவர்களுடைய மனங்களில் மேலோங்கியே நிற்கின்றன. மக்களின் இரத்தக் குழாய்களிலிருந்து இந்த விஷத்தை உறிஞ்சியெடுத்து ஒற்றுமையுணர்வு, சகோதரத்துவம் எனும் புது இரத்தம் அவற்றுள் பாய்ச்சப்படும் வரை மக்களிடையே சாதிப் பிரிவினைகள் தொடரவே செய்யும்.

எனவே தேவர்களும் நாடாரும் ஒருபுறமும் தலித்துகள் மறுபுறமும் நிற்கிற நிலைமை பிராமணக் குறும்பினால் உருவானதென்னும் கண்ணோட்டத்திலேயே பார்க்கப்பட வேண்டும். சாதிய வெறுப்பை உருவாக்கியது பிராமணனே. அதிகாரம், பணபலம் மற்றும் பத்திரிகை பலம் ஆகியவற்றின் துணைகொண்டு இவற்றுக்கெல்லாம் தாம் காரணமல்லவென்று மற்றவர்களை நம்பச் செய்து விடுகிறான் பிராமணன். இதுபோன்ற பிராமணியப் பிரச்சாரத்துக்கு உயர்கல்வி பெற்றவர்களும் விவரமறிந்தவர்களும் கூட எளிதில் பலியாகிவிடுவதுதான் பரிதாபத்துக்குரியது.

நீதிக்கட்சியை விட்டுவிட்டு 1944இல் பெரியார் திராவிடர் கழகத்தை உருவாக்கியபோது திராவிடர் கழகத்தில் சேர்ந்தால் தலித்துகளுக்குக் கிடைக்கும் நன்மை என்னவென்று கேட்கப்பட்டது. பெரியார் மிகத் தெளிவாகவும் உறுதியாகவும் அக்கேள்விக்குப் பதிலளித்து தலித்துகள் திராவிடர் கழகத்தில் சேருவதால் அவர்களுக்கு இழப்புதான் ஏற்படும். அதாவது அவர்கள் தங்கள் பெயருக்கு முன்னுள்ள 'ஆதி' எனும் அடைமொழியை இழக்க நேரிடும் என்றும் மற்றெல்லா திராவிடர்களைப் போலவே அவர்களும் திராவிடர்களாகவே இருப்பார்கள் என்றும் கூறினார். தலித்துகள் இன்று பெற்றுள்ள முன்னேற்றத்திற்கான அடிப்படையை 1920களில் அமைத்ததே திராவிடர் கழகம் (நீதிக்கட்சி) தான். கல்வியும் பிற உயர்வுகளையும் பெற்றுள்ள தலித் அரசியல்வாதிகள் இவ்வுண்மையை உணராமல் இருக்கலாம். கல்வியின் மூலமாகவும் இதரச் சலுகைகள் மூலமாகவும் சமூக அந்தஸ்தில் உயர்ந்துள்ள சொற்பமான தலித்துகள் வேறுபட்ட அரசியல் கொள்கைகளைப் பின்பற்றுவதன் காரணமாகத் தெளிவான கொள்கைகளும் தத்துவங்களும் கொண்ட திராவிடர் கழகம் தங்களுடைய விருப்பத்துக்கேற்ப அமையாத காரணத்துக்காக உண்மை நிலையை அறியாமல் திராவிடர் கழகத்தின் மீது குறை காணுவது வேதனையளிக்கும் உண்மை.

தங்களுடைய பழங்கொள்கையான பிரித்தாளும் கொள்கையை நடைமுறைப்படுத்துவதில் கைதேர்ந்த பிராமணர்களின் தந்திரமான பிரச்சாரத்திற்கு எளிதில் அவர்கள் பலியாகிவிடுகிறார்கள். எனவே இத்தகைய தவறாக வழி நடத்தப்பட்டுள்ள சிறிதளவில் அமைந்த தலித்துகளின் கண்களுக்கு திராவிடர் கழகம் ஒட்டு மொத்த தலித் மக்களின் நலன்கள் மீது அக்கறையற்றியிருப்பது போலத் தோன்றுகிறது. ஆனால், உண்மையில் தலித்துகளில் பெரும் பகுதியினர்

பெரியாரின் கொள்கைகளை ஆர்வத்துடன் பின்பற்றுகிற திராவிடர் கழக அமைப்பிலேயே இருக்கின்றனர். எனவே இப்பிரச்சினை முழுமையும் மேலே விவரிக்கப்பட்டுள்ள பின்னணியிலேயே பார்க்கப்பட வேண்டும். தேவர்களும் நாடார்களும் மட்டுமே தலித்துகளுக்குத் துன்பம் விளைவிக்கிறார்கள் என்றும் பிராமணர்கள் தலித் மக்களுக்கு எவ்வித தீங்கும் இழைக்கவில்லை என்றும் கூறுவது புதிதல்ல. ஏனென்றால் தலித்துகளின் கோபத்திலிருந்து தப்புவதற்காகப் பிராமணர்கள் கூறி வருவதையே தலித்துகள் இப்போது உண்மை நிலையை உணராமல் கூறிவருகிறார்கள். இக் குற்றச்சாட்டுகளுக்குப் பலமுறை நம்முடைய மேடைகளிலும் பத்திரிகைகளிலும் தெளிவான பதில் சொல்லப்பட்டுள்ளது.

இம்மக்களின் (தலித்துகள்) மனங்களில் ஆழப்பதிந்துள்ள கசப்புணர்வுக்கு முழுக்க முழுக்க காரணம் பிராமணர்களே. இந்தத் தந்திரத்தைச் செய்துவிட்டு இப்போது தாங்கள் தலித்துகளின் நண்பர்களாக இருப்பது போல நடிக்கிறார்கள். உண்மையைச் சொல்ல வேண்டுமானால் நாடார்களும் தேவர்களும் செய்தவற்றை நாங்கள் ஆதரித்ததேயில்லை. அவற்றை நாங்கள் வன்மையாகக் கண்டித்திருக்கிறோம்.

மற்றொரு குற்றச்சாட்டு யாதெனில் திராவிடர் கழகம் பிற்பட்ட வகுப்பினருக்கான இயக்கமே ஒழிய இது தலித்துகளுக்குரியதல்லவென்பது திராவிடர் கழகத்தைச் சார்ந்தவர்களுக்கிடையேயுள்ள ஒற்றுமையைக் குலைப்பதற்காவே ஆதிக்க சக்திகளால் தூண்டிவிடப்பட்டு நடைபெறும் தந்திரமான பிரச்சாரம் இது. மண்டல் கமிஷன் என்பது பெரும்பாலும் பிற்படுத்தப்பட்ட வகுப்பினருக்கானது என்பதால் மண்டல் கமிஷனின் பரிந்துரைகளை நடைமுறைப்படுத்த வேண்டுமென்னும் கோரிக்கை தலித்துகளின் கோரிக்கைகளை உதாசீனப்படுத்துவதற்காகக் கொள்ளப்படலாகாது. மண்டல் கமிஷனின் பரிந்துரைகளை நடைமுறைப்படுத்துவது இதுவரையில் முழுமையாக வழங்கப்படாதிருக்கிற இடஒதுக்கீட்டைத் தலித்துகள் பெற்றுக் கொள்ளத் துணைபுரியும் என்பதால் திராவிடர் கழகம் ஏனைய பிற்படுத்தப்பட்ட வகுப்பினரின் நன்மைக்காகவும் தனது கருத்தை முன் வைக்கிறது. எனவே இந்தக் குற்றச்சாட்டு ஆதாரமற்றதும் அர்த்தமற்றதுமாயிருக்கிறது.

வேறொரு குற்றச்சாட்டு யாதெனில் மண்டல கமிஷனின் அறிக்கை பற்றியோ அல்லது வேறொரு விஷயம் பற்றியோ எந்த மாநாட்டைத் திராவிடர் கழகம் கூட்டினாலும் மாநாட்டிற்கான

தலைவர்களை அழைக்கும் செயலில் அவர்கள் கருத்தில் கொள்வது பிற்படுத்தப்பட்ட வகுப்பினரின் நலன்கள் மட்டுமே. தலித் வாய்ஸில் குறிப்பிடப்பட்டுள்ள அழைக்கப்பட்டவர்கள் குறைத்து மதிப்பிடத்தக்கவர்களல்லர் ஒடுக்கப்பட்ட மக்களின் முன்னேற்றத்திற்காக அவர்கள் ஆற்றிய தொண்டினை எவராலுமே குறைத்து மதிப்பிட இயலாது. பிராமணர்களின் ஆதிக்கத்திலுள்ள பத்திரிகைகளால் உருவாக்கப்பட்ட எதிர்ப்பையும் மீறி தைரியமாக இத்தலைவர்கள் தலித்துகளின் முன்னேற்றத்திற்கு ஆற்றிய தொண்டினை மறப்பது நன்றிகெட்ட செயலாகும்.

அதேவேளையில் திராவிடர் கழகத்தால் கூட்டப்பெறும் மாநாடுகளுக்கு அழைக்கப்படத்தக்க தகுதி வாய்ந்த தலித் தலைவர்கள் யார் யார் என்பதை அறிந்து கொள்வது எங்களுக்குக் கடினமாகவே இருக்கிறது. அவர்களெல்லாருமே உட்கட்சிப் பூசலில் சிக்கி ஒருவரையொருவர் எதிர்த்துக் கொண்டிருக்கிறார்கள் என்பது ஊரறிந்த இரகசியம். எனவே இதுபோன்ற விமர்சனங்களெல்லாமே ஒட்டுமொத்த தலித் மக்களின் நன்மையைப் பற்றிக் கவலைப்படாமல் தங்களையே உயர்த்திக் கொள்ளத் துடிக்கும் அரசியல்வாதிகளைப் பின்பற்றும் சில தனி நபர்கள், மக்களின் மனதில் திராவிடர் கழகத்தைப் பற்றித் தவறான கருத்தை உருவாக்க நினைப்பதால் ஏற்படும் நிலையே என்று நினைக்கும் கட்டாயத்திற்கு நாங்கள் தள்ளப்பட்டிருக்கிறோம்.

திராவிடர் கழகம் என்பது ஒடுக்கப்பட்ட அனைத்து மக்களின் ஆதரவையும் நாடுகிறது. திராவிடர் கழகமே ஒரு தலித் இயக்கம்தான். எனவே, தலித்துகளுக்காக தனியானதொரு மாநாட்டைத் திராவிடர் கழகம் கூட்டத் தேவையில்லை. இந்த உண்மையைப் பாராட்டாதவர்கள் தாங்கள் தேடும் லாபத்திற்குத் திராவிடர் கழகம் ஆதரவளிக்காத காரணத்தால் தான் முணுமுணுக்கிறார்கள். அவர்களுடைய எதிர்ப்புக்கு வேறு காரணங்கள் உண்டு.

சென்னை உயர்நீதிமன்றத்தின் வரலாற்றில் நூறு ஆண்டுகளுக்கு மேற்பட்ட காலகட்டத்தில் ஒரேயொரு தலித் கூட நீதிபதியாகத் தேர்ந்தெடுக்கப்படவில்லை என்பதைக் கண்டுபிடித்ததே பெரியார்தான். பெரியாருடைய விருப்பங்களுக்கு மதிப்பளிக்கும் வகையில் திமுக அரசுதான் முதன்முறையாக சென்னை உயர்நீதிமன்றத்தின் கதவுகளைத் திறந்து திரு.ஏ.வரதராஜன் என்பவரை (தற்போது உச்சநீதிமன்றத்தில் நீதியரசராக இருப்பவர்) நீதிபதியாக நியமித்தது. அண்மையில் சென்னை

நீதிமன்றத்திற்கு நியமிக்கப்படுவதற்காக நான்கு பிராமணர்களின் பெயர்கள் பரிந்துரைக்கப்பட்டன. திராவிடர் கழகத்தின் கவனத்திற்குக் கொண்டுவரப்பட்டபோது திராவிடர் கழகம் இந்தியக் குடியரசுத் தலைவருக்கும் உச்சநீதிமன்றத் தலைமை நீதிபதிக்கும் சென்னை உயர்நீதிமன்றத்தில் தலித்துகள் போதுமான அளவில் இடம்பெறவில்லை என்பதால் தலித்து ஒருவரை நியமிக்குமாறு கோரியது. அந்தக் காலகட்டத்தில் தலித் மக்களின் நியாயமான உரிமைகளை வலியுறுத்திட வேறெந்தத் தலைவரும் அமைப்பும் முன்வந்ததில்லை.

திராவிடர் கழகத்தின் கொள்கைகளையும் செயல்பாடுகளையும் தெளிவாக ஆய்ந்தறிந்துள்ள தாங்களே தவறான வழிகாட்டுதலின்படி செல்லும் சிலரது பொய்ப் பிரச்சாரத்திற்கு மயங்கிவிட்டது பரிதாபத்துக்குரியது.

(*Beware of Brahmin Bid to Divide Dalits & OBC's*)

தலித் வாய்ஸ், ஜனவரி1-15, 1984.

பின்னிணைப்பு 3

1891 முதல் தலித்துகளால் கூட்டப்பெற்ற மாநாடுகளும் பொதுக் கூட்டங்களும்

எண்	நாள்	இடமும் மாவட்டமும்	மாநாட்டின் பெயரும் தலைவரும்	நிறை வேற்றப்பட்ட தீர்மானம்	ஆதாரம்
1	1.12.1891	ஊட்டி, நீலகிரி	திராவிட மகாஜனசபா பண்டிதர் அயோத்திதாசர்	10	*தமிழன்* 14.101908
2	1893	வெஸ்லி உயர்நிலைப்பள்ளி இராயப்பேட்டை சென்னை	தலித் மாநாடு இரட்டைமலை சீனிவாசன்	—	ஆர்.சீனிவாசனின் வாழ்க்கை வரலாறு
3	1899	சென்னை	திராவிட மகாஜனசபா பண்டிதர் அயோத்திதாசர்	—	ஏழை பறையன், பக்.24 கர்னல் ஆல்காட்
4	31.08.1907	சென்னை வெள்ளாளர் தேனாம்பேட்டை கர்னல் ஆல்காட் இலவசப் பள்ளி	சென்னை மாநிலத்தில் மதம் மாறிய கிறித்தவர்கள் ஒரு தமிழ்ப்புலவர்	—	*தமிழன்*, 04.09.1907
5	29.6.1908	சிதம்பரம் தென்னார்காடு மாவட்டம்	ஒடுக்கப்பட்ட இனத்தவரின் முதல் மாநாடு ஆபிரகாம் பாக்கியநாதன்		அரசாணை எண் 701/ இதர/பொது 12.6.1912

6	1908	கல்கத்தா	நாமசூத்திரர் மாநாடு	—	இந்திய சாதிய வழக்கம் பக்.174 எல்.எஸ். எஸ்.ஓ'மாலி
7	28.03.1909	கிராமணித் தோட்டம் கொ்ணடித்தோப்பு சென்னை	பொதுக்கூட்டம் பண்டிதர் அயோத்திதாசர்	—	தமிழன் 31.03.1909
8	08.07.1911	வேப்பேரி, சென்னை	ஒடுக்கப்பட்ட இனத்தவரின் இரண்டாம் மாநாடு ஜி.ஏ.நடேசன்	—	இந்தியாவின் ஒடுக்கப்பட்ட இனத்தவர் பக்.180
10	23.05.1920	திருப்பத்தூர், வடஆற்காடு	திராவிடர்களின் மாநாடு சின்னபுத்தசாமிகள்	11	தனியார் கோப்பு எண் 13. தொகுதி II
11	31.08.1907	திருப்பத்தூர், வடஆற்காடு	திராவிடர்களின் மாநாடு ஏ.பி.பெரியசுவாமிப்புலவர்	11	அரசாணை 5839-1-M-23.09.1920 உள்ளாட்சி நகராட்சித்துறை
12	15.08.1920	திருப்பத்தூர், வடஆற்காடு	பொதுக்கூட்டம் பொருள்: திராவிடர்களின் ஒற்றுமை ஏ.பி.பெரியசுவாமிப்புலவர்		தனியார்கோப்பு எண் 13, தொகுதி 11

13	26.09.1920	பள்ளிகொண்டா வடஆற்காடு	பஞ்சமர் மாநாடு	—	தனியார் கோப்பு
14	23.10.1920	மைசூர் கர்நாடகா மாநிலம்	பஞ்சமர் மாநாடு தலைமை நீதிபதி சந்திரசேகர் ஐயர்	—	தனியார் கோப்பு
15	21.11.1920	கோகலே மண்டபம் சென்னை	ஆதிதிராவிடர் மாநாடு	—	சுதேசமித்திரன் 27.11.1920
16	23.03.1923	விசாமங்கலம் திருப்பத்தூர் தாலுகா வடஆற்காடு	ஆதிதிராவிடர்களின் இரண்டாம் மாநாடு வி.முனுசுவாமிப்பிள்ளை எம்.எல்.சி	—	தனியார் கோப்பு எண் 24 தொகுதி 1
17	08.04.1923	பெரிய அணைக்கட்டு வடஆற்காடு	ஒடுக்கப்பட்ட இனத்தவரின் 4ஆம் மாநாடு ஏ.பி.பெரியசுவாமிப்புலவர்	—	தனியார் கோப்பு எண் 8 தொகுதி 1
18	21/22 ஜுலை 1923	கோவில்பட்டி, திருநெல்வேலி	தென்னிந்திய ஆதிதிராவிடர் மாநாடு இராவ்பகதூர் எம்சி இராஜா எம்.எல்.சி		ஒடுக்கப்பட்ட இந்துக்கள், எம்.சி.இராஜா

19	22.12.1923	மாரிக்குப்பம், கோலார் தங்கவயல், மைசூர் மாவட்டம்	ஒடுக்கப்பட்ட இனத்தவரின் 7ஆவது மாநாடு ஏ.பி.பெரியசுவாமிப்புலவர்	15	தனியார் கோப்பு எண் 9, தொகுதி I
20	12.02.1925	ஆம்பூர் வடஆற்காடு	ஆதிதிராவிடர் மாநாடு ஆர்.வீரய்யன் எம்.எல்.சி	10	தனியார் கோப்பு எண் 11, தொகுதி I
21	14.02.1925	திருப்பத்தூர், வட ஆற்காடு	ஒடுக்கப்பட்ட இனத்தவரின் 8வது மாநாடு ஆர்.வீரய்யன் எம்.எல்.சி	13	தனியார் கோப்பு எண் 15, தொகுதி I
22	16.04.1925	வாணியம்பாடி வடஆற்காடு	வடஆற்காடு மாவட்ட ஆதிதிராவிடர் மாநாடு ஆர்.வீரய்யன் எம்.எல்.சி	27	தனியார் கோப்பு எண் 12 தொகுதி 1
23	24.05.1925	வடகரை கிராமம், வடஆற்காடு	வடஆற்காடு மாவட்ட ஆதிதிராவிடரின் 11வது மாநாடு ஏ.பி.பெரியசாமி புலவர்	4	தனியார் கோப்பு எண் 14 தொகுதி 1
24	24.07.1925	திருப்பத்தூர் வடஆற்காடு	ஆதிதிராவிடர் மாநாடு ஏ.பி.பெரியசாமி புலவர்	1	தனியார் கோப்பு எண் 31 தொகுதி 1

25	12.08.1925	திருப்பத்தூர், வடஆற்காடு	ஆதிதிராவிடர் மாநாடு, ஆர்.வீரய்யன் எம்.எல்.சி	10	தனியார் கோப்பு எண் 16, தொகுதி I
26	30.09.1925	திருப்பத்தூர், வடஆற்காடு	வடஆற்காடு மாவட்ட ஒடுக்கப்பட்ட இனத்தவர் பாதுகாப்புச் சங்கக் கூட்டம், ஏ.பி.பெரியசாமி புலவர்	—	தனியார் கோப்பு எண் 32, தொகுதி II
27	30.12.1926	மேல்பட்டி, குடியாத்தம் தாலுகா, வடஆற்காடு	வடஆற்காடு மாவட்ட 3ஆவது மாநாடு, எஸ்.இ.பெட்ஃபோர்டு பி.ஏ.,பி.எல் (ஆசிரியர், தீனபந்து இதழ்)	21	தனியார் கோப்பு எண் 20, தொகுதி I
28	10.01.1927	திருமலைச்சேரி, வாலாஜா தாலுகா வடஆற்காடு	வாலாஜா தாலுகா 8ஆவது ஆதிதிராவிடர் மாநாடு, இராவ்பகதூர் ஆர்.சீனிவாசன் எம்.எல்.சி	—	தனியார் கோப்பு எண் 21 தொகுதி 1
29	31.03.1928	வெங்கலாபுரம் கிராமம், திருப்பத்தூர் தாலுகா, வடஆற்காடு	வடஆற்காடு மாவட்ட 20ஆவது ஆதிதிராவிடர் மாநாடு, வி.முனிசுவாமி பிள்ளை எம்.எல்.சி	—	தனியார் கோப்பு எண் 25 தொகுதி 1

30	09.12.1928	வாணியம்பாடி, வடஆற்காடு	21ஆவது ஆதிதிராவிடர் எஸ்.எம்.ஞானப்பிரகாசம் பி.ஏ.,பி.எல்	—	தனியார் கோப்பு எண் 27, தொகுதி I
31	27.03.1929	ஆம்பூர், வடஆற்காடு	22ஆவது வடஆற்காடு மாவட்ட ஆதிதிராவிடர் மாநாடு ஏ.பி.பெரியசுவாமிப்புலவர்	18	தனியார் கோப்பு எண் 30, தொகுதி II
32	19.01.1930	வளதூர், குடியாத்தம் தாலுகா, வடஆற்காடு	23ஆவது வடஆற்காடு மாவட்ட ஆதிதிராவிடர் மாநாடு, சுவாமி ஸ்ரீ தர்மதெரு பிக்கு	15	தனியார் கோப்பு எண் 30, தொகுதி I
33	09.03.1931	பசுமாத்தூர் கிராமம், வடஆற்காடு	24ஆவது வடஆற்காடு மாவட்ட ஆதிதிராவிடர் மாநாடு, ஜி.அப்பாத்துரையார், ஆசிரியர் தமிழன் இதழ்	19	தனியார் கோப்பு எண் 33 தொகுதி 1
34	12.11.1931	பேரணாம்பட்டு ஆதிதிராவிடர் தெரு, குடியாத்தம் தாலுகா வடஆற்காடு	வபொதுக்கூட்டம், ஜே.எம்.டேவிட்	1	தனியார் கோப்பு எண் 57 தொகுதி 1

35	17.05.1932	பள்ளிகொண்டா, வடஆற்காடு	25ஆவது வட்ட ஆற்காடு மாவட்ட ஆதிதிராவிட மாநாடு இராவ்பதூர் ஆர்.சீனிவாசன் எம்.எல்.சி	—	தனியார் கோப்பு எண் 35, தொகுதி I
36	23.05.1932	கோலார் தங்கவயல், மைசூர் மாநிலம்	3ஆவது ஆதிதிராவிடர் மாநாடு, ஏ.பி.பெரியசுவாமிப்புலவர்	—	தனியார் கோப்பு எண் 40, தொகுதி II
37	22.05.1932	கோலார் தங்கவயல், மைசூர் மாநிலம்	சுயமரியாதை மாநாடு, எஸ்.குருசுவாமி பி.ஏ.	—	தனியார் கோப்பு எண் 40, தொகுதி I
38	14.12.1933	சென்னை	ஒடுக்கப்பட்ட இனத்தவரின் ஆர்.சீனிவாசன்	—	தனியார் கோப்பு எண் 72 தொகுதி 1
39		திருப்பத்தூர்	கௌதம்பேட்டை பொதுக்கூட்டம், ஏ.பி.பெரியசுவாமிப்புலவர்	1	தனியார் கோப்பு எண் 69 தொகுதி 1
40	04.07.1935	ஆம்பூர், வடஆற்காடு	ஆதிதிராவிடர் மாநாடு ஜி.சுவாமி நாயுடு துவக்கிவைத்தவர் எம்.சி.இராஜா எம்.எல்.சி.	25	தனியார் கோப்பு

பின்னிணைப்பு 4

தலித் தலைவர்களால் கூட்டப்பெற்ற பௌத்த சமய மாநாடுகளும் கூட்டங்களும்

1	18.05.1899	திருப்பத்தூர் மாவட்டத் துணை ஆட்சியர் அலுவலகத்தின் அருகில்	சுவாமி விசுதபிக்கு உரை, ஏ.பி.பெரியசுவாமிப் புலவர், "உண்மையான பிராமணன் யார்?" பொதுக்கூட்டம்	—	*தமிழன்* 26.05.1909, தனியார் கோப்பு எண் 207
2	22.09.1911	மாரிக்குப்பம் பௌத்த மண்டபம், கோலார் தங்கவயல்	பொதுக்கூட்டம் எம்.இராகவன் உரை, ஏ.பி.பெரியசுவாமிப் புலவர்	—	தனியார் கோப்பு எண் 191, தொகுதி I
3	01.05.1912	மாரிக்குப்பம் பௌத்த மண்டபம், கோலார் தங்கவயல்	புத்தரின் பிறந்தநாள் பொதுக்கூட்டம் எம்.ஒய். முருகேசன் உரை ஏ.பி.பெரியசுவாமிப்புலவர்	—	தனியார் கோப்பு எண் 177, தொகுதி I

4	12.01.1912	மாரிக்குப்பம் பௌத்த மண்டபம், கோலார் தங்கவயல்	புத்தரின் பரிநிர்வாணம் பொதுக்கூட்டம் குருசுவாமியார் உரை ஏ.பி.பெரியசுவாமிப்புலவர்	—	தனியார் கோப்பு எண் 172, தொகுதி I
5	01.09.1912	புதுப்பேட்டை சென்னை நகரம் மாநகராட்சிக் கட்டடத்திற்கு எதிராகப் பொதுக்கூட்டம்	பண்டிதர் க.அயோத்திதாசர் உரை: 1. இராகவர், கோலார் தங்கவயல் 2. ஜி.அப்பாத்துரை, சேலம் ஏ.பி.பெரியசுவாமிப்புலவர் பொருள் ஆரியர்களின் இடப்பெயர்ச்சி, பெரியபுராணம், சீவகசிந்தாமணியும் பௌத்த சமயமும் வேதாந்தமும்	—	தனியார் கோப்பு எண் 209, தொகுதி I
6	03.11.1912	பௌத்த மண்டபம், இராயப்பேட்டை, சென்னை	பொதுக்கூட்டம்: பண்டித க.அயோத்திதாசர் உரை, ஏ.பி.பெரியசுவாமிப் புலவர், பொருள்: பாரதக் கதையும் பாரத கண்டமும்	—	தனியார் கோப்பு எண் 211, தொகுதி I

7	08.11.1912	மாரிக்குப்பம் பௌத்த மண்டபம், கோலார் தங்கவயல்	பொதுக்கூட்டம் சி.குருசுவாமியார் உரை: ஏ.பி.பெரியசுவாமிப் புலவர் ஜி.அப்பாத்துரை, பொருள்: தீபாவளி என்றால் என்ன?	—	தனியார் கோப்பு எண் 210 தொகுதி I
8	24.05.1914	சிந்தாதிரிப்பேட்டை சென்னை	பொதுக்கூட்டம் எம்.ஐ.பொன்னுவேல் உரை 1.ஏ.பி.பெரியசுவாமிப்புலவர் 2. குளத்தூர் முனுசுவாமிப் பிள்ளை 3. சி.ஐ.பட்டாபிராமன்	—	தனியார் கோப்பு எண் 331, தொகுதி I
9	30.05.1915	அல்சூர் பெங்களூர் மலை பௌத்த மடம், எண் 1, கென்ஸிங்டன் சாலை	புத்தரின் பிறந்தநாள் பொதுக் கூட்டம் வி.சி.துரைசுவாமி முதலியார் உரை. 1. அப்பாத்துரையார், ஒடுக்கப்பட்ட இனங்களும் புத்த சமயமும் 2. ஏ.பி.பெரியசுவாமிப் புலவர், சமணர்களும் தமிழ் இலக்கியமும்..	—	தனியார் கோப்பு எண் 71, தொகுதி I

10	13.06.1915	எண் 10, ஹெயின்ஸ் சாலை பெங்களூர்	பொதுக்கூட்டம் எஸ்.டி.சுந்தரம் உரை: ஏ.பி.பெரிசாமிப் புலவர் (பௌத்தர்கள் நல்ல ஆட்சியாளர்கள்) 2. ஜி.அப்பாத்துரை (பௌத்த சமயம்)	—	தனியார் கோப்பு எண் 70, 73, தொகுதி I
11	25.07.1915	பௌத்த மண்டபம், மாரிக்குப்பம், கோலார் தங்கவயல்	பொதுக்கூட்டம் : ஆர்.சீனிவாசன் சென்னை, ஆசிரியர், *பறையன்*, உரை. 1. சி.ஐ.பட்டாபிராம், சென்னை 2. ஏ.பி.பெரியசுவாமிப் புலவர் 3. ஜி.அப்பாத்துரை 4. ஜி.என்.ஐயாக்கண்ணு புலவர்	—	தனியார் கோப்பு எண் 169, தொகுதி II
12	15.01.1916	கௌதம்பேட்டை, திருப்பத்தூர், வடஆற்காடு	பேரா.பி.இலட்சுமி நரசு பி.ஏ., புதிய பௌத்த மண்டபக் கட்டடம் திறப்புவிழா	—	தனியார் கோப்பு எண் 138, தொகுதி I

13	16.01.1916	நகராட்சி உயர்நிலைப்பள்ளி, திருப்பத்தூர், வடஆற்காடு	பொதுக்கூட்டம் பௌத்த சங்கத் தொடக்கவிழா, பேரா.பி.இலட்சுமிநாரசு பி.ஏ., உரை: 1. ஏ.பி.பெரியசுவாமிப் புலவர் 2. ஜி.அப்பாத்துரை	—	—
14	06.10.1917	நந்தி துர்க், கென்னடி கடை அருகில், கோலார் தங்கவயல்	பொதுக்கூட்டம் உரை: 1. ஜி.என்.ஐயாக்கண்ணு புலவர் 2. ஏ.பி.பெரியசுவாமிப் புலவர் 3. ஜி.அப்பாத்துரை	—	தனியார் கோப்பு எண் 152, தொகுதி I
15	17/18, ஜனவரி, 1920	பௌத்த மண்டபம், கோலார் தங்கவயல்	பொதுக்கூட்டம் சாக்கிய பௌத்த சங்கத்தின் 4ஆவது ஆண்டுவிழா பேரா.பி.இலட்சுமணிநாசு பி.ஏ. உரை: 1. ஏ.பி.பெரியசுவாமிப் புலவர் (சமணர்) 2. ஜி.ரெங்கனாதன் (பகவத்கீதை) 3. கே.விஸ்வபாரதி 4. ஜி.அப்பாத்துரையார் (திருவள்ளுவர்)	—	தனியார் கோப்பு எண் 335, தொகுதி I

16	21/22, நவம்பர்	மேயோ மண்டபம், பெங்களூர்	2ஆவது பௌத்த மாநாடு, பேரா.பி.இலட்சுமி நரசு பி.ஏ உரை: 1. சேலம் ஜி.அப்பாத்துரை 2. ஆத்மாந்தா சி.மாணிக்கர் 3. திருமதி. சொப்பனேஸ்வரி, ஆசிரியர் தமிழ்மாது, திருப்பத்தூர் 4. ஏ.பி.பெரியசுவாமிப் புலவர் 5. என்.ஐயாக்கண்ணு புலவர் உரை: 1. தமிழ் பௌத்தர்கள் 2. வேதாந்தமும் பௌத்தமும் 3. இந்தியாவின் பழங்கால தர்மம் பௌத்த அரசியல் 4. சமணரின் பண்பாடு	—	தனியார் கோப்பு எண் 345, தொகுதி I
17	6-8 ஏப்ரல், 1928	சென்னை சிந்தாதிரிப்பேட்டை உயர்நிலைப்பள்ளி, நேப்பியர் பூங்கா	மூன்றாவது தென்னிந்திய பௌத்த மாநாடு பேரா.பி.லெட்சுமிநரசு பி.ஏ. பொதுக்கூட்டம்	22	தனியார் கோப்பு எண் 22, தொகுதி I
18	21.05.1932	சாம்பியன் காலனி, கோலார் தங்கவயல், கர்நாடகா	நான்காவது தென்னிந்தியப் பொதுக்கூட்டம், பேரா.பி.லெட்சுமிநரசு		தனியார் கோப்பு எண் 40, தொகுதி I

பின்னிணைப்பு 5

தலித் தலைவர்களால் நிறுவப்பட்ட கல்வி நிலையங்கள்

எண்	ஆண்டு	தலைவரின் பெயரும் ஊரும்	பள்ளிகளின் எண்ணிக்கை		பள்ளியின் பெயரும் இடமும்	ஆதாரம்
			பகல்	இரவு		
1	*1886*	ஜான் இரத்தினம்	*1*	—	மாதிரிப் பள்ளி	வாழ்க்கை வரலாறு
2	*1892*	ஜான் இரத்தினம்	*1*	—	ஆண் பெண்களுக்கான பெரிய பள்ளி, ஆயிரம்விளக்கு, சென்னை	*தமிழன் 14.101908*
3	*1892*	ஜான் இரத்தினம்	*2*	—	மக்கீம் நகர், சென்னை	வாழ்க்கை வரலாறு
4	*1889*	ஜான் இரத்தினம்	—	—	மாணவியர் விடுதி	வாழ்க்கை வரலாறு

எண்	ஆண்டு	தலைவரின் பெயரும் ஊரும்	பள்ளிகளின் எண்ணிக்கை		பள்ளியின் பெயரும் இடமும்	ஆதாரம்
			பகல்	இரவு		
5	*1909*	பி.செல்லப்பா, மேஸ்திரி, மைசூர்.	*1*	—	ஆங்கிலத் தாய்மொழி வழிப் பள்ளி, மாரிக்குப்பம், கோலார் தங்கவயல்.	தனியார் கோப்பு, எண் 21, *தமிழன்* 21.07.1909
		சுரங்க ஒப்பந்தக்காரர், கோலார் தங்கவயல், வைச்சூர் கிராமம் (பிறந்த ஊர்), குடியாத்தம் தாலுகா, வடஆற்காடு.	*1*	—		
6	*1906*	எம்.ஒய்.முருகேசம், சுரங்க ஒப்பந்தக்காரர், கோலார் தங்கவயல்,	*2*	—	கௌதமப்பள்ளி, 1. மாரிக்குப்பம் 2. சாம்பியன் காலனி, கோலார் தங்கவயல்	*தமிழன்* 21.07.1909
		பிறந்த ஊர்: ஆலந்தூர் தூய தாமஸ் மலை, சென்னை.	*16*	—		

எண்	ஆண்டு	தலைவரின் பெயரும் ஊரும்	பள்ளிகளின் எண்ணிக்கை		பள்ளியின் பெயரும் இடமும்	ஆதாரம்
			பகல்	இரவு		
7	12.02.1907	கன்டோன்மென்ட் பெங்களூர், புதிய சங்கம், தலைவர், AD.ராஜலிங்கம் சுபேதர் மேஜர் (ஓய்வு) கமிட்டி உறுப்பினர்	1 1	— —	சரஸ்வதி 1. பாடசாலை 2. புத்த நூலகம்	*தமிழன் 18.12.1907*
8	1910	சுவாமி சகஜானந்தம் எம்.எல்.சி, தென் ஆற்காடு மாவட்டம்	1	—	நந்தனார் பள்ளி, சிதம்பரம்	வாழ்க்கை வரலாறு
9	1916	எம்.சி.ராஜா, ஆதிதிராவிட மகாஜன சபை, சென்னை	1	—	ஆதிதிராவிடர் மகாஜன சபை இலவசப்பள்ளி, ஜனாதன் சாலை, நுங்கம்பாக்கம், சென்னை.	—
10	1920	பி.வி.சுப்பிரமணியன், சென்னை	1	—	வெங்கடாச்சலம் ஏழைகள் பள்ளி, சிந்தாதிரிப்பேட்டை	வாழ்க்கை வரலாறு

எண்	ஆண்டு	தலைவரின் பெயரும் ஊரும்	பள்ளிகளின் எண்ணிக்கை		பள்ளியின் பெயரும் இடமும்	ஆதாரம்
			பகல்	இரவு		
11	1921	எம்.சி.ராஜா, எம்.பழனிச்சாமி	1	—	ஒடுக்கப்பட்ட மாணவர் விடுதி, பின்னர் பேடிசன் விடுதி, தற்போது எம்.சி.ராஜா மாணவர் விடுதி	வாழ்க்கை வரலாறு
12	1921	எல்.சி.குருசாமி, சென்னை	2	—	ராயபுரம் புதுப்பேட்டையில் 2 இரவுப்பள்ளிகள், பொன்னேரியில் 1 தொடக்கப்பள்ளி	வாழ்க்கை வரலாறு
13	1932	வடஆற்காடு மாவட்ட கல்விக் கழகம் எம்.தம்புசுவாமி, கோலார் தங்கவயல்	1	—	இராமதாஸ் விடுதி கோட்டைசலை வேலூர். தற்போது பெண்கள் விடுதியாக செயல்படுகிறது	தனியார் கோப்பு
பகல் நேரப்பள்ளிகள் மொத்தம் - 12, இரவுநேரப் பள்ளிகள் மொத்தம் - 2, ஆண்கள் விடுதி - 2, நூலகம் - 1						

அடிக்குறிப்புகள்

திராவிடர்களின் பண்டையச் சிறப்பு

1. Rev.G.E.Phillip, *The Outcaste's Hope*. Page 2.
2. Edgar Thurstan, *The Caste and Tribes of Southern India*, Vol. VI, Page 117,118.

ஐரோப்பியர்களின் வருகைக்கு முன் தலித்துகளின் நிலை

1. *India's Social Heritage*, Page 44.
2. Ibid Page 46.
3. L.S.S.O'Malley, *Indian Caste Custom*, Pages 141.
4. Ibid Page 142.
5. Ibid Page 147.
6. Ibid Page 145.
7. Ibid Page 147.
8. Edgar Thurstan, *The Caste and Tribes of Southern India*, Vol., III Pages 428.
9. Asiatic Research, V. (1807), P.5 (J.H.Hutton, *Caste in India*, P.79). (Do.P.80)
10. J.H.Hutton, *Caste in India*, Page 81.
11. Ibid Page 80
12. Ghurye, *Caste in India*.
13. Dr. S.Manickam, *Slavery in Tamil Country*, Page 53.
14. Ibid Page 54.
15. L.S.S.O'Malley, *Indian Caste Custom*, Pages 150,151
16. J.H.Hutton, *Caste in India*, Page 206.

இட ஒதுக்கீடு சாதி அடிப்படையிலானதா?

1. Dr. T.K.Ravindran, *Vaikkam Satyagraha and Gandhi*, Page 21.
2. Dr. T.K.Ravindran, *Vaikkam Satyagraha and Gandhi*, Page 20.
3. G.A.Natesan, 1912. *The Depressed Classes of India*, Reprint 1977, Page 154.
4. Ibid, Page 181.
5. J.H. Hutton, *Caste of India*, Page 221.

திரு.கி.வீரமணிக்கு மறுப்பு

1. Pandit C.Iyothi Dass, *Tamilan* Weekly (defunk) 15.9.1909, Pg:3
2. *Thus Sopke Ambedkar*, vol. I, Page 88, 89 Edited by Bhagavan Dass.
3. Edgar Thurstan, *The caste and tribes of Southern India*, Vol.VI, Page 88.
4. Dr. B.R.Ambedkar, *The Untouchables*, page 74.
5. *Hindu Manners and Customs* (3rd Edition), Page 61.
6. *Gazetteer of Tanjore District* (1906) Page 80.
7. *Indian Antiquary*, 1073 - II. 85.
8. *Tamilan* (Weekly) defunk. 06.05.1908, Page 3, colm 3, Para 2.
9. J.Sivashunmugam Pillai, *The life, select writings an speeches of Rao Bahadur, M.C., Rajah, M.L.A* Pages 34 & 35 (The Indian Central Committee Report).
10. W.N.Kuber, *Dr.Ambedkar A Critical study*, Page 10.
11. Rev.G.E.Phillips, *The Out Caste's Hope*, Page 80.
12. Ibid, Page 85.
13. G.A.Natesan, 1912. *The Depressed Classes of India*, Reprint 1977, Page 12.
14. Ibid, Page 15.
15. Ibid, Page 40.
16. Ibid, Page 48.
17. Ibid, Page 54.
18. Ibid, Page 58
19. Ibid, Page 54.
20. Ibid, Page 57.

21. G.A.Natesan, 1912. *The Depressed Classes of India*, Reprint 1977, Page 98.
22. Ibid, Page 97.
23. Ibid, Page 13.
24. Babu Jagajivan Ram, *Caste Challenge in India*, Page 109, 110.
25. G.A.Natesan, 1912. *The Depressed Classes of India*, Reprint 1977, Page 73.
26. Ibid, Page 70.
27. Ibid, Page 185.
28. L.S.S.O' Malley, *Indian Case Custom*, Page 42.
29. G.A.Natesan, 1912. *The Depressed Classes of India*, Reprint 1977, Page 153.
30. W.N.Kuber, *Dr. Ambedkar A ritical Study*, Page 8.
31. G.A.Natesan, 1912. *The Depressed Classes of India*, Reprint 1977, Page 153.
32. L.S.S.O Malley, *Indian Social Heritage*, Page 42.
33. Ibid, Page 9.
34. Henry Davidson, *Love, Vestiges of Old Madras*. 1640 -1800. Vide, Para 4. 'Paraiar Petition' 1779. Jon Murray, London. Volume III. Page 165.
35. *Humble Petition of 1810 of Paraiars of Black Town*, Madras, Para 2.
36. Pandit C.Iyothi Dass, 1892, *Open Letter to the Hon. Srinivasa Raghava Iyengar, Inspector General of Registration*, Madras. Page 4. Para 2.
37. *Baba Saheb Dr.Ambedkar Writings and Speeches*, Vol.2. Page 530. Maharashtra Government Publication.
38. L.S.S.O'Malley, *India Social Heritage*, Page 42.
39. Dr. S.Manickam, *Slavery in the Tamil Country*, Page 67.
40. Rev.Joseph Thekkedath, *History of Christianity in India*, Vol II. Page 150. (1542 - 1700).
41. G.A.Natesan, 1912. *The Depressed Classes of India*, Reprint 1977, Page 127.
42. Ibid, Page 126.
43. W.N.Kuber, *Dr.Ambedkar A critical Study*, Page 9.
44. *Baba Saheb Dr.Ambedkar Writings and Speeches*, Vol.III. Page 533. Maharashtra Government Publication.

45. Dr. S.Manickam, *Slavery in Tamil Country*, Page 80.

46. Pandit C.Iyothi Dass, *Tamilan* Weekly (Defunk) dt14.10.1908, Pg 2, Column 3.

47. Ibid, Page 2.

48. Pandit C.Iyothi Dass, *Tamilan* Weekly (Defunk) dt 14.10.1908.

49. J.Shivashunmugham Pillai, *The Life, Select Writings and Speeches of Rao Bahadur M.C.Raja, M.L.A.* Page 14.

50. Pandit C.Iyothi Dass, *Tamilan*, Dt. 06.10.1909 Pg 2, Column 4

51. K.G.Sivaswamy, *Caste and Standard of living versus Farms Renus and Wages*, Pages 2.

52. Pandit C.Iyothi Dass (1892), *Open letter to Hon.S.Srinivasa Raghava Iyengar Dewan Bahadr, C.I.E* Page 9&10.

53. Pandit C.Iyothi Dass, *Tamilan*, Dt 22.09.1909.

54. *Life Sketch of R.Srinivasan*, Our Leaders Page 116.

55. M.C.Raja, *The Opressed Hindus* (Tamil) Page 24 (and from pages of *Tamilan*)

56. Pandit C.Iyothi Dass (1909), *Tamilan* Weekly (defunk) dt. 27.01.1909.

57. Pandit C.Iyothi Dass (1909), *Tamilan* Weekly (defunk) dt. 3.2.1909.

58. Rev.G.E.Phillips, *The Out Caste Hope* (1912), Page 84.

59. Ibid, Page 85.

60. Col.H.S.Olcott, 1902. *The Poor Paraiah*, Page 16& 17.

61. C.Kofel (1911), *The Olcott Panchama Free School*, Page 1.

62. C.Kofel (1911), *The Olcott Panchama Free School*, Page 2.

63. Ibid, Page 3.

64. Ibid, Page 3.

65. Ibid, Page 5.

66. A.C.Paranjpe, *Caste, Pregudice and the individual*, Pg: 30 - 31

67. A.C.Paranjpe, *Caste, Prujudice and the Individual*, Pg: 31.

68. Ibid, Page 33.

69. G.A.Natesan, (1912) Reprint 1977, *The Depressed Classes of India*, Page 174.

70. G.A.Natesan, (1912) Reprint 1977, *The Depressed Classes of India*, Page 176 & 177.

71. Ibid, Page 154.
72. P.S.R. *An Appeal Hindu Educational Mission*, Page 1, (1932).
73. G.A.Natesan, (1912) Reprint 1977, *The Depressed Classes of India*, Page 110 & 111.
74. Ibid, Page 173.
75. Col. H.S.Olcott (1902), *The Poor Paraiah*, Page 32.
76. Ibid, Page 173.
75. Col H.S.Olcott, (1902), *The Poor Paraiah*, Page 32.
76. Ibid, Page 24.
77. Dr. Harjinder Sing, *Caste Among Non-Hindus in India*, Pg: 98 - 99.
78. Pandit C.Iyothi Dass (1909), *Tamilan* Weekly (defunk) dt. 26.05.1909, Page 4.
79. Ibid. dt. 2.9.1908
80. Ibid. dt. 14.7.1909
81. Dananjay Keer, Mahatma, *Joti Rao Phooley*, Page 17.
82. M.Ramachandra Rao B.A.,B.L.M.L.C., *The Development of Indian Polity*, Page 253.
83. Pandit C.Iyothi Dass (1909, Tamilan Weekly (defunk) dt. 03.02.1909, Page 3.
84. Ibid. dt. 10.2.1909.
85. Ibid. dt. 03.3.1909 Page 3.
86. Pandit C.Iyothi Dass (1909), *Tamilan* Weekly (defunk) dt. 26.05.1909.
87. Ibid dt 8.3.1911, Page 3.
88. J.Sivashunmugam Pillai, *The life Select Writings and Speeches of Rao Bahadur M.C.Rajah, M.L.A* Page 71.
89. *சுதேசமித்திரன்*, 29.09.1920
90. Ibid dt 11-01-1920.
91. J.H.Hutton, *Caste in India*, Page 209.
92. Ibid, Page 208 - 209.
93. Ibid, Page 208.
94. Mr. K.S.Chandresekara Aiyar, *Presidential Address*, Panchama Conference held at Mysore on 1920, Page 11.

95. L.S.S.O'Malley, *India Social Heritage*, Page 52.

96. Ibid, Page 38.

97. Dr. B.R.Ambedkar, *The Untuchables*, Page 78.

98. Pandit C.Iyothi Dass (1909), *Tamilan* Weekly (defunk) dt. 3.3.909, Page 2.

99. சுதேசமித்திரன், 23.9.1920.

100. Ibid, Dt. 23.09.1920.

101. G.A.Natesan 1912, *The Depressed Classes of India*, Reprint 1977, Page 66.

102. C.Rajagopalachari, 1946. *Ambedkar refuted*, Page 5.

103. G.A.Natesan 1912, *The Depressed Classes of India* Reprint, 1977, Page 35.

104. Ibid, Pages 103 - 104.

105. Rev.G.E.Phillips, *The Outcaste's Hope* (1919), Page 116.

106. G.A.Natesan 1912, *The Depressed Classes of India* Reprint, 1977, Page 129.

107. Pandit C.Iyothi Dass, Tamilan Weekly now Defunk, 12.2.1908.

108. Ibid dt. 04.08.1909.

109. Ibid dt 8.9.1909.

110. *The Hindu* 9.7.1979.

111. *The History of the Madras Police*, Page 500.

112. *The Indian Express*, dt 26-1-1985.

113. M.O.Mathai, *Reminiscences of the Nehru Age*, Page 25

முடிவுரை

1. L.S.S.O'Malley, *India Social Heritage*, Page 46.

2. Ibid, Page 49.

3. Ibid, Page 49.

4. G.A.Natesan 1912, *The Depressed Classes of India* Reprint, 1977, Page 52.

5. Dhanan Jay Keer, *Mahatma Joti Rao Phooley*, Page 41.

6. Dr. T.K.Ravindran, *Vaikkam Satya Graha and Ghandhi*, 19 - 20.

துணை நூற்பட்டியல்

I. Primary Sources

1. *தமிழன் 1907இலிருந்து 1909 வரை. ஆசிரியர் பண்டிதர் க.அயோத்திதாசர்.*
2. Pandit.C.Iyothi Dass, *Open Letter to Hon.Srinivasa Raghava Iyengar*, Inspector General of Registration Year, 1892.
3. K.S.Chandrasekara Iyer, Chief Judge of Mysore. *Presidential Address in the conferene 'Panchamas'*, held at Mysore on 23.10.1920.
4. P.S.R. *An Appeal Hindu Educational Mission*, 1902.
5. *சுதேசமித்திரன்*, 23.09.1920.
6. *Indian Express*, An English daily from Madras. Paper Cutting Preserved dt. 26.1.1985. An Article by V.R.Krishnalyer. Retired Supreme Court Judge.
7. *The Hindu*, an English daily from Madras. Paper Cutting dt.9.7.1979.
8. *The Hindu*, an English daily from Madras. Paper Cutting dt.9.7.1979, An Article by C.R.Narasimhan.
9. *முரசொலி*, 11.08.1976.

II. Secondary Sources

1. Dr.Ambedkar, *The Untouchables: Who were thery and why they became untouchables?*, 1948.
2. *Dr.Baba Saheb AMBEDKAR, Writing and Speehes* Vol. II (1982), Compiled and Edited by Vasant Moon. Eduation Departement, Maharashtra Government Publication.
3. Bhagavan Das, *Thus Spoke Ambedkar*, Vol. I (Second Edition) Bheem Patrika Publication, Nakodar Road, Julandar Punjab.
4. Babu Jagajeevanram, *Caste Challenge in India* (1980). Vision Books Private Limited 36c, Cannught, Place, New Delhi - 110 001.

5. Bishop R.Caldwell, *A History of Tinnevelly*, Reprint 1982 Asisan Eduational Servives, New Delhi - 110016.

6. Col.Henry Steel Olcott, *The Poor Pariah*, 1902, President of the Theosophical Society.

7. Dhananjay Keer, *Mahatma Joti Rao Phooley, Father of the Indian Social Revolution*, (Second Edition) Bombay, Popular Prakashan.

8. EDGAR THURSTAN. C.I.E, *The Caste and Tribes of Southern India*, Volumes I -VII (1975) Cosmo Publication, Delhi 6.

9. GHURYE, *Caste and Class in India*.

10. HUTTON J.E., *Caste in India* (Fourth Edition) 1963, Oxford University Press.

11. HENRY DAVIDSON LOVE, *Vestiges of Old Madras* Volume III. 1640 to 1800.

12. HARJINDER SING. DR. *Caste Among Non-Hindus in India* (1977) National Publishing House 23, Darya Gan New Delhi - 110002.

13. JOSEPH THEKKEDATH, *History of Christianity in India*, Vol.II (1982) Theological Publication in India, Bangalore.

14. KOFEL. *The Olcott Panchama Free School*, 1911.

15. Kuber, W.N., *Dr.Ambedkar A Critical Study* (1973), People Pulishing House, New Delhi.

16. MALLEY L.S.S.O., C.I.E.I., I.C.S. retied. *Indian Caste Custom*, (1976) Rupa & Co., Calcutta.

17. MALLEY L.S.S.O., *India's Social Heritage* (1976). VIKAS Publishing House Pvt.Ltd., 5.Ansari Road, New Delhi-110002.

18. MATHAI, M.O., *Reminiscences of the Nehru Age*,VIKAS Publishing House Pvt.Ltd., Ansari Road,New Delhi-110112.

19. MANICKAM, DR.S. *Slavery in the Tamil Country* (1982). A Historical Over View. Christian Literature Society, Madras-600003.

20. NATESAN,G.A., *Depressed Class of India* (1912). Reprint 1977, with introduction by Rajendra Sing Vatsa, M.A.Ph.D., Gitanjal Prakashan, New Delhi-110024.

21. PARANJPE,A.C., *Caste Prejudice and the Individual* (1970). Lalwani Publishing House, Bombay.

22. PHILIPS REW., G.E. *The Outcaste Hopes* or Works among the Depressed Class in India (1912). London Yound Peoples Missionary Movement, 78,Fleet Street, E.C.

23. எம்.சி.ராஜா, ஒடுக்கப்பட்ட இந்துக்கள், அம்பேத்கர் சிந்தனைக் கூட்டம், சென்னை.

24. RAJAGOPALACHARI.C, *Ambedkar Refuted* (1946). Hind Kitabs 267, Hornby Road, Bombay.
25. RAMACHANDRA RAO.MBA.,BL., *The Development of Indian Polity* (1917). The Modern Printing Works, Mount Road Madras.
26. Dr.T.K. RAVINDRAN, *Vaikkam Satyagraha and Gandhi* (1975). Sri Narayana Institute of Social and cultural Development, Trichur.
27. SIVA SHANMUGHAM PILLAI.J. *The Life, Select Writings and Speeches of Rao Bahadur M.C.Rajah, MLA.* (1930). The Indian Publishing House Ltd. Madras.
28. SIVA SHANMUGHAM PILLAI.J. *Traced the Humble Pettion of 1810 Parairs of Black Town*, from the records of East India Company Records. Published by R.A.Das. President of the North Arcot District, Adi Dravida Central Federation (1942).
29. மு.வரதராஜனார், மொழி வரலாறு.
30. K.VEERAMANI, MA.BL., *The ahaistory of the Struggle for Social and Communical, Justice in Tamilnadu* (1981). Dravidar Kazhagam Publications, Madras - 600007.
31. Author Unknown, *Our Leaders (Depressed Classes Leaders in Madras Presidency)*, Published by Siddharda Publication, No.2, Salar Jung Bahadur St., Triplicane, Madras - 5.
32. *The History of the Madras Police, Hundred Years.*

Acta Refferred

1. MITRA H.N.,MA.BL., Edited. *The Govt of India Act 1919 Rules. Thereunder & Govt. Reports* 1920 Published by N.N.Mitter Annual Register Office, Sibpur, Calcutta (1921)
2. NAIDU C.V. Edited, *The Madras Local Boards Act XIV of 1920 and the Rules Made Under it.* (Fourth Edition 1937).

சொல்லடைவு

அ

அகோலா 87

அக்ரஹாரம் 46,47,48,79

அங்கம்பாக்கம் 89

அடிமை ஒழிப்புச்சட்டம்

அடையார் 82

அதிமுக 114,115

அபி டுபாய்ஸ் 45

அமெரிக்கா 130

அம்பிகா சரண் மசும்தர் 54

அம்பேத்கர் பி.ஆர். 22,30,34,36,43,45,46,49,58,64,70,84,88,90,94,102,105,111, 127,128,129,136,147,205,213,215,222

அயோத்திதாசர் 42,50,63,74,75,76,78,79,90,91,92,93,95,97,98,111,120,158,166, 181,199,200,206,207,209,210,211,213,214,215,217,218,219,220 221,222

அரிஜன சேவா சங்கம் 84

அரிஜன நலத்துறை 99

அரிஜன் 84,99,107,121,122,123,124

அருண் காம்பிளி 148

அர்திதி பாஷம் 64

அழிஞ்சிக்குப்பம் 89

அன்னிபெசன்ட் 83,118,131

ஆ.

ஆதி ஆந்திரர் 108,109

ஆதி திராவிட மகாஜன சபா 74,75

ஆதிதிராவிடர் 44,99,103,106,107,108,109,160,161,162,163,164,173,209,219

ஆதிமூலம் பிள்ளை 93
ஆந்த்ரே பெத்தே 147
ஆலந்தூர் 87,93,172
ஆல்காட் 81,82,88,89,90,158,208,209
ஆல்காட் பஞ்சமர் இலவசப் பள்ளி 82,89

இ

இந்திய தேசிய காங்கிரஸ் 36,50
இந்தியன் ரிவியூ 39,56,57,61
இந்தியத் தண்டனைச் சட்டம் 70
இந்திரா காந்தி 135,144
இந்து கல்வி மிஷன் 86
இரண்டாம் வட்ட மேஜை மாநாடு 34
இராமநாதபுரம் 31,145

ஈ

ஈரோடு 94
ஈழவர் 26

உ

உத்தரப்பிரதேசம் 135, ஊட்டி 71,158

எ

எகிப்து 21
எட்கர் தர்ஸ்டன் 23,44
எம்.சி.ராஜா 36,88,99,111,160,164,173,174,211,212,214,215
எரவாடா 35,36,37
ஏழாம் எட்வர்ட் அரசர் 95

ஐ

ஐயாக்கண்ணு புலவர், ஐ 111,168,169,170
ஐயாக்கண்ணு புலவர், ஆர்.டி. 111
ஐரோப்பியர் 25,65,67,75,97,98,221,222

ஒ

ஒரிசா 27,100
ஓரத்தூர் 80
ஔவையார் 111

க

கங்கை 22

கண்டா 27

கபிலர் 44,111

கபிலர் அகவல் 44

கம்மாளர் 26

கல்கத்தா 39,87,159

கல்யாண சுந்தரம் (திரு.வி.க) 90,92

கலைஞர் கருணாநிதி 42

கவாய் 36

கவுடியா மடம் 89

கள்ளர் 31

கறுப்பு நகரம் 63

கனடா 64

கன்னிமாரா (ஓட்டல்) 43

காங்கிரஸ் 50,54,74,113,114,120,121,122,124,125,133,149,221

காந்திஜி 34,35,36,37,84,134

காலிஸ்தான் 142

கால்டுவெல் 21

காரல் மார்க்ஸ் 147

கார்த்திகேயன்.வி. 114

காஷ்மீர் 65,142

கிருஷ்ணசாமி ஈ.வெ. 92

கிருஷ்ணசுவாமி ஐயர் வி. 68

கிருஷ்ணாம் பேட்டை 83

கிறித்தவ அருள்தொண்டர் 30,52,65,69,71,118

கிறித்தவர்கள் 53,56,62,66,75,80,81,97,98,118,119,145,158,222

குடகு 28,66

குடியாத்தம் 87,162,163,172

குருசாமி 174

குருசுவாமி 88,111,164,166,167

குர்யி 29

குல்தக்காடி 132

குஜராத் 20

கெய்க்வாட் 53,57,84

கைலாசபதி 106

கொல்லங்கோட்டு ராஜா 97

கோடம்பாக்கம் 82

கோபாலகிருஷ்ண கோகலே 54

கோயம்புத்தூர் 78,102,111

கோரகர் 28

கோலார் தங்கவயல் 66,86,87,88,89,92,120,161,164,165,166,167,168,169,170,172, 174,202,206,209,218

கோலாஹாப்பூர் 83

கோஃபெல்.சி 82

கோழிக்கோடு 132

கௌதம அச்சகம் 93

ச

சகஜானந்தர் 88,101,111

சக்கிலியன் 45,101,109

சங்கராச்சாரியார் 51

சண்டல் 27

சண்டவார்கர் 85

சண்டே அப்சர்வர் 43

சப்ரு 36

சமணர்கள் 47

சம்பல்பூர் 27

சால்கெல்ட் 65

சுந்தர ஐயர் 56

சவலை இராமசுவாமி முதலி 76

சிக்கிம் 27

சிந்துசமவெளி 20,21

சிதம்பரம் 59,88,101,111

சித்தார்த்தா வெளியீட்டகம் 92

சிரஸ்தர் 74

சிவசண்முகம் பிள்ளை ஜே. 99,115

சீக்கியர் 52,65,99,142

சீனிவாச சாஸ்திரி வி.எஸ் 47

சீனிவாச ராகவ ஐயங்கார் 75

சீனிவாசன் (ரெட்டைமலை) 34,36,76,78,111,158,162,164,168,208,210,211,215

சுதேசமித்திரன் 102,160

சுமேரியா 20,21

சுரேந்திரநாத் பானர்ஜி 47

சுவாமி நாயுடு ஜி 92,164

சுஹ்ராக்கள் 52

செங்கல்பட்டு 75,79,87,88,89,101

செயின்ட் ஜார்ஜ் கோட்டை 62,63,69,71,101

செருமான் 101,109

செல்லப்பா மேஸ்திரி 87

செல்லன் 102

சென்னை 31,34,39,41,42,43,44,49,50,51,55,59,62,63,64,66,69,70,71,74,75,76,77,78, 79,80,81,83,85,86,87,88,89,90,92,93,96,98,99,100,101,102,103,105,106, 108,109,111,112,113,114,118,120,121,127,132,155,156,158,159,160,164,166,167, 168,170,171,172,173,174,202,203,205,207,210,211,212,215,217,218,220

சென்னைப் பல்கலைக்கழகம் 81

சேலம் 50,121,166,170

சேஷகிரி ஐயர் டி.வி 55

சைதாப்பேட்டை 31,88

த

தக்கார் 36

தங்கவயல் 66,87,88,89,92,120,161,164,165,166,167,168,169,170,172,174,202,206,218

தஞ்சாவூர் 45,75

தமிழன் (இதழ்) 78,79,80,95,118,159,163,165,171,172,173,208,209,210,214

தமிழ்நாடு

தம்புசுவாமி 88,120,174

தலித் சிறுத்தைகள் 148,151

தலித் வாய்ஸ் 41,42,49,50,103,115,126,127,128,141,144,147,150,151,156,212

தலீம்கானா 131

தலையாரி 70

தனஞ்சய்கீர் 94,131

தர்மபிரகாஷ் 114

தார்வார் 54

திப்பசமுத்திரம் 89

திமுக 112,113,114,122,155

திம்மன் 29

தியன் 28

தியோசாபிகல் சொசைட்டி 81,82,90

திராவிடர் 20,21,22,23,64,74,93,97,104,106,107,108,109,114,117

திராவிடர் கழகம் 41,49,50,51,60,78,103,104,110,116,126,127,148,151,152,153, 154,155,156,204,206,212

திராவிட மகாஜன சபை 71,72,74,75,76,105,106,158,173

திருநெல்வேலி 28,160

திருப்பத்தூர் 89,92,93,111,159,160,161,162,164,165,168,169,170,199,200,205,206, 211,213,214,218

திருப்பூர் 102

திருவள்ளுவர் 111,169

திருவிதாங்கூர் 49,74,75

தீட்டுப்பாறை 28

தூய தோமையார் மலை 87

தூய நந்தனார் பள்ளி 88

தெட் 27

தேவதாஸ் காந்தி 36

தேவர் 94,148,151,153,154,203

தேனாம்பேட்டை 82,158

தைகிரிஸ் 21

தொழிலாளர் ஆணையர் 99,103

தோட்டியன் 101,109

ந

நக்சல்பாரி 135

நடேசன் ஜி.ஏ. 39,59,159

நம்பூதிரி 28

நாகர்கோவில் 75

நாகவேடு 89

நாதுராம் கோட்சே 135

நாமசூத்திரா 87,159

நாயர் 27,28

நாயாடிகள் 28

நீசப் பறையன் 47

நீதிக்கட்சி 60,78,97,101,102,103,127,128,153,199

நீலகிரி 66,158

நெவிலி சேம்பர்லெ 65

நேட்டால் 89

நைல் நதி 21

ப

பசவலிங்கப்பா 148,152

பஞ்சமர் 26,56,82,85,89,103,105,106,108,109,117,160

பஞ்சாப் 20,22,52,62,100

பம்பாய் 51,62,64,85,100,121

பரஞ்பே ஏ.சி. 83,84

பரோக் 27

பரோடா 30,53,56,84

பர்மா 61,89

பலுசிஸ்தான் 20

பழனிச்சாமி 88,174

பள்ளர் 22,31,45,75,101,109

பறையர் 22,23,26,29,31,44,45,62,64,67,71,72,73,75,76,79,81,82,83,101,106,107,108, 109,119,128

பாகிஸ்தான் 36,58,61,65,142,143

பாணன் 28

பாபு சாரதா சரண்மித்ரா 39

பாம்செஃப் 148

பாலசுப்பிரமணியம் பி 43

பாலு.பி. 36

பானர்ஜி ஆர்.டி. 20

பாஜிராவ் 132

பியாந்த்சிங் 135

பிரம்ம சமாஜம் 52

பிரம்மபிரகாஷ் 143

பிராமணர் 23,26,27,28,29,41,42,43,44,45,46,47,48,50,51,59,60,68,70,76,79,80, 81,83,84,93,94,96,98,104,105,115,125,127,128,131,132,143,144,146,147, 151,152,153,154,155,208,213,216,218,220

பிராமணியச் சட்டம் 70

பிர்லா ஜி.டி 36

பிலிப்ஸ் ஜீஈ 22,53,80,119

பிஜித்தீவு 66

பீகார் 27,100,148

புதிரை வண்ணார் 28

புதுடில்லி 144

புலையர் 26,27,28

பூனா 29,35,36,84,85,94

பூனா ஒப்பந்தம் 33,35,36,37,58,84,134

பெரம்பூர் 85

பெரார் 26

பெரியசாமிப்புலவர் 47,92,93,160,161,162,163,164,165,166,167,168,169,170,199, 200,205,206,213,217,218,219,222

பெரியார் 49,50,60,92,94,103,104,111,112,127,128,148,151,152,153,154,155,200,210, 212,213,214,218

பெரியார் திடல் 42

பேடிஸன் விடுதி 88

பொன்னேரி 88,174

போர்த்துக்கீசியர் 52,67

ம

மகாத்மா புலே 83,94

மங்களூர் 85

மணியக்காரன் 73

மண்டல் கமிஷன் 148,149,150,151,154

மதன் மோகன் மாளவியா 36

மதுராந்தகம் 79

மதுவிலக்கு 117,119,120,121,122,123,124,126

மராத்தா 27,29

மலபார் 28,52

மலேசியா 66

மலையன் 28

மற்றே எஸ்.எம். 84

மனு 48,70,78,117

மஹர் 26,29,83,84,87,131,132

மகாராஷ்ட்ரம் 29,34,83,84,86,94

மஹாஜனி 86

மாங்க் 29,131

மாணிக்கம் எஸ். 29,66,71,209

மாண்டேகு செம்ஸ்போர்டு சீர்திருத்தம் 47,60,61,99,134

மாதிகா 101,109

மாரிக்குப்பம் 111,161,165,166,167,168,172

மார்க்சிஸ்டு கம்யூனிஸ்டு கட்சி 149

மார்லி பிரபு 95,98

மாலா 101,109

எல்.எஸ்.எஸ்.ஓ. மாலி 25,26,30,61,62,94,103,104,130,131,159

மாவட்ட போலீஸ் சட்டம் 70

மிண்டோ - மார்லி சீர்திருத்தம் 99,134

மிராசு 29,32,60

மீனாட்சிபுரம் 51
முகம்மது அலி 121
முத்துவீரப்ப பாவலர் 111
முரசொலி 49
முருகேசன் எம்.ஓய். 87,93,165
முருகேசன் வி.வி. 90
முன்சீப் 73,79
முஸ்லிம் 36,37,57,58,61,120,121,134,142,145
மெக்கன்ஸி 46
மேத்தா சி.வி. 36
மேற்கிந்தியத் தீவுகள் 66
மேற்கு வங்காளம் 135
மொரிசியஸ் 66
மொஹஞ்சதாரா 20
எம்.ஒய்.எம். அச்சகம் 93
மைசூர் 46,103,160,161,164,172,210
மௌலானா ஷவுகத் அலி 121

ர

ரங்கநாதன் என். 85,87
ரங்கூன் 89
ரவீந்திரன் டி.கே. 34,36,132
இரஷ்யா 130
இராசாராம் க. 49
இராணிப்பேட்டை 120
இராமநாதபுரம் 31,145
இராமதாஸ் விடுதி 88,174
இராமச்சந்திரராவ் 95
இராம்சே மெக்டோனால்டு 33,34,35
ராம்விலாஸ் பாஸ்வான் 148,152
ராயப்பேட்டை 88,89,93,158,166
இராஜசேகர் வி.டி. 128

இராஜரத்தின முதலியார் பி. 96
ராஜ்போஜ் 36
இராஜேந்திர பிரசாத் 36
இராஜாஜி 36,116,121,123
ரிங் மாஸ்டர் 24
ருத்ரகோடி 106

ய

யாதவர் 144
யூப்ரட்டீஸ் 21

வ

வங்காளம் 27,100
வட ஆற்காடு 159,160,161,162,163,164,168,169,172,174,206,212,215
வட்டமேஜை மாநாடு 33,34,64,71
வயனாடு 66
வரதராசனார் மு. 22
வரதராஜன் ஏ. 111,112,113,155
வரதன் 79,80
வராகன் 29
வலியநம்பிதி 97
வள்ளுவன் 91,101,109
வாசுதேவ பாய் 38,61,85
வாசுதேவராஜா 97
வாட்ஸ் எம்.எஸ் 20
வாலன்டைன் கிரால் 58,107
வாலாஜா 89,162
விசுதபிக்கு 165
வியாசர்பாடி 85
விஷ்ணுபுவாஸ் பிரம்மச்சாரி 83
வீர சக்கரா 65
வீரமணி கி. 41,42,49,50,92,97,103,104,105,110,111,115,126,127,128,148,151,152, 204,206,212,213,214,216

வெங்கடாச்சலம் ஏழைகள் பள்ளி 88,173

வெங்கட்ராமன் 88

வெட்டியான் 70

வெள்ளச்சி 29

வெஸ்லி உயர்நிலைப்பள்ளி 76,158

வேப்பம்பட்டு 89

வேலூர் 77,88,106,174

வைக்கம் 49

வைத்தியநாதன் பி.பி.ஐ 113

ல

லோகஹிதவாடி 83

இலண்டன் 58,62,64,107

லர்கன்னா 20

லாலா லஜபதிராய் 54

ஞ

ஞான சம்பந்தர் 47

ஞானப்பிரகாசச் சுடர் 47

ஞானஸ்நானம் 67

ட

டேனிஷ் மிஷன் 120

டைம்ஸ் 58,62,107

ஜ

ஜார்ஜ் டவுண் 63,120

ஜான் டெய்லர் கம்பெனி 66

ஜான் மார்ஷல் சர் 20,21

ஜான் ரெத்தினம் 77,87,171

ஜூலியஸ் சீசர் 127

ஜெகஜீவன்ராம் 57,113

ஜெயகர் 36

ஜெயராம் எம். 92

ஜேம்ஸ் ஃபோர்பஸ் 27,28

ஜோசப் தெக்கேடாத் 67

ஜோனத்தன் டங்கன் 28

ஷ

ஷாஹூ சத்திரபதி 83,84

ஷிண்டே 85

ஹ

ஹட்டன் ஜே.ஹெய்ச் 28,29,31,39,102

ஹரப்பா 20

ஹர்ஜிந்தர் சிங் 89

ஹெமிங்ஸ்வே 45

ஹெராஸ் 21

ஹோர்ன் 65

ஹோலிமலை 46

ஹோலியர் 46,101,109

ஸ்ரீலங்கா 66

தமிழ்ப் பதிப்பிற்கான பின்னிணைப்பு

சாதி, தீண்டாமையின் கருவூலங்களாக காவல்துறை

தி.பெ.கமலநாதன் (81) பண்டிதர் அயோத்திதாசரின் பூர்வ பவுத்தப் பாசறையில் போராளியாக வாழ்ந்த திருப்பத்தூர் பெரியசாமிப் புலவர் - கனபூஷணி என்பவரின் மகன். நீதிக்கட்சியில் மிகச் சிறந்த பேச்சாளராக இருந்து பணியாற்றிய இவரின் தந்தையிடம் 'தம்ம'த்தைப் பயின்று பவுத்த நெறியைப் பின்பற்றியவர். தமிழகக் காவல்துறையில் தலித்துகளின் எண்ணிக்கையைக் கமுக்கமாகக் குறைக்க வேண்டும் என்கிற மறைமுகப் போர்க்காலச் சூழலில் காவல்துறையில் பொறுப்பேற்றவர். காவலர் பணியில் கையூட்டுப் பெறாத நேர்மையான காவல் அதிகாரி.

சாதி - தீண்டாமையின் கட்டமைப்புக் கருவூலங்களில் காவல்துறையே முதன்மையானது என்ற உண்மையைத் தமிழகக் காவல்துறை வரலாற்றில் பதிவு செய்தவர். இந்தி எதிர்ப்புப் போராட்டத்தில் திராவிடக் கட்சிகள் வலுவாகக் களமிறங்கியபோது, அப்போராட்டத்தை முன்னெடுத்த அறிஞர் அண்ணாவைக் கைது செய்து சிறைத் தண்டனை வழங்கக் கருவியாகப் பயன்படுத்தப்பட்டவர்.

ஆய்வுப் பார்வை கொண்ட எழுத்தளார். ஆங்கிலத்தில் புலமைபெற்ற பண்டிதர். பணி ஓய்வுக்குப் பிறகு தலித் வரலாற்று மீட்டுருவாக்கங்களையும் இலக்கியங்களையும் அறிவார்ந்த எழுத்துகளால் பதிவு செய்து வருபவர். சமகால தலித் விடுதலைக்கான வரலாற்றில், தன் எழுத்துகளையும் பதித்து இயக்கமாக்க வேண்டும் என்பதில் ஆர்வம் கொண்டவர். தள்ளாத வயதில் தன்முனைப்புடன் செயல்படும் இவருடன் *தலித் முரசு* செய்து கொண்ட சந்திப்பு.

உங்களின் தந்தை பெரியசாமிப்புலவரின் பூர்வ பவுத்த பணியைத் தொடராமல், நீங்கள் அரசுப்பணி நோக்கிச் செல்ல எது சூழலாக அமைந்தது?

என்னுடைய தந்தை பெரியசாமிப் புலவர் அவர்கள், அயோத்திதாசருடன் இணைந்து பணி செய்து கொண்டிருந்த போது, நான் சிறுவனாக இருந்தேன். மாலை நேரத்தில் 'புத்தாவும் தம்மாவும்' பற்றி கிராமம் கிராமமாக அப்பா சொல்லி வந்தார். சில இடங்களுக்கு என்னையும் அழைத்துச் செல்வார். இதுதான் என்னுடைய பௌத்த நிலையின் ஆரம்பம். பிறகு அவர் 'தமிழன்' பத்திரிகையில் எழுதிய கட்டுரைகளையும் பவுத்த விளக்கங்களையும் படித்த பிறகுதான் பண்டிதரையும் என் தந்தையின் பணிகளையும் முழுமையாகப் புரிந்து கொள்ள முடிந்தது. பண்டிதர் மறைந்த பிறகு என் அப்பாவோட பணிகள் எல்லாம் திராவிடப் பாரம்பரியத்தை நோக்கி நகர்ந்தது. அவர் பெரியாரின் கருத்துகளால் ஈர்க்கப்பட்டார். அதன் பிறகு, பவுத்த பணிகளில் ஒரு பின்னடைவு இருந்தது. அதற்கு முன்பு 32 பவுத்த மாநாடுகளை நடத்தியவர் இவராகத்தான் இருப்பார் என்று நினைக்கிறேன்.

வாணியம்பாடி இசுலாமியக் கல்லூரியில் நான் 'இன்டர்மீடியட்' முடித்துவிட்டு அய்.சி.எஸ் படிப்பதற்கு முயன்றேன். அந்த நேரத்தில் என் தந்தையின் மறைவு என்னுடைய மேல்படிப்பைப் பாதித்தது. அடுத்து என்ன செய்ய வேண்டும் என்பதில் எனக்குத் தெளிவு இல்லை. குடும்ப பொறுப்புகளும் என் மீது விழுந்தது. படிப்பை நிறுத்திவிட்டு திருப்பத்தூர் தேர்வுநிலை பேரூராட்சியில் எழுத்தராகச் சேர்ந்தேன். என்னுடைய கல்வித் தகுதிக்கு ஏற்ற பணியாக இது இல்லை என்பதும் எனக்குத் தெரியும். வேறு வழி இல்லாமல் இந்தப் பணியைச் செய்து கொண்டிருந்தபோது, அதாவது 1951 என்று நினைக்கிறேன். காவல்துறைக்கு ஆள் எடுக்கும் விளம்பரம் தீவிரமாகப் போய்க் கொண்டிருந்தது. சரி என்று நானும் விண்ணப்பித்தேன். கிடைக்கும் என்று எதிர்பார்க்கவில்லை. என்னிடம் இருந்த ஆங்கிலப் புலமையும் சரியான உடல்வாகும் இந்தப் பணியை இலகுவாகக் கிடைக்கச் செய்தது.

பெரிய அளவில் லட்சியக் கனவு கண்டு எதையும் எதிர்பார்க்காமல் ஏழ்மையின் காரணமாக, வேறு வழி எதுவும் இல்லாத சூழலில் 1952இல் சத்தியவேட்டில் பொறுப்பேற்றேன். முழுமையாக இப்பணிக்குள் நான் சென்றுவிட்டதால், அப்பாவின் பணியை எந்த மட்டத்திலும்

தொடர முடியவில்லை. திராவிடக் கட்சிகளிலும் எதிர்பார்த்த அளவில் எனக்கு நம்பிக்கை இல்லை. நம்முடைய மக்களை இவர்களும் ஒரு மாதிரியாகத்தான் நடத்துகிறார்கள். அங்கு நடக்கிற ஒவ்வொரு சண்டையையும் பார்த்து விலகியவர்கள் இன்னமும் எனக்கு நண்பர்களாகத்தான் இருக்கிறார்கள். எனவே இதுவும் எனக்கு ஒத்துவரவில்லை. பொதுவாகவே நம்முடைய மக்கள் முன்னேற வேண்டும் என்று விரும்புவதில் நான் ஒரு தீவிர பிடிப்பு உள்ளவன். அதுவும் காவல்துறைக்கு வந்த பிறகு என்னுள் இந்த உணர்வு கூடியது. நம் மக்களுக்கு இங்கு நடக்கிற கொடுமைகளைப் பார்க்கும்போது உணர்வு கூடுதலானதே ஒழிய குறைந்தபாடில்லை.

காவல்துறையில் நேர்மையான காவல் அதிகாரியாகப் பணியாற்றியிருக்கிறீர்களே. இது எப்படிச் சாத்தியம்?

காவல்துறையில் எனக்கு ஏற்பட்ட அனுபவம் என்பது காக்கிச்சட்டை மாதிரியே ஒரு கசங்கிப் போன அனுபவம். அதன் பாதிப்பு எனக்கு இன்னமும் இருக்கிறது. 1952இல் சத்தியவேட்டில் என்னைப் பணியமர்த்தினார்கள். புதிதாக வேலைக்கு வருகிறவர் யாராக இருந்தாலும் அவர்களை இங்குதான் முதலில் பணியமர்த்துவார்கள். இது ஆந்திராவுக்கும் தமிழ்நாட்டுக்கும் இடையிலான எல்லைப் பகுதியாக இருப்பதால் திருமணமாகாமல் வருகிற காவலர்களுக்கு இது ஒரு சவாலான பணி. இங்கு வருபவர் இரண்டு விசயத்தில் பக்குவப்பட்டாக வேண்டும். ஒன்று லஞ்சம் வாங்காமல் இருப்பது. இன்னொன்று, பெண்களிடம் நடந்து கொள்கிற முறை. எல்லைப் பகுதியாக இருப்பதால் இது இரண்டும் ஒரு சத்தியசோதனை போல இருக்கும். எனக்கு முன்பு வேலைக்கு வந்தவர்கள் 6 மாதத்திற்கு மேல் இங்கு இருந்ததில்லை. ஏதாவது ஒரு புகாரின் பேரில் வெளியேறி விடுவார்கள். ஆனால், நான் ஒன்றரை ஆண்டுகள் பணி செய்தேன். இது ஒரு சவால். லஞ்சம் வாங்காமல் நம்மால் வேலை செய்ய முடியும் என்கிற உந்துதல் இங்கிருந்துதான் கிடைத்தது. இதன் பிறகு கவரப்பேட்டை, உத்திரமேரூர், காஞ்சிபுரம், மதுரை, ஒட்டன்சத்திரம், திண்டுக்கல், பழனி, விருதுநகர், திருப்பெரும்புதூர், பரங்கிமலை எனப் பல்வேறு இடங்களில் பணி செய்துள்ளேன்.

காவல்துறையில் உள்ள சாதி - தீண்டாமைக் கொடுமைகளை எப்படிச் சந்தித்தீர்கள்? யாராவது உங்களுக்கு ஆதரவாக இருந்ததுண்டா?

சாதி முறையை இங்கு அப்படியே பின்பற்றுகிறார்கள். எடுத்துக்காட்டாக, காவல்துறைக்கு ஆள் எடுப்பதில்

பிற்படுத்தப்பட்டவர்களுக்கு இட ஒதுக்கீடு (Constable Category) இல்லை. எனவே, நம்ம ஆள்கள்தான் அதிகம் இருப்பார்கள். ஏன் இவர்கள் வரமாட்டேங்கிறார்கள் என்றால் காவலராக இருந்தால், ஒரு தலித் காவல் அதிகாரியின் கீழ் வேலை செய்ய வேண்டிய சூழல் இருக்கும். எனவே இதில் வருவது கிடையாது. இட ஒதுக்கீட்டில் ஒரு தலித் காவல் அதிகாரியாக வந்துவிட முடியும். இப்போது இந்தமுறை எப்படி இருக்கிறது என்று எனக்குத் தெரியாது. நான் வேலைக்குச் சேரும்போது இதுதான் முறை. இதன் அடிப்படையில்தான் காவலர் தேர்வுமுறை இருந்தது.

காவல் நிலையங்களில் சாதிமுறை எப்படி இருக்கும் என்று நான் சொல்லத் தேவையில்லை. ஏதாவது ஒரு பிரச்சனை தொடர்பாக வருகிற ஒரு தலித்தை, காவல்நிலையத்திற்கு உள்ளே அனுமதிக்க மாட்டார்கள். வெளியே மரத்தடியில் பகல் முழுதும் காத்துக் கிடப்பான். ஒரு சில தலித் காவலர்களைச் சாதியைச் சொல்லி தேநீர் வாங்கி வரச் சொன்னதை நேரில் பார்த்திருக்கிறேன். இதை எதிர்த்து என்னால் எதுவும் செய்ய முடியாத சூழலில் இருந்தபோதுதான் காவல்துறைத் தலைவராக இருந்த அய்யா ராமதாஸ் அவர்களைச் சந்தித்தேன். (இப்போ இருக்கிற தம்பி கிருத்துதாஸ் காந்தியோட அப்பா) மிகுந்த இனப்பற்று உள்ளவர்.

ஆரம்பத்தில் அவர் என்னைப் பார்த்ததும் நான் ஒரு சாதி இந்து என்று நினைத்து என்னிடம் அவ்வளவாக நெருக்கம் வைத்துக் கொள்வதில்லை. என்னுடைய உடல் அமைப்பைப் பார்த்து அப்படி ஒரு முடிவுக்கு வந்துவிட்டார். பிறகு அவர், நான் ஒரு தலித் என்று கேள்விப் பட்டதும் என்னிடம் மிகவும் நன்றாகப் பழகினார். மிகவும் துணிச்சலாக நம்முடைய மக்கள் பக்கம் நின்று பணி செய்வார். யாருக்கும் பயப்பட மாட்டார். நேர்மையான அதிகாரியாக செல்வாக்குடன் பணி செய்தார். இவரைப் போலவே, கோலார் தங்கவயல் காவல்துறை ஆணையராக துரைராசு இருந்தார். இவர்களைப் பார்க்கும்போது எனக்குத் தைரியம் கூடியது. காவல்துறையில் பொறுப்பாக நான் பணியாற்றியதற்கு இவர்கள் ஒரு காரணம்.

அடுத்ததாக 1965இல் இந்தி எதிர்ப்பு தமிழ்நாட்டில் கிளம்பியது. எல்லா திராவிடக் கட்சிகளும் கடுமையாக எதிர்த்துக் கொண்டிருந்தபோது சென்னையில் மிகப் பெரிய போராட்டத்தை அண்ணா தலைமையில் நடத்துவதாகத் திட்டமிட்டிருந்தார்கள். காஞ்சிபுரத்தில் அண்ணா இருக்கும் அடுத்த தெருவில்தான் என்னுடைய வீடும் இருந்தது. என்னை

அவருக்கு நன்றாகவே தெரியும். ஓரளவிற்கு நல்ல நண்பர். நானும் அவர் மீது மரியாதை கொண்டவன். போராட்ட நேரத்தில் காஞ்சிபுரத்திலிருந்து சென்னை வரும் வழியல் அவரைக் கைது செய்வதற்கான குழுவில் நானும் இடம்பெற்றேன். காரணம் என்னுடைய காவல் கட்டுப்பாட்டில் அவர் வருகிறார். பிறகு அவரைக் கைது செய்து நீதிமன்றத்தில் நிறுத்தும்போதும், நான்தான் அவருக்கு எதிரான சாட்சியாக நிறுத்தப்பட்டேன். அவருக்கு 6 மாதம் தண்டனையும் கிடைத்தது. இதை எதற்குச் சொல்கிறேன் என்றால், முக்கியமான அரசியல் பிரமுகர்களைக் கைது செய்யும்போது நமக்கு நேருகின்ற ஒரு சோதனை. மீண்டும் அண்ணா ஆட்சிக்கு வந்தபோதுதான் நான் காவல்துறை அதிகாரியாகப் பதவி உயர்வு பெற்றேன். காவல்துறை சார்ந்து எந்தப் பதவியும் உயர்த்தப்படவில்லை என்பதற்காகச் சொல்கிறேன்.

கடைசியாக, சென்னைக் காவல்துறைத் தலைவராகப் பொன்பரமகுரு வந்த பிறகு, தமிழ்நாட்டின் காவல்துறை வடிவம் மாறிவிட்டது. காமராசர் முதல்வராக இருந்தபோது காவல்துறையிலும் பாதுகாப்பிலும் தேவர்களின் இடத்தைச் சரியாகப் பார்த்துக் கொண்டார். கலவர நேரங்களில் தென் மாவட்டங்களில் தேவர்களை மரத்தில் கட்டி வைத்துச் சுட உத்தரவிட்டார். ஆனால், எம்.ஜி.ஆர் ஆட்சிக்கு வந்தபிறகு இந்த நிலை அப்படியே மாறியது. இவர் முக்குலத்தோர் பக்கம் தனது அரசியலைத் திருப்பினார். இதைச் சரியாகப் பயன்படுத்திக் கொண்டு, பொன்பரமகுரு தேவர்களைக் கொஞ்சம் கொஞ் சமாக உள்ளே சேர்த்தார். தேர்தல் நடக்கும்போதோ தலித்துகள் மீது வன்கொடுமைகள் நடக்கும்போதோ என்னை இன்னொரு மாவட்டத்துக்குப் பந்தோபஸ்துக்கு அனுப்பி விடுவார்கள்.

காவல்துறையில் எழுதப்படாத ஒரு சட்டம் நடைமுறையில் இருக்கிறது. அதுதான் மாமூல். ஒவ்வொரு காவல்நிலையத்திலிருந்தும் மாதத்துக்கு 50 ரூபாயும், ஒரு 'அவுட் போஸ்ட்டு'க்கு 50 ரூபாயும் மாமூல் கட்ட வேண்டும். திருப்பெரும்புதூரில் எனக்கு 5 காவல்நிலையமும் 2 அவுட் போஸ்ட்டும் கொடுத்திருந்தார்கள். மாதம் 350 ரூபாய் மாமூல் கொடுக்க வேண்டும். இதற்கு நான் சம்மதிக்கவில்லை. லஞ்சம் வாங்கினால்தானே கொடுக்க முடியும். வாங்காதபோது எப்படிக் கொடுக்க முடியும் என உறுதியாக இருந்துவிட்டேன். உடனே என் மீது 13 குற்றச்சாட்டுகளைச் சுமத்தி 7 மாதம் பணி நீக்கம் செய்தார் பொன்பரமகுரு. இந்த நேரத்தில்தான் காவல்துறை ஆய்வாளர் பேரவையின் தலைவராக இருந்தேன்.

17 ஆண்டுகள் எனக்கு எந்தப் பதவி உயர்வும் வழங்கப்படவில்லை. என்னுடைய 33 ஆண்டுகாலப் பணியில் 240க்கும் மேற்பட்ட 'ரிவார்டு'கள் வாங்கியிருக்கிறேன். ஆனால், காவல்துறையின் மூலம் ஒரு பதவி உயர்வு கூட எனக்கு வழங்கப்படவில்லை. 25 ரிவார்டுகள் வாங்குகிற ஒருவர் 3 ஆண்டுகளில் 4 பதவி உயர்வு பெறுவார்கள். நான் ஒரு நேர்மையான தலித் என்பதற்காகவே தலித் என்றுகூட இல்லை. ஒரு 'பறையன்' என்பதற்காகவே பழிவாங்கப்படிருக்கிறேன். பறையர் ரெஜிமெண்டுக்குப் பிறகு காவல்துறை மிகவும் கவனமாகிவிட்டது என்பதைக் கண்கூடாகப் பார்க்க முடிந்தது. இது குறித்து உள்துறை அமைச்சராக இருந்த கக்கன் அவர்களிடம் பேசியுள்ளேன்.

பிறகு எனக்கு வட்டார ஆய்வாளராக (Circle Inspector) உயர்வு கொடுத்தார்கள். நான் அதை ஏற்கவில்லை. காரணம் இதில்தான் அதிக லஞ்சம் வாங்க முடியும்; வாங்கியாக வேண்டும். லஞ்சம் வாங்கினால் மாமூல் கட்ட வேண்டும். வேண்டாம் என்று கடைசிவரை சிறப்புப் பணி ஆய்வாளராகவே (Special Duty Inspector) இருந்துவிட்டேன்.

இந்த அனுபவங்கள் எல்லாம் எனக்குள் இன்னும் வலித்துக் கொண்டுதான் இருக்கின்றன. மதுரையில் 'தலித் ஆதார மய்யம்' நடத்துகின்ற தலித் கலை விழாவில் 2002இல் என்னுடைய பணியை அங்கீகரித்து விடுதலை வேர் என்கிற விருதையும் என் இலக்கியப் பணிக்காக 5000 ரூபாய் பணமுடிப்பும் கொடுத்து கவுரவித்தார்கள்.

பணி ஓய்வுக்குப் பிறகு உங்கள் தந்தையின் பணியை உங்களால் தொடர முடிந்ததா? இப்போது என்ன செய்து கொண்டிருக்கின்றீர்கள்?

நான் 1983இல் பணியிலிருந்து ஓய்வு பெற்றேன். என்னுடன் துணைவியார் மருத்துவர் தவமணியும் இருக்கிறார். ஓய்வுக்குப் பிறகு என்னை ஒரு சுதந்திரமான தலித்தாக எண்ணிக் கொண்டேன். அப்பாவிடம் பெற்றுக் கொண்ட சிந்தனைகளில் ஒன்றிரண்டையாவது செய்ய வேண்டும் என்று எழுத்துப் பணியைத் தொடங்கினேன். ஆங்கிலத்தில் எனக்குப் புலமை அதிகம். படிக்கும்போதே தங்கவிருது பெற்றவன். 1980க்குப் பிறகு நார்வேயில் நடைபெற்ற சமாதான மாநாட்டுக்கு, இந்தியாவில் இருந்து சென்ற குழுவில் திராவிடர் கழகப் பொதுச் செயலாளர் கி.வீரமணியும் கலந்துகொண்டார். அந்த மாநாட்டில் அவர் தாழ்த்தப்பட்ட மக்களுக்கான சமூக நீதியையும் சமூக விடுதலையையும் நாங்கள்தான் வாங்கிக் கொடுத்தோம் என்கிற அடிப்படையில் உரையாற்றினார்.

இது உண்மை என்றால் தமிழகத்தில் உள்ள தாழ்த்தப்பட்டவர்களுக்கு இவர்கள் என்ன செய்து கொண்டிருக்கிறார்கள் என்பதை நான் சொல்லத் தேவையில்லை. அதனால், நான் இதனை மறுத்து 1985இல் 'Mr.K.Veeramani M.A.,B.L., is Refuted and the Historical Facts about the Scheduled Caste Struggle for Emancipation in South India' என்கிற நூலை அம்பேத்கர் சுயமரியாதை இயக்கத்தின் சார்பில் வெளியிட்டேன். மீண்டும் இதனை ஆழமாகப் படித்து 'Scheduled Caste Struggle for Emancipation in South India' என்கிற இணைப்பு நூலை 'தென் இந்திய சாக்கிய பவுத்த பேரவை' சார்பில் வெளியிட்டேன். இவையிரண்டும் திராவிடர் பறையர் பற்றிய சிந்தனைகளையும் திராவிடக் கட்சிகளின் போக்கையும் வெளிப்படுத்துவதாக அமைந்தது.

இதனையடுத்து கிறித்துவ இலக்கியச் சங்கத்தின் சார்பில், 'ஆதி திராவிடர் பூர்வ சரித்திரம்' என்கிற நூலை மறுபதிப்பு செய்தேன். நம்முடைய முன்னோர் வழி ஆசானாக இருந்து நெறிப்படுத்திய திருவள்ளுவரையும் பவுத்த நெறிப் பார்வையில் அவரை புத்தரின் சீடராக உருவகித்து 'குறள் தந்த கோமான்' என்கிற நூலை கமலமணி வெளியிட்டார் சார்பில் வெளியிட்டேன். என்னுடைய பணி ஓய்வுக்குப் பிறகு இதுதான் செய்ய முடிந்தது. இதற்கிடையில் நேரம் கிடைக்கும்போது சென்னையில் உள்ள பவுத்த சங்க நண்பர்களின் கூட்டத்தில் கலந்து கொள்வேன்.

தலித் இயக்கங்களில் இணைந்து செயல்பட விரும்பியதுண்டு. என்னால் முடியவில்லை. இருந்தாலும் என் எழுத்துப் பணியை நிறுத்திடாமல் இன்னும் தொடர்ந்து கொண்டிருக்கிறேன். 'பெரும் புலவர் திருப்பத்தூர் பெரியசாமி வாழ்க்கை வரலாறு', 'நான் கண்ட பவுத்தத் தலங்கள்' ஆகிய நூல்களை எழுதிக் கொண்டிருந்தேன். தொடர்ச்சியாக தலித் பத்திரிகைகளை வாசித்து வருகிறேன். நம்முடைய மக்கள் விடுதலைக்கு, ஓர் ஆரோக்கியமான சூழல் போய்க்கொண்டிருப்பதாகவே உணருகிறேன்.

நேர்காணல்: **அன்புசெல்வம், பாண்டியன்**

தலித் முரசு, டிசம்பர் 2003.

முதன் முதலில் சுயமரியாதை மாநாடு போட்டவர் எங்க அப்பாதான்

தி.பெ.கமலநாதனுடன் ஒரு நேர்காணல்

சந்திப்பு: ரவிக்குமார்.
ஒலிநாடாவிலிருந்து கேட்டு எழுதியவர்: கு.மு.ஜவஹர்.
இந்தச் சந்திப்புக்கு உதவியாக இருந்த நண்பர்கள்
குடியரசனுக்கும் கவுதமசன்னாவுக்கும் நன்றி.

தி.பெ.கமலநாதன் வாழ்ந்துகொண்டிருக்கும் தமிழக தலித் சிந்தனையாளர்களுடன் முக்கியமானவர். 4.11.1923இல் கோலார் தங்கவயல் சேம்பியன் ரீப் பகுதியில் ஏ.பி.பெரியசுவாமி புலவருக்கும் கனகபூஷனி அம்மையாருக்கும் பிறந்தவர். அயோத்திதாசப் பண்டிதருடன் தமிழன் பத்திரிகையிலும் தமிழ்ப் பௌத்தப் பணிகளிலும் சேர்ந்து உழைத்தவர் பெரியசரிமிப் புலவர். வடஆற்காடு மாவட்டம், திருப்பத்தூர் கௌதமா பேட்டையை; பூர்வீகமாகக் கொண்ட பெரியசாமி புலவர் அறிவாற்றலாலும் நாவன்மையாலும் சோர்விலா உழைப்பாலும் தனக்கெனத் தனிப்பெரும் செல்வாக்கை சேர்த்துக் கொண்டிருந்தவர்.

தனது 16ஆவது வயதில் தந்தையை இழந்த கமலநாதன் விடா முயற்சியால் முதுகலைப் பட்டம் பெற்றார். காவல்துறையில் துணை ஆய்வாளராகச் சேர்ந்து தனது விடாப்பிடியான நேர்மையின் காரணமாகப் பல்வேறு அல்லல்களைச் சந்தித்தார். ஆய்வாளராக 1983இல் பதவி ஓய்வுபெற்றார்.

தனது தந்தையைப் போலவே சமுதாயப் பற்றுக் கொண்டு நூல்களை எழுதியும் பொதுக்கூட்டங்களில் பேசியும் வருபவர். ‘குறள் தந்த கோமான்’ இவர் எழுதிய நூல்களில் ஒன்று.

தாழ்த்தப்பட்ட மக்களின் வரலாற்றைத் திரித்தும் புரட்டியும் திராவிடர் கழகத் தலைவர் கி.வீரமணி கட்டுரையொன்றை எழுதிய போது தீண்டாதாரின் ஒரு நூற்றாண்டுக்கும் மேலான

போராட்ட வரலாற்றை அசைக்க முடியாத ஆதாரங்களோடு ஆங்கிலத்தில் எழுதி வெளியிட்டார்.

தாழ்த்தப்பட்ட மக்களின் தனித்துவத்தை நிறுவுவதில் சமரசம் செய்துகொள்ளாமல் உழைத்துவரும் கமலநாதன் அவர்களை அவரது வீட்டில் சந்தித்துப் பதிவு செய்யப்பட்ட உரையாடலின் சுருக்கமான வடிவம் இது.

அயோத்திதாசரைப் பற்றி உங்கள் நினைவுகளைக் கூற முடியுமா?

அவர் பெயர் காத்தராயன். அயோத்திதாசர் என்று மாறியது அவரின் குருவின் பெயரால். அவர் படித்ததெல்லாம் சென்னையில்தான். தற்பொழுது உள்ள சென்னைபோல் அல்ல. அப்பொழுது கார்ப்ரேஷன் லிஸ்ட் படி 24 சேரிகள் இருந்தன. அந்தச் சேரிகளில் ஒன்றுதான் காசிமாநகர். இப்போது காசிமேடு என்றழைக்கப்படும் பகுதி. அங்குதான் அயோத்திதாசர் தங்கியிருந்தார். அங்குதான் அயோத்திதாசர் மூன்று மொழிகள் படித்தார்.

ஆங்கிலம், தமிழ், பாலியா?

ஆங்கிலம் வந்து அவங்கப்பா பட்லரா இருந்தாருல்ல அங்க கத்துக்கிட்டது. தமிழ், சமஸ்கிருதம், பாலி இது மூணும்தான் அவர் குருகிட்ட கத்துக்கிட்டது. காகிமா நகர் அங்குதான் அவர் குரு இருந்தார். பாலி, பௌத்தம் பற்றிக் கற்றுக் கொண்டார். எங்கப்பா 'தமிழன்'ல எல்லா கடவுளைப் பத்தியும் கேள்வி கேட்க ஆரம்பிச்சுட்டார். அதனால் அயோத்திதாசப் பண்டிதர்கிட்ட சண்டை போட்டாங்க. அவர் கட்டுரையை எப்படிப் போடறீங்கன்னு கடிதம் எழுதறாங்க. நிறைய கடிதங்கள் அயோத்திதாசர் எழுதினது வைத்திருந்தேன். தற்போது இல்லை. ஆனா, அவர் வைத்தியம் படிச்சது ஓலைச்சுவடிகள். அந்த ஓலைச்சுவடிகளை எங்கப்பாவிடம் கொடுத்துவிட்டார். முப்பது ஆண்டுகளுக்கு முன் அதை எடுத்துவைத்தேன். தற்பொழுது எப்படி இருக்குதென்று தெரியவில்லை. ஆனால் அது என்னிடம் இருக்கிறது.

அதற்குப் பிறகுதான் அவர் நீலகிரி போனாறா?

நீலகிரிக்கு எப்ப போறார்னா, கந்தப்பன்னு அவருடைய அப்பா வந்து பட்லர். அவர் வந்து ஆங்கிலத் துரைக்கிட்ட இருந்தாரு. குன்னூர்லதான் ஆங்கிலேயர்கள் தங்கினார்கள். குன்னூருக்குப் போயி அங்கு இருந்தார். அங்கு இருக்கும்போதுதான் தோடர்

வகுப்பச் சேர்ந்த ஒரு பெண்ணைத் திருமணம் செய்து கொண்டார். அந்தப் பெண்ணோடுதான் ரங்கூன் செல்கிறார். அங்கு அவருக்கு ஒரு பையன் பிறக்கிறான். பையன் ரங்கூன்லே தங்கிட்டான். அவங்க அம்மாவும் அங்கேயே இறந்துட்டாங்க. இறந்ததற்குப் பிறகு அங்கிருந்து இங்கு வந்து ரெட்டைமலை சீனிவாசனோட தங்கையைத் திருமணம் செய்துகொள்கிறார். அவங்களோட பிள்ளைங்கதான் இங்கு இருக்கிறது. முதல் பையன் ரங்கூன்லேயே தங்கிட்டான்.

ரங்கூன்ல எவ்வளவு காலம் இருந்தாரு?

ரங்கூன்ல பத்து வருசம் இருந்திருக்காரு. அப்ப வந்து, வாழ்வு இல்லாத நம்ம மக்கள் ரங்கூனுக்குத்தான் போனாங்க. தமிழ்நாட்டுல சிலர் தென்னாப்பிரிக்கா போனாங்க. ஆஸ்திரேலியாவுக்கும் போனாங்க. இவங்ககிட்ட தமிழ் கத்துக்கிட்டவங்கதான் ஆஸ்திரேலியாவில் தமிழ் சொல்லிக் கொடுத்தாங்க. ரங்கூன்லேர்ந்து வந்துதான் *தமிழன்* பத்திரிகை தொடங்குனாங்க. *தமிழன்* பத்திரிகை ஆரம்பிச்சார்னா அதுக்குக் காரணம் வந்து கர்னல் ஆல்காட் தியோசபிகல் சொசைட்டினுன்னு இப்போ அதன் பெயரை மாற்றியிருக்கிறார்கள். பிராமணர்கள் அங்கேபோய் சேர்ந்தவுடன் அதன் பெயர் மாறிப்போனது. கர்னல் ஆல்காட் முழுக்க முழுக்க நம் மக்களுக்குத்தான் உதவி பண்ணினார். அவர் இந்தியாவுக்கு வந்தபோது அடையாறுல தான் தங்குவாரு. அங்க சேரியில போகும்போது நம்ம சின்னபுள்ளைங்கள பாக்குறாரு. ஒட்டிய வயிறும், ஒடுங்கிய கன்னமுமா இருக்கிற ஒரு வேளை சோத்துக்குக்கூட வழியில்லாத இந்தப் புள்ளைங்களுக்குப் படிப்பும் இல்லன்னு, உடனே வந்து இந்தப் புள்ளைங்களுக்காகப் பஞ்சமா பள்ளின்னு அஞ்சு இடம், எல்லாம் ‘புவர் பறையா’ங்கிற புத்தகத்தில் இருக்கு. ஏன் புவர் பறையான்னு எழுதினார்னா இந்த ஜனங்களுக்கு இங்க எந்த ஆதரவும் இல்லை. இவங்களுக்குக் கணக்கும் ஆங்கிலமும் வேண்டும். அது இருந்தால் ஆங்கிலேயரிடம் வேலைக்கு விடலாம் என்று படித்தவர்களை அவர் மூலம் வேலைக்குச் சேர்த்துவிட்டார். இவர்களைப் பற்றித் தெரிந்து கொண்டு “நீங்கள்தான் இந்தியாவிற்குச் சொந்தக்காரர்கள்” என்று அவர்தான் ஆரம்பிக்கின்றார். அப்பொழுது கிருஷ்ணசாமின்னு இரண்டுபேரும் கூட ஆல்காட்டும் இலங்கைக்குப் போகின்றனர். அயோத்திதாசரும் செல்கிறார். அங்குதான் பவுத்தத்தை அவர் ஏற்றுக்கொள்கிறார். பவுத்தத்தைப் பரப்ப வேண்டும் என்று ஆல்காட் அவர்கள் உதவியால் வீடு ஒன்றை இரண்டு ரூபாய் வாடகைக்கு எடுக்கின்றார். வாடகையையும் ஆல்காட் அவர்களே கொடுக்கிறார். தமிழ்நாட்டில் ஒன்னும்

வேலையில்லாததால் கோலார் செல்கிறார்கள். மாணிக்கம்னு அவர் எழுதியிருக்கிறார். அப்படி அடிமைப்படுத்தினார்கள், எவ்வளவு கொடுமைகளுக்காளானார்கள் என்று இதைப் பொறுக்க முடியாம தென்னாப்பிரிக்கா, பர்மா, ஆஸ்திரேலியா போகிறார்கள். வெளிநாட்டுக்குப் போனவர்கள் உதவியிலதான் பத்திரிகை ஆரம்பிக்கிறாங்க. சிந்தாதிரிப்பேட்டை ஆதிமூலம் என்பவரின் பிரஸில்தான் *ஒரு பைசா தமிழன்* அச்சிடப்பட்டது. இந்து மதத்தைத் தாக்கி எழுதப்பட்டமையால சிலர் வந்து இந்து மதத்தைத் தாக்கி எழுதுறார். நீ ஏன்யா அவருக்குப் பிரஸ்ச கொடுத்தன்னு சொல்லி எப்படி நீ அச்சடிக்கிறன்னு மிரட்டியிருக்காங்க. நீ அந்தப் பிரஸ்ச பிடிங்கிடுன்னு சொல்லியிருக்காங்க. அப்புறம் அவரு நீங்க பிரஸ்ச கொடுத்துடுங்க. நானே நடத்தப்போறேன்னுட்டாரு. அப்புறம் சிந்தாதிரிப்பேட்டை ஆதிமூலத்துகிட்ட அப்ப அவரு ஒரு மாசம் டைம் கொடுங்கன்னு KGF போறார். அவுங்ககிட்ட இந்த மாதிரி பிரஸ்ச புடிங்கிட்டாங்கன்னு சொல்றார். அப்ப அங்க இருந்தவங்க அது எதுக்குங்க, நாங்களே பிரஸ் வாங்கித் தாறோம்னு பிரஸ் வாங்கிக் கொடுத்தாங்க. அதுதான் ‘சித்தார்த்தா பிரஸ்’. முதல்ல ‘கௌதமா பிரஸ்ல’தான் *ஒரு பைசா தமிழன்*லாம் அச்சிட்டாங்க, பிறகுதான் சித்தார்த்தா பிரஸ்ன்னு வச்சாங்க. அப்புறம் வந்து ஒவ்வொரு ஊருலயும் பவுத்த விகார் கட்ட ஆரம்பிச்சுட்டாங்க. அதுல KGFஇல் மூணு, பெங்களூர்ல ஒன்னு, ஹீப்லியில ஒன்னு, தென்னாப்பிரிக்கா டர்பன்ல ஒன்னு, எங்கங்க ஆதிதிராவிட மக்கள் போனாங்களோ அங்கங்க இப்படிக் கட்டினாங்க. அப்ப பறையன்னுதான் பேரு. ஆதிதிராவிடர்னு கிடையாது. ஆதிங்கிறதை இவர்தான் சேத்தாரு.

திராவிடர்னு முதல்ல இவர் எழுதிவந்தாரு. திராவிடர்னா ஆங்கிலேயர்கள் இவர்களுக்கு உதவி பண்ணினாங்க. அதாவது Concession உத்யோகம், படிக்கிறதுக்குப் பணம் திராவிடர்களெல்லாம் ஏழ்மையில இருக்கிறாங்கன்னுதான் வீடு மற்றதெல்லாம் கொடுக்க ஆரம்பிச்சாங்க, மத்தவங்க வந்து பாத்தாங்க. மற்ற ஜாதி இந்துக்கள் அவங்க வந்து நாங்களும் திராவிடர்கள்தான்னு சொல்லி அவங்களும் சலுகை கேட்க ஆரம்பிச்சுட்டாங்க. அப்ப இவரு என்னடா நாம் இவ்வளவு கஷ்டப்பட்டு இதெல்லாம் வாங்கினா, இவங்க வந்து நுழையிறாங்களேன்னு சொல்லிட்டு முதலிலே ஆதிங்க சொல்லை சேக்குறாரு. அப்புறம் வெள்ளைக்காரங்கிட்ட எங்க ஆட்கள ஆதின்னு போடுங்கன்னு கேட்கிறார். அப்புறம்தான் மற்ற தலைவர்கள் எல்லாம் வர்றாங்க. இரட்டைமலை சீனிவாசன் *பறையன்*னு ஒரு பத்திரிகை

நடத்துறாரு. அப்போ அவர் மேல இவர் கேஸ் போட்டாரு. கேஸ் போட்டவுடன் அவருக்கு நூறு ரூபா அபராதம் போடுறாங்க. அப்ப நூறு ருபாயெல்லாம் பெரிய காசு. அவர் பணத்தைக் கட்டிட்டு எம்மேலேயே கேஸ்போட்டு நூறு ரூபாய் அபராதம் போட்டாங்கள்ல, இவர் முகத்தில இனிமே முழிக்கக் கூடாதுன்னுட்டுதான் லண்டன் போறாரு. தென் ஆப்பரிக்காவுக்கு மேல அவரால போக முடியல. டர்பன்ல அங்க நம்ம ஆளுங்க நிறைய இருந்ததாலே, இங்கே இருங்கனு கேட்டதனால அங்கேயே தங்கிட்டாரு. பிறகு 1920வாக்கில திரும்ப வாறாரு. அப்போ டர்பன், KGF, ஹுப்லி கேரளாவில் ஒரு இடம், இப்ப மைசூர் மாவட்டத்திலிருக்கு, அங்கெல்லாம் பவுத்தம் பரப்புதலும் அயோத்திதாசருக்கு உதவிகளும் செய்தனர். பல கடிதங்கள் என்னிடம் இருந்தன. நான் என்ன பண்ணினேன்னா இவ்வளவு போஸ்ட் கார்டை என்ன பண்றதுன்னு எரிச்சுப்புட்டேன். இப்ப வருத்தப்படுகிறேன்.

உங்கள் தந்தையாருக்கு எப்போது அயோத்திதாசருடன் தொடர்பு ஏற்பட்டது?

1907இல் தந்தையார் இந்து மதத்தை எதிர்த்து எழுதி வந்தார். அவருக்கும் அயோத்திதாசருக்கும் நல்ல நட்பு ஏற்பட்டது. தமிழன் பத்திரிகையில் ஒவ்வொரு வாரமும் தொடர்ந்து எழுதிக்கிட்டு வர்றார் எங்கப்பா, அதாவது பல புனைபெயர்கள்ல இந்து மத்தை எதிர்த்து எழுதிட்டு வாறார். அப்பதான் அயோத்திதாசர் இவருக்குக் கடிதம் எழுதுறாரு, 'அய்யா நீங்க எழுதிட்டு வர்றீங்க. எல்லாம் உண்மையா? யாருமே சொல்லாததா இருக்கு'ன்னு கேட்கிறார். பெரியார் இவரைப் பாத்துதான் தெரிஞ்சிக்கிட்டார். அப்ப பெரியாருக்குக் கடவுள் இல்லை என்பதெல்லாம் தெரியாது. எல்லா கடவுளைப் பற்றியும் கடுமையான விமர்சனத்தை அப்பா எழுதிவந்தார்.

1907இல் புலவர் பட்டம் பெற்றிருக்கிறார். அது கரந்தை தமிழ்ச் சங்கம் அங்கீகாரம் பெற்றது. சென்னை மெமோரியல் ஹால்லதான் கொடுத்தாங்க. கரந்தைக்குச் சென்று அங்கு அவர் புலமை சோதிக்கப்பட்ட பின்புதான் புலவர் பட்டம் வழங்கப்பட்டது.

பவுத்த சங்கத்தில் உங்கள் தந்தையார் தொடர்பு பற்றி

1907இலேயே பவுத்தம் ஏற்றுக்கொள்கிறார். அதோட வடாற்காடு மாவட்டத்தில் பல ஊர்களிலிருந்து நூறுபேரை சென்னை அழைத்துக் கொண்டு செல்கிறார். அவர்கள் நூறு பேரும் சென்னையில் பவுத்தத்தை ஏற்கின்றனர். அப்புறம் KGF

போனாங்க. அங்க கிளார்க்கா, சைனிக் கிளார்க்கா அப்ப சம்பளம் மாதம் 12 ரூபாய் வாங்குறாரு. அப்புறம் நாலஞ்சு வருசம் அங்க வேலை செய்தார். நம் மக்கள் கஷ்டப்படுறாங்க அங்க அவர்களுக்குப் பணி செய்ய வேண்டியிருக்கு என்று அழைத்துவந்து பிறகுதான் திருப்பத்தூர்ல தங்கினது. அப்புறம் ஒவ்வொரு கிராமம் கிராமமா சென்று பிரச்சாரம் செய்தார். அப்ப நம்ம ஆளுங்க மோசமான கஷ்ட நிலையில இருந்தாங்க நாலனாதான் கூலி. அப்ப கிராமத்துக்குள்ள பிரச்சாரம் பண்ண போகணும்னா தனியா போகமுடியாது. டவுன்ல இருந்து பத்துப் பேராதான் போகணும், ஒவ்வொரு கிராமத்துக்கும். ஏன்னா எதிர்ப்பு அதிகம் இருந்ததால அடிச்சுடுவாங்கன்னு இவங்களும் தடியெல்லாம் எடுத்துக்கொண்டு போவாங்க. அப்படிப் பிரச்சாரம் பண்ணும்போது பத்துப் பேருக்கு ஒரு வீட்டுல சாப்பாடு வாங்கிச் சாப்பிட்டுட்டு வருவாங்க. இரவோடு இரவா. இங்கிருந்தே விளக்கு எடுத்துட்டுப் போவாங்க. அப்புறம் KGFலேர்ந்து பிரச்சாரத்துக்கு வர ஆரம்பிச்சாங்க. சனிக்கிழமை ஒரு மணிக்கு வண்டியேர்றது, குடியாத்தத்தில இறங்குவாங்க, அங்கிருந்து பள்ளிகொண்டா போறது. நிறைய கிராமங்களுக்குப் போனாங்க. அப்படி இருக்கிறப்ப தமிழ்ல பேசுறதுக்கு மேடைல ஆளுங்க கிடையாது. இவர வந்து சுயமரியாதை இயக்கம் பயன்படுத்திக்கிறாங்க. இந்து மதத்தை எதிர்த்துப் பிரச்சாரம் பண்றாரு. அந்த இயக்கத்தில் ஆள் கிடையாது. அப்போ இவர்தான் அங்க இந்து மத எதிர்ப்ப கொண்டுபோனது. அப்புறம் இவர ஊர் ஊரா பிரச்சாரத்துக்கு அழைச்சிகிட்டுப் போறாங்க. அதை ஒட்டித்தான் மத்தவங்க பேச ஆரம்பிச்சாங்க. சாதி இந்துக்கள் வீதியில மீட்டிங்குக்கு நிறை பேர் வரமாட்டாங்க. ஒரு பத்துப்பேர் இருபது பேர் வருவாங்க. அப்புறம்தான் மாநாடு எல்லாம் போட ஆரம்பிச்சாங்க.

ரெட்டைமலை சீனிவாசனுடன் உங்கள் தகப்பனாருக்கு இருந்த உறவுபற்றிக் கூறுங்கள்?

அயோத்திதாசப் பண்டிதருக்கும் இவருக்கும் தொடர்பிருந்ததால அவருடன் அப்போ தொடர்பில்லை. அப்போ எம்.சி.ராஜாதான் ரொம்ப பிரபலம். எம்.சி.ராஜாவின் தகப்பனார் மேஜரோ கேப்டனோ, சின்னதம்பி பிள்ளைன்னு முதன்முதலா நமக்காகக் குரல் கொடுத்தவரு. சென்னையிலேர்ந்து யாராவது ஒரு தலைவர கொண்டுவந்து மாநாடு போடுவாங்க. கிட்டத்தட்ட வடஆற்காடு மாவட்டம் முழுக்க வளவனூர், ஆம்பூர், வாணியம்பாடின்னு ஒவ்வொரு ஊர்லயும் ஒரு மாநாடு. அப்போ மாநாடுன்னா மக்கள் வரமாட்டாங்க. அந்தக் காலத்துல வேலைக்குப் போனாதான் சோறு. ஒரு

மாநாட்டுக்கு ஆயிரம் பேருக்குச் சோறு போடுவாங்க. அதுக்குக் காசுக்கெல்லாம் என் பண்ணுவாங்கனு தெரியல.

காலையில்லாம் கிடையாது. மதியானம் சோறு மட்டும்தான். அப்பிடி போட்டுத்தான் முப்பத்திரண்டு மாநாடு நடத்தியிருக்காங்க. அதாவது வடஆற்காடு மட்டுமல்ல பெங்களூரிலும் போட்டுருக்காங்க. இந்து மதத்தை எதிர்த்துதான் பேசுவாங்க.

கி.வீரமணி நார்வேக்குப் போறாரு. அங்க சமாதான கான்பிரன்சில் பேசுறாரு. இந்த மாதிரி தாழ்த்தப்பட்டவங்க எங்களாலதான் முன்னேறுனாங்கன்னு. அதை ஒரு கம்யூனிஸ்ட் பத்திரிகை வெளியிட்டது. தலித் வாய்ஸ்ன்னு ஒரு ஆங்கில பத்திரிகை. அதுல வீரமணியோ, திராவிடர் கழகமோ ஒன்றுமே செய்யலன்னு எடிட்டோரியல் எழுதிட்டான். நான் ஒரு பத்தொன்பது பக்கத்துல ஆங்கிலத்தில் டைப் பண்ணி எங்களுடைய வரலாற்றுக்கு அவுங்க காரணமில்ல, நாங்கதான் முன்னேத்திக்கிட்டோம். பெரியார்தான் எங்களைப் பயன்படுத்திக்கிட்டாருனு சொல்லி ஒரு பத்தொன்பது பக்கம் டைப் பண்ணி அனுப்பிச்சேன். அதுக்கு அவுங்க எங்களுடைய பத்திகையே பன்னிரண்டு பக்கம். அதுல நாங்க எப்படி இதைப் போடுறதுன்னு எனக்கு ஒரு போஸ்ட் கார்டு எழுதினாங்க. நான் வந்து உங்கள நேரில் பார்க்கிறேன்னு சொல்லி ராஜசேகர், அப்புறம் CLSஇல் வந்து பார்த்தார். நான் அதை ஒரு ஆங்கில நூலாக எழுதினேன், *'Historical Facts about Scheduled Castes'* என்று. அதைப் பார்த்துவிட்டு பம்பாயிலிருந்து ஒரு கடிதம் வந்தது. நம் வரலாற்றை எழுத யாரும் இல்லை, நீங்கள் வசந்த் மூனுடன் சேர்ந்து செய்ய முடியுமா என்று கடிதம் எழுதியிருந்தார்கள். நான் போகமுடியல. அதற்கு நிறைய பாராட்டுகள் வந்தது. அமெரிக்காவிலிருந்து கூட வந்தது. பர்பர்ரா ஜோஷின்னு CLSக்கு லெட்டர் அனுப்பி அதை என்னிடம் ஒப்படைக்கும்படி எழுதியிருந்தார். தமிழ்ப் பண்டிதர் ஒருவர் இருந்தார் காவேரிப்பாக்கத்தில், அவர்கூட எழுதியிருந்தார். பலரும் இந்த மக்களின் வரலாற்றை எழுதியமைக்காகப் பாராட்டினார்கள். இதுபோன்று நம் மக்களின் வரலாறு எழுதப்படவில்லை என்பதையும் குறிப்பிட்டிருந்தார்கள். ஏன் ஆங்கிலத்தில் எழுதினேன் என்றால் வீரமணி ஆங்கிலத்தில்தான் எழுதியிருந்தார். அம்பேத்கரை ஆங்கிலத்திலேயே படித்ததினால் எந்தெந்த இடத்தில் என்னென்ன வார்த்தைகளைப் போட வேண்டுமென்பதைத் தெரிந்துகொள்ள முடிந்தது.

சுயமரியாதை இயக்கம் தங்கள் தகப்பனாரை அயோத்திதாசப் பண்டிதரின் மறைவுக்குப் பின் பிரச்சாரங்களுக்குப் பயன்படுத்திக் கொண்டார்கள். பெரியாருடன் அவருக்குத் தொடர்பு எவ்வாறு இருந்தது?

பெரியார் ஹிந்தி எதிர்ப்பில் 1000 பேருடன் சிறைக்குச் சென்றபோது பல இடங்களில் பணமாகக் கொடுத்தார்கள். எங்க அம்மா மூலம் 1001 காசுகள் கொடுத்தார்கள். அதுதான் முடிந்தது. சுயமரியாதை இயக்கக் கூட்டங்களில் பெரியசாமி புலவர் இன்ன தலைப்பில் பேசுவார் என்று போடுவார்கள். முதன்முதலில் சுயமரியாதை மாநாடு போட்டவரே எங்கப்பாதான். திருப்பத்தூரில அப்ப பார்ப்பன எதிர்ப்பு மாநாடுன்னுதான் நடத்துவாங்க. திருப்பத்தூர்ல பொது இடத்துல சப் கலெக்டர் ஆபீஸ் கிரவுண்டுல. இதனால் பெரியார் தொடர்பு உண்டானது. பின்னர் விடுதலை, குடியரசில் பிராமணர்களை எதிர்த்துக் கவிதை எழுதினார்.

அவருக்கு உரிய மரியாதை தரப்பட்டதா?

அப்புறம் வேற வழியில்லையே. அப்ப தமிழ்ல இவரைவிட்டா அங்க எழுதுறதுக்கு வேற ஆளு இல்லை. கவிதையோ, பாட்டோ எழுதிக்கொடுப்பாரு, அதைப் பாடுவாங்க.

பெரியார் இந்த மக்களுக்குச் செய்த பணிகள் பற்றி

அதைத்தான் நான் வீரமணிக்கு எழுதின புத்தகத்தில் எழுதியிருக்கிறேன். மெயில் மூனுசாமின்னு ஒருத்தர் இருந்தார். சேத்பட்ல இறந்துவிட்டார். விடுதலை பத்திரிகைகள் எல்லாம் வச்சிருந்தார். பெரியார் திருச்சியில் பேசும்போது, "இப்ப துணி விலை எல்லாம் ஏறினது வந்து பறச்சிங்கள்ளாம் ரவிக்கைப் போட்டுகிட்டதாலதான்" அப்படின்னு பேசினாரு. அதை வச்சி எதிர்ப்பு தெரிவிச்சிருக்காங்க. அதுல மெயில் முனுசாமியும் ஒரு ஆளு. இப்ப '*History of Reservation*'ன்னு ஒரு புத்தகம் எழுதலாம்னு கொஞ்சம் பக்கங்கள் டைப் பண்ணி வச்சிருக்கேன். அதுல இந்து மதத்தை எப்படி எதிர்த்தாங்க, அயோத்திதாஸ், அய்யன்காளி இவங்களெல்லாம் செஞ்சதை எழுதியிருக்கேன்.

எம்.சி.ராஜா, சிவராஜ் போன்றவர்களுடன் உங்களுக்குத் தொடர்பிருந்ததா?

நான் மீனாம்பாள் சிவராஜ்கிட்ட பேசியிருக்கேன், எங்கப்பா இறந்துவிட்ட பிறகு. அப்போ எனக்கு வயது 16. பெரும்பாலும் வெளி வேலைகளில் இருந்ததால் எங்களை அவரால் கவனிக்க

முடியவில்லை. எங்கப்பா திருப்பத்தூர்ல 1922இல் ஒரு பவுத்த ஆலயம் கட்டினாரு. இப்ப அது இடிஞ்சிபோச்சு.

உங்கள் தகப்பனாரின் எழுத்துகளைத் தனியே தொகுத்துக் கொண்டு வரலாமே?

அவருடைய வாழ்க்கை வரலாறு போல எழுதலாம். தமிழன் இதழ்களில் அவர் எழுதியதைத் தொகுத்து வெளியிடலாம். ஆனால், அவற்றை ரோஜா முத்தையா நூலகத்திற்குக் கொடுத்துவிட்டேன். அதில் அதிகமாக இராமாயணம், மகாபாரதம் பற்றித்தான் கடுமையாக விமர்சித்திருப்பார். பெரியாரெல்லாம் அதற்குப் பிறகுதான் இதைப்பற்றியெல்லாம் பேசினார். ராமன் வந்து தசரதனுக்குப் பிறக்கவில்லையென்று எழுதுகிறார். பெங்களூர் மேயோ ஹால்ல ராமன் தசரதனுக்குப் பிறக்கவில்லையென்று அப்பா பேசும்போது அங்குள்ள இந்துக்கள் சிலர் துப்பாக்கி எடுத்துக்கொண்டு வந்துவிட்டார்கள், இவரைச் சுட. பிறகு மாறுவேடத்தில் இவரை ரயில் ஏத்தி அனுப்பிவிட்டார்கள்.

வீரமணி கட்சி பற்றி உங்களுக்கு என்ன அதிருப்தி? கொள்கை அடிப்படையிலா அல்லது செயல்பாடுகளா?

நம்முடைய வரலாற்றையே மறைத்துவிட்டார்கள். பெரும்பான்மையான மக்கள் என்ன நினைக்கிறார்கள் என்றால், பெரியாரால்தான் முன்னுக்கு வந்தோமென்று. ஆனால், அவர் தன்னைத்தான் முன்னிலைப்படுத்திக் கொண்டாரே ஒழிய, இன்னின்னாரால் மீண்டு வந்தார்கள் என்று அவர் சொல்லவில்லை. அயோத்திதாசப் பண்டிதர் போன்றவங்களையெல்லாம் அவர் குறிப்பிடவில்லை. எந்தத் தலைவரைப் பற்றியும் சொல்லவில்லை. அதில் பெரும்பான்மையானவர்கள் எம்.சி.ராஜாவைத் துரோகி என்று சொல்கிறார்கள். எம்.சி.ராஜாதான் டெல்லியில் முதல் பாராளுமன்றவாதியாக இருந்தார். நமக்காக வாதாடிய முதல் தலைவர் எம்.சி.ராஜாதான்.

வட்டமேசை மாநாட்டை ஒட்டிதான் எம்சி.ராஜாவுக்கும் அம்பேத்கருக்கும் முரண்பாடு ஏற்பட்டதா?

வட்டமேசை மாநாட்டுக்கு முன்பே எம்.சி.ராஜா லண்டன் போறாரு அதுவும் குடும்பத்துடன் போறாரு. விருந்தினரா பக்கிங்ஹாம் பேலஸில் ஒருவாரமோ, ஒரு மாதமோ தங்கியிருந்துவிட்டு வருகிறார். வரும்போது இங்கு அவருக்குப் பெரிய வரவேற்பு எல்லாம் கொடுக்கப்படுகிறது. பிரிட்டிஷ் சாம்ராஜ்யம், அந்த அரசவையிலே இவர் விருந்தினரா

உபசரிக்கப்பட்டது ஒரு பெருமையில்லையா? அதனால மக்கள் கூடி அவரை வரவேற்றனர். அப்போ இரட்டைமலை சீனிவாசன் ஆப்பிரிக்காவில்தான் இருந்தாரு.

இரட்டைமலை சீனிவாசனுக்கும் எம்.சி.ராஜாவுக்கும் நல்ல இணக்கமான உறவு இருந்ததா?

எம்.சி.ராஜாவுக்கு உயர்மட்டத்தில ஒரு மரியாதை கொடுக்கிறார்கள், அரசு விருந்தினரா லண்டன் சென்று வந்தது இவற்றையெல்லாம் கொண்டு அவரை மதிக்கிறார்கள். அதனால அவருக்கு ராவ்பகதூர்னு பட்டம் எல்லாம் கொடுக்கிறார்கள். இரட்டைமலை சீனிவாசன் 1920, 21இல்தான் வருகிறார்.

ரெவரண்ட் ஜான் ரத்தினம் அவர்களுடன் உங்கள் தந்தையாருக்குத் தொடர்பு இருந்ததா?

எங்கப்பாவுக்கு எல்லா தலைவர்களோடையும் தொடர்பு இருந்தது. அவர் செய்தது என்னென்ன! வடஆற்காடு மாவட்டத்துல சென்னையில இருக்கிற தலைவர்கள அழைச்சிட்டு வந்து கூட்டம் ஏற்பாடு செய்து அதில் அவர்களைப் பேசவைப்பார். இந்தக் கூட்டங்களில் அயோத்திதாசப் பண்டிதர், இரட்டைமலை சீனிவாசன், எம்.சி.ராஜா இவர்களெல்லாம் பேசியிருக்கிறார்கள். மதுரைப்பிள்ளை வந்து நம்மாட்கள் வளர்ந்தது ரங்கூனாலத்தான். இங்கு நாம அடிமைகளா வைக்கப்பட்டிருந்தோம், வெளிநாட்டுக்குப் போனாத்தான் நமக்கு உரிமை வரும்னு பேசினார்.

ரங்கூன்ல அவர் பெரிய பிசினஸ்மேன். அந்த வகையில வந்தவங்கதான் மீனாம்பாள் சிவராஜ். கௌரியம்மாவின் தாத்தா ஊறுகாய் கம்பெனி வைச்சிருந்தார். வியாபாரத்தைத் தொடர்ந்து கொண்டு போனாங்க. ஊறுகாய் வெங்கடாச்சலம் என்றுதான் பேரு. ஊறுகாய் வெங்கடாச்சலம்னு ஏன் பேர் வந்ததுன்னா ஆங்கில ராஜாக்களுக்கு ஊறுகாய் சப்ளை பண்ணுகிறார். வரதராஜ பெருமாள் கோயில் உற்சவத்தில் ஒருநாள் விழாவுக்கான பணம் ஊறுகாய் வெங்கடாச்சலத்தினுடையது. அவ்வளவு தூரம் இருந்தார்.

பவுத்தத்தைப் பற்றிப் பேசிக்கொண்டிருக்கும்போது இவர்கள் எப்படி வரதராஜன் கோயிலுக்கெல்லாம் செய்தார்கள்?

பவுத்தம் எப்போ வந்தது? நமக்கு விளக்கிச் சொன்னது எப்போது? 1907இல். அதுக்குமுன்ன இதிலே இரண்டு பகுதி. ஒருபகுதி நாமம் போடறது, இன்னொன்று பட்டை போடறது.

ஒற்றுமையா இருந்தவங்கள பிரிவுப்படுத்தணும், அதுதான் அவங்க நோக்கம். அதுக்குத்தான் இப்படி பிரிவுகள்ல சேர்க்கிறார்கள். பௌத்தர் ஒருத்தர் இறந்துவிட்டால் அந்தக் குடும்பத்திலிருக்கும் எல்லோரும் திரி போடுவாங்க. யார் பௌத்தன்னு தெரிந்துகொள்வதற்காகப் போட்டார்கள். அதை இந்து மதத்தினரும் எடுத்துக்கொண்டார்கள், பூணூல் போடுவது. நாம் பூணூல் போட்டுக்கொண்டுதான் திருமணம் பண்ணணும். ஏன் முப்புரி நூல் போடறான். கல்யாணத்தின் போது மேல துணி போட மாட்டார்கள். இதுதான் நடை, உடை. அதை அப்படியே பிராமணன் கையப்படுத்திக்கொண்டான். அது அவர்களது என்றாகிவிட்டது. நம்மை தள்ளிவைத்து விட்டான். முதன்முதலில் பூணூல் போட்டது நாமதான், பௌத்தர்கள்தான். விழாக்கள் நடக்கும்போதுதான் போடுவார்கள். மற்ற நேரங்களில் போடமாட்டார்கள்.

நீங்கள் எழுதிய நூலுக்கு வீரமணி கட்சிக்காரர்கள் பதில் சொன்னார்களா?

இதுவரைக்கும் அவர்களிடமிருந்து பதில் வரவில்லை. வரலாற்றை யாராலும் மறைக்க முடியாது.

தலித் வரலாற்றின் மீட்பர்

தமிழக வரலாற்றில் குறிப்பிடத்தக்க ஆளுமைகளுள் ஒருவராகத் திகழ்ந்த தி.பெ.கமலநாதன் மறைந்துவிட்டார். 1923ஆம் ஆண்டு நவம்பர் நான்காம் நாள் ஏ.பி.பெரியசாமிப் புலவருக்கும் கனகபூஷணி அம்மாளுக்கும் மகனாகப் பிறந்த கமலநாதன் தனது எண்பத்து நான்காம் பிறந்தநாளில் (04.11.2007) சென்னையில் காலமானார். அவருடைய மனைவி டாக்டர் தவமணி (74); மகள்கள் வித்யா ராஜேந்திரன் (39) டாக்டர் சுமித்ரா முரகன் (33).

'வரலாற்று நூல்களைக் கையில் வைத்திருக்கும்போது கடந்த காலத்தையே நாம் கைக்குள் வைத்திருப்பது போன்ற மாயையில் இருக்கிறோம். ஆனால், வரலாறோ நமது விரல்களுக்கிடையே நழுவிக் கொண்டிருக்கிறது. அல்லது நமக்கு எட்டாத இடத்தில் இருக்கிறது என்றார் ரோபர்ட் டார்ன்டன்' என்னும் வரலாற்றறிஞர். ஆனால், அதை இன்னும் நமது வரலாற்றாளர்கள் புரிந்துகொண்டதாகத் தெரியவில்லை. நமது சிந்தனையாளர்களோ தலித் மக்களுக்கென ஒரு வரலாறு இருக்கிறது என்பதையே ஏற்க மறுக்கிறார்கள். அவர்களுக்குக் கமலநாதன் என்று ஒருத்தர் இருந்ததோ இறந்ததோ பொருட்படுத்தத்தக்கதாக இருக்காது.

கமலநாதனின் தந்தையாரான ஏ.பி.பெரியசாமிப் புலவர் மிகவும் புகழ்பெற்று விளங்கிய தலைவராவர். அயோத்திதாசப் பண்டிதரோடு இணைந்து தமிழ்ப் பௌத்த மறுமலர்ச்சியை ஏற்படுத்தியவர் அவர். கரந்தைத் தமிழ்ச் சங்கத்தில் புலவராக அங்கீகரிக்கப்பட்ட அவர் சிறந்த பேச்சாற்றல் கொண்டவராக இருந்தார். தமிழ் இலக்கியத்தில் தனக்கிருந்த ஆழமான

அறிவைப் பயன்படுத்தி ராமாயணம், மகாபாரதம் முதலான புராணங்களின் பொய்மைகளை அம்பலப்படுத்தினார்.

1907ஆம் ஆண்டு நூற்றுக்கணக்கானவர்களோடு பௌத்தத்தைத் தழுவிய பெரியசாமிப் புலவர் 18.05.1909இல் திருப்பத்தூர் சப்-கலெக்டர் அலுவலகத்துக்கு அருகில் யதார்த்த பிராமணர் யார்? என்னும் தலைப்பில் பௌத்த மாநாடு ஒன்றை நடத்தினார். அதற்குச் சுவாமி விசுதாபிக்கு என்பவர் தலைமை தாங்கினார். அதைத் தொடர்ந்து கோலார் தங்கவயல் சென்னையில் புதுப்பேட்டை, சிந்தாதிரிப்பேட்டை, பெங்களூர் எனப் பல்வேறு இடங்களில் சுமார் இருபத்திரண்டு பௌத்த மாநாடுகள் பெரியசாமிப் புலவரால் நடத்தப்பட்டன. 1922இல் திருப்பத்தூரில் அவரால் கட்டப்பட்ட பௌத்த விகாரை இப்போது சிதிலமடைந்து கிடக்கிறது. பண்டிதர் தொடங்கி நடத்திய தமிழன் வார இதழில் தொடர்ந்து பல கட்டுரைகளை எழுதி வந்தவர் பெரியசாமிப் புலவர்.

அயோத்திதாசரின் மறைவுக்குப் பிறகு பெரியாரின் சுயமரியாதை இயக்கப் பிரச்சார நடவடிக்கை, இயக்கப் பிரச்சார நடவடிக்கைகளில் பங்களித்து வந்தார். கமலநாதனுக்குப் பதினாறு வயது ஆனபோது பெரியசாமிப் புலவர் காலமானார். பொதுவாழ்விலேயே மூழ்கிக் கிடந்த புலவரால் குடும்பத்துக்கான பாதுகாப்புகளைச் செய்துவைக்க முடியவில்லை. கமலநாதன் தனது படிப்பைத் தொடர மிகவும் சிரமப்பட வேண்டியதாயிற்று. கமலநாதனின் அம்மா கனகபூஷணி அம்மையார் தின்பண்டங்களைத் தயாரித்து தர, அதைச் சிறுவனாக இருந்த கமலநாதன் கடைவீதியில் சென்று விற்று வருவார். அதுபோலத் துணிகளை மொத்தமாக வாங்கி வீடு வீடாகச் சென்று கமலநாதன் விற்றிருக்கிறார். இப்படி வந்த வருமானத்தைக் கொண்டு தனது படிப்புக்கான செலவுகளை அவர் சமாளித்துக் கொண்டார். மிகுந்த மன உறுதியோடு எம்.ஏ வரை படித்தார். அவரது சகோதரி மணிமேகலை அம்மையார் தான் வேலைக்குச் சென்று தனது சகோதரனின் படிப்புக்கு உதவியாக இருந்துள்ளார்.

காவல்துறையில் துணை ஆய்வாளராகப் பணியில் சேர்ந்த கமலநாதன் 1983ஆம் ஆண்டு ஓய்வு பெற்றார். மிகவும் நேர்மையாக நடந்து கொண்டதால் புத்தகங்கள் பல அவருக்குக் கிடைத்தன. ஆனால், பதவி உயர்வு கிடைக்கவில்லை. தமிழ்நாட்டில் சப் இன்ஸ்பெக்டராகப் பணியில் சேர்ந்து இன்ஸ்பெக்டராக ஓய்வு பெற்றவர் அனேகமாக அவராகத்தான் இருக்கும்.

கமலநாதனின் சிறப்பு அவர் பெரியசாமிப் புலவரின் மகனாகப் பிறந்ததிலோ காவல்துறையில் வாங்கிய பதக்கங்களிலோ இல்லை. மாறாக, தலித் வரலாற்றை மீட்பதற்கான பங்களிப்பில்தான் அவரது முக்கியத்துவம் இருக்கிறது. பத்தொன்பதாம் நூற்றாண்டிலும் இருபதாம் நூற்றாண்டின் முதல் பாதியிலும் தமிழ்நாட்டில் நடந்த தலித் அசியல் நடவடிக்கைகள் தொடர்பான ஆவணங்களைச் சேகரித்துப் பாதுகாத்தவர் கமலநாதன். அவரது தந்தை ஏ.பி.பெரியசாமிப் புலவரால் சேகரிக்கப்பட்ட ஓலைச்சுவடிகளும் நூல்களும் அதில் அடங்கும். துண்டறிக்கைகள், பாராட்டு மடல்கள், திருமண அழைப்பிதழ்கள், மாநாட்டு உரைகள், மாநாடுகளில் நிறைவேற்றப்பட்ட தீர்மானங்கள், இலக்கிய ஆக்கங்கள் என நிறைவேற்றப்பட்ட தீர்மானங்கள் அவரால் சேகரித்துப் பாதுகாக்கப்பட்ட ஆவணங்கள் அந்தக் காலகட்டத்தின் தலித் வரலாற்றைப் புரிந்துகொள்வதற்கான ஆதாரங்களாக விளங்குகின்றன. அயோத்திதாசப் பண்டிதர் நடத்திய *தமிழன்* இதழின் பிரதிகளுங்கூட அவரால் பாதுகாக்கப்பட்டு வைக்கப்பட்டிருந்தன.

தலித்துகள் எப்போதும் படிப்பறிவில்லாத அடிமைகளாகவே இருந்தனர். அவர்களை நாங்கள்தான் மனிதர்களாக்கினோம் என உரிமை கொண்டாடுவதில் அரசியல் கட்சிகள் போட்டி போட்டுக்கொள்வதைப் பார்க்கிறோம். இதுவே உண்மையாகப் பொதுப்புத்தியில் பதிந்து கிடக்கிறது. அதை மாற்றுவதற்கான தகவல்களைத் திரட்டித் தந்ததில் முக்கியமான பங்கு கமலநாதனுக்கு உண்டு. அவர் சேகரித்த ஆவணங்களில் பலவற்றை அவர் சில ஆண்டுகளுக்கு முன் ரோஜா முத்தையா ஆராய்ச்சி நூலகத்துக்குத் தந்துவிட்டார்.

கமலநாதன் அரிய ஆவணங்களைத் தேடிச் சேகரித்த ஆராய்ச்சியாளர் மட்டுமல்ல. அவற்றில் அரசியல் மதிப்பை உணர்ந்தவருங்கூட 1916இல் பெரியசாமிப் புலவரால் திருப்பத்தூரில் தொடங்கப்பட்ட தென்னிந்திய சாக்கிய பௌத்தச் சங்கத்தைப் புனரமைத்து அதன் சார்பில் சில வரலாற்று ஆவணங்களை அவர் மறுபதிப்பு செய்தார். கோபால் செட்டியார் எழுதிய ‘ஆதிதிராவிடர் பூர்வ சரித்திரம்’ அதன் முதல் வெளியீடாக வந்தது. 1920இல் வெளியான அந்த நூல் இக்காலம் தாழ்த்தப்பட்டவர்கள் எனக் குறிக்கப்படுகிறவர்கள் பூர்வத்தில் பௌத்தர்களாய் இருந்தவர்களே என வாதிடுகிறது. ‘ஆலசிய மகாத்மியம்’ என்கிற பூர்வீக நூலில் 69ஆவது அத்தியாத்தில் தங்கள் மத

நம்பிக்கைக்காகப் பௌத்தர்களும் சமணர்களும் எப்படித் தலை வெட்டுண்டார்களென்றும் சிலருடைய தலைகள் எப்படி எண்ணெய்ச் செக்கில் வைத்து ஆட்டப்பட்டதென்றும் எப்படிக் கழுவேற்றப்பட்டார்களென்றும் அப்பேர்ப்பட்டவர்கள் திரேகங்களைக் குள்ளநரி, நாய், பட்சிகளுக்கு இரையாக விடப்பட்டதென்றும் பரக்கக் காணலாம்ஞ் என விவரிக்கும் அந்த நூல், 'இம்மாதிரியெல்லாம் சமணர், பௌத்தர்களை நசுக்கியது பிராமணர் என்பதற்கு யாதொரு சந்தேகமுமில்லை' என்று கூறுகிறது.

கமலநாதன் அடுத்ததாக வெளியிட்டது பதினெட்டுப் பக்கங்கள் கொண்ட சிறு நூலாகும். ஆங்கிலத்தில் எழுதப்பட்ட மூன்று வரலாற்று ஆவணங்கள் அதில் தொகுக்கப்பட்டிருந்தன. *Scheduled Caste's Struggle for Emancipation in South India* என்னும் அந்த நூலில் சென்னையிலிருந்த பெரிய பறைச்சேரியின் (தற்போதைய ஜார்ஜ் டவுன்) பிரமுகர்களும் மற்றும் அந்தச் சமூகத்தின் தலைவர்களுமாக நாற்பத்து நான்கு பேர் கையொப்பமிட்டு பிரிட்டிஷ் அரசாங்கத்திடம் 1810ஆம் ஆண்டில் அளித்த கோரிக்கை மனுவும் 1891ஆம் ஆண்டு டிசம்பர் முதல் தேதி அயோத்திதாசரின் முன் முயற்சியில் ஊட்டியில் கூட்டப்பட்ட திராவிட மகாஜன சபை மாநாட்டில் நிறைவேற்றப்பட்ட தீர்மானங்களும் திவான் பகதூர் சீனிவாச ராகவ அய்யங்காருக்கு அயோத்திதாசப் பண்டிதர் எழுதிய சிறந்த 'மடலின் பிரதியும்' தொகுக்கப்பட்டிருந்தன.

"பட்டியல் இனத்தைச் சேர்ந்த இளைஞர்கள் தமது கடந்தகால வரலாற்றை நன்கு உணர்ந்துகொள்ள வேண்டும்" என்னும் விருப்பத்தோடு இந்தப் பணியைச் செய்வதாக அந்தச் சிறுநூலின் முன்னுரையில் கமலநாதன் குறிப்பிட்டிருந்தார். 1810ஆம் ஆண்டில் பிரிட்டிஷ் அரசு விதித்த 'துப்புரவு வரியிலிருந்து' தமக்கு விலக்களிக்க வேண்டுமெனத் தலித்துகள் கோரிக்கை விடுத்துச் சமர்ப்பித்த மனுவில் 1758ஆம் ஆண்டு பிரெஞ்சுப் படையினர் சென்னையைத் தாக்கியபோது, அன்றைய கவர்னர் ஜார்ஜ் பிகோட் என்பவரும் அவரிடம் துபாஷியாக இருந்த முத்துக்கிருஷ்ணன் முதலியார் என்பவரும் பெரிய பறைச்சேரிக்குச் சென்று உதவி கேட்டதையும் அதைத் தொடர்ந்து தலித்துகள் திரண்டு சென்று கோட்டையிலிருந்த இரண்டாயிரம் சிப்பாய்களுக்கு உதவியாகப் போரில் ஈடுபட்டதையும் அப்போது பலர் உயிர் இழந்ததையும் குறிப்பிட்டு அப்படி உதவி புரிந்த தம்மீது வரிவிதிக்க வேண்டாமெனத் தலித்துகள் வேண்டுகோள்

விடுத்துள்ளனர். பெரிய பறைச்சேரி என்பது பறையர்கள் மட்டுமன்றிப் போர்த்துக்கீசியர்கள், கீழ்நிலைப் பணிகளிலிருந்த ஐரோப்பியர்கள் முதலானவர்கள் குடியிருந்த இடம் என்பதால் எல்லோருக்கும் வரிவிலக்கு அளிக்க முடியாது. சிறிய வீடுகள் மற்றும் குடிசைகளுக்கு மட்டும் விதிவிலக்கு அளிக்கலாம் என அப்போது பிரிட்டிஷ் அரசு முடிவு செய்துள்ளது. இந்த விவரங்கள் அந்த மனுவோடு சேர்த்துப் பிரசுரிக்கப்பட்டுள்ளன.

திராவிட மகாஜன சபை மாநாட்டுத் தீர்மானங்களில் கல்விக்கு முக்கியத்துவம் அளிக்கப்பட்டுள்ளது. 'பறையர்' என்னும் சொல்லை இழிவுபடுத்தும் நோக்கில் பயன்படுத்துவோரைத் தண்டிக்கச் சட்டமியற்ற வேண்டும்; சிறைகளில் இழிவான வேலைகளை அங்கு அடைக்கப்பட்டுள்ள தலித் சமூகத்தைச் சேர்ந்த கைதிகளே செய்ய வேண்டும் எனக் குறிப்பிடுகின்ற சிறைக் கையேட்டின் விதி 446ஐ ரத்து செய்ய வேண்டும் என்பன உள்ளிட்ட பத்துத் தீர்மானங்கள் இடம்பெற்றுள்ளன. அதன் பிரதியொன்று 21.12.1891இல் காங்கிரஸ் கட்சிக்கு அனுப்பப்பட்டதாகவும் அதைப் பெற்றுக் கொண்டதாக, காங்கிரஸின் பொதுச் செயலாளராயிருந்த எம்.வீரராகவாச்சாரி என்பவர் பதிலெழுதியதாகவும் அதைப் பெற்றுக் கொண்டதாக காங்கிரஸின் பொதுச் செயலாளராயிருந்த எம்.வீரராகவாச்சாரி என்பவர் பதிலெழுதியதாகவும் ஆனால், அதற்குப் பிறகு காங்கிரஸ் தரப்பிலிருந்து எந்தத் தகவலும் வரவில்லையெனவும் அதுபோலவே தீர்மானங்களின் பிரதி முகமதியர் சங்கத்துக்கும் அனுப்பப்பட்டு அவர்களுங்கூட அது தொடர்பாக எந்த நடவடிக்கையும் எடுக்கவில்லையென அயோத்திதாசர் குறிப்பிட்டிருந்ததையும் கமலநாதன் இதில் எடுத்துக்காட்டியிருந்தார்.

கமலநாதனின் மிக முக்கியமான பங்களிப்பு அவர் ஆங்கிலத்தில் எழுதிய *Mr.K.Veeramani, M.A.,B.L., is Refuted And Historical Facts About The Scheduled Caste's Struggle for Emancipation in South India* என்னும் நூலாகும். ஐரோப்பியர்களின் வருகைக்கு முன்பும் பின்பும் தலித் மக்களின் வாழ்க்கை எப்படியிருந்தது, அவர்கள் நடத்திய போராட்டங்கள், மாநாடுகள், பத்திரிகைகள் என்னென்ன என்பவற்றையெல்லாம் அதில் அவர் ஆதாரங்களோடு தொகுத்திருந்தார். 1886க்கும் 1932க்கும் இடையில் தமிழ்நாட்டின் பல பகுதிகளில் தலித்துகளால் நடத்தப்பட்ட 12 பள்ளிகள், இரண்டு இரவுப் பாடசாலைகள், இரண்டு மாணவர் விடுதிகள் ஒரு நூலகம் முதலியவை குறித்த விவரங்களும்; 1891–க்கும் 1935க்கும்

இடையே நடத்தப்பட்ட 40 மாநாடுகள் குறித்த தகவல்களும் 1909க்கும் 1932க்கும் இடையே நடத்தப்பட்ட 18 பௌத்த மாநாடுகள் பற்றிய செய்திகளும் 1869க்கும்; 1916க்கும் இடையில் தலித்துகள் நடத்திய செய்திகளும்; 1869க்கும் 1916க்கும் இடையில் தலித்துகள் நடத்திய 11 பத்திரிகைகள் பற்றிய விவரங்களும் கமலநாதனால் அட்டவணைப்படுத்தப்பட்டு அந்நூலில் வெளியிடப்பட்டுள்ளன. இடஒதுக்கீட்டுக் கோரிக்கையை முதலில் எழுப்பியவர்கள் தலித்துகள்தான் என்பதற்கு ஆதாரமாகச் சட்டசபையிலும் வேலைவாய்ப்புகளிலும் தலித்துகள், சாதி இந்துக்கள், முகமதியர்கள், ஐரோப்பியர்கள், உள்நாட்டு கிறித்தவர்கள் ஆகியோருக்கு இடங்களைப் பகிர்ந்தளிக்க வேண்டுமென 1909ஆம் ஆண்டே அயோத்திதாசப் பண்டிதர் தமிழன் இதழில் எழுதியிருந்ததையும் கமலநாதன் பதிவு செய்திருக்கிறார். 1985ஆம் ஆண்டு வெளியிடப்பட்ட 114 பக்கங்கள் கொண்ட அந்த நூல் தமிழக தலித்துகளின் சுயச்சார்பான வரலாறுக்கு அசைக்க முடியாத ஆதாரமாக விளங்குகிறது.

ஏ.பி. பெரியசாமிப் புலவரும், கமலநாதனும் அரும்பாடுபட்டுக் காப்பாற்றிய ஆவணங்களைப் பாதுகாத்து வைக்க இப்போதுங்கூட தலித் ஆவண மையம் ஒன்று தமிழ்நாட்டில் இல்லை. அத்தகைய ஆவணங்களின் பரிவர்த்தனை மதிப்பை அறிந்தவர்கள் தலித்துகள் மீது சிலகாலம் போலிப் பரிவுகாட்டி அவற்றில் பலவற்றைக் கையகப்படுத்திக் கொண்டு விட்டார்கள். இன்னுங்கூட ஏராளமானவை சேகரிக்கப்படாமல் உள்ளன. அவற்றைச் சேகரிக்க இப்போதாவது ஒரு கூட்டு முயற்சி அவசியம்.

தலித் மக்களின் சுயச்சார்பான வரலாற்றைத் தொகுக்க வேண்டும் எனச் செயல்பட்ட அன்பு பொன்னோவியம், தி.பெ.கமலநாதன் முதலானவர்களால் சேகரிக்கப்பட்டுப் பாதுகாக்கப்பட்ட ஆவணங்கள் அனைத்தையும் ஒரே இடத்தில் கொண்டுவந்து பாதுகாப்பதும், அவற்றில் தேவையானவற்றை மறுபதிப்பு செய்வதும் இன்று உடனடித் தேவையாகும்.

மனிதன் என்பவர் இறந்து போகக்கூடியவன்தான். அனைவருமே என்றோ ஒருநாள் இறந்து போகத்தான் செய்வார்கள். ஆனால், ஒருவர் தனது சுயமரியாதைக்காகவும் தனது மனிதத்துவத்தை மேம்படுத்திக் கொள்வதற்காகவும் தனது உயிரைவிடவும்கூடத் தயங்கக்கூடாது என்றார் அம்பேத்கர். தனது சுயமரியாதை என்பது தனது சமூகத்தின் மரியாதையில்தான் அடங்கியிருக்கிறது என்பதை உணர்ந்திருந்த

கமலநாதன் அந்தச் சமூகத்தின் சுயமரியாதையைக் காப்பாற்றுவதற்காகத் தனது பொருளையும் உழைப்பையும் செலவிட்டார். தலித் வரலாற்று மீட்பரான அவருங்கூட ஒரு போராளிதான்.

ரவிக்குமார்
காலச்சுவடு, டிசம்பர் 2007